ജീവിതജാലകം

പുരുഷോത്തമൻ ചന്തേര

കൈരളി ബുക്സ്

മുഖവുര

ആന്തരമായ ആത്മീക പ്രേരണയുടെ ഉദ്ബുദ്ധത നിമിത്തം നേരി
ട്ടുള്ള അനുഭവം ഏത് വിധത്തിലുള്ളതായാലും സമ്പാദിക്കണമെന്ന്
ആഗ്രഹമുള്ളവരും അതേസമയം ലൗകിക ജീവിതത്തിലെ പല വിഷമ
ങ്ങൾക്കും പ്രയാസങ്ങൾക്കും, കെണികൾക്കും, പടുകുഴികൾക്കും, പ്രവാ
ഹങ്ങൾക്കും, പ്രതിപ്രവാഹങ്ങൾക്കും, അപചയങ്ങൾക്കും, നിരാശ
കൾക്കും എതിരായി പരിശ്രമിച്ച് വിജയം കിട്ടാതെ നിരാശരാവുകയും
നിസ്സഹായത അനുഭവിക്കുകയും ചെയ്യുന്നവർക്ക് നൽകുന്ന പ്രായോ
ഗിക സൂചനകളിലും ഉത്തേജനങ്ങളിലും മുഖ്യമായ ഉപദേശം നൽകുക
എന്നുള്ളതാണ് ഈ പുസ്തകം കൊണ്ട് ഉദ്ദേശിക്കുന്നത്.

ജീവിതത്തിന്റെ ഉന്നത ലക്ഷ്യത്തിലേക്കുള്ള ദൃഢവും വിശ്വാസ
പൂർണ്ണവുമായ സോപാനത്തിൽ കൂടി പുരോഗമിക്കുന്നതിന് ഇതിലുള്ള
വിലപ്പെട്ടതായ ഉപദേശങ്ങൾ ഉപകരിക്കുമെന്ന് പ്രത്യാശിക്കുന്നു. നാം
ദിനം പ്രതി നേരിടാറുള്ള വലുതും ചെറുതുമായ സംശയങ്ങൾക്കും
പ്രശ്നങ്ങൾക്കും പ്രായോഗികമായ പരിഹാരങ്ങൾ കണ്ടെത്താൻ പറ്റു
മെന്നതാണ് ഈ പുസ്തകത്തിന്റെ മറ്റൊരു വൈശിഷ്ട്യം.

ജീവിതത്തിലെ വിവിധ സമ്മർദ്ദങ്ങൾക്കിടയിൽപെട്ട് ശ്വാസം മുട്ടു
മ്പോൾ ഈ വക പുസ്തകങ്ങൾ ശ്രദ്ധാപൂർവ്വം വായിച്ച് മനസ്സിലാക്കാൻ
സാധിച്ചാൽ അത് ഒരു ഭാഗ്യം തന്നെയാണ്. നമുക്കോരോരുത്തർക്കും
വേണ്ടതെന്തെങ്കിലും ചിലത് ഇതിലുണ്ട്. മാർഗ്ഗബോധവും സാങ്കേതിക
ജ്ഞാനവും ഇതിൽ നമുക്ക് കണ്ടെത്താൻ കഴിയും. നാടൻ ഭാഷയിൽ
നമ്മുടെ വെമ്പുന്ന അകക്കാമ്പുകേൾക്കാൻ കൊതിക്കുന്ന കൊച്ചു
കൊച്ചു വാചകങ്ങളാണ് ചെറു ചെറു ഖണ്ഡികകളിൽ ഇതിൽ കോർത്ത്
വെച്ചിരിക്കുന്നത്.

സാർവ്വജനികമായ സ്വഭാവം നിമിത്തം സ്ത്രീ പുരുഷ ഭേദമോ,
പണ്ഡിതപാമരവ്യത്യാസമോ, ബാലവൃദ്ധഭേദങ്ങളോ, ഗൃഹസ്ഥൻ
സന്യാസി എന്നുള്ള അന്തരമോ ഇല്ലാതെ ഒരു പോലെ മനസ്സിലാക്കു
വാനും, അനുസരിക്കുവാനും കഴിയുന്നവയാണ് ഇതിലെ പ്രതിപാദ്യവി
ഷയങ്ങൾ.

നമ്മുടെ ചുറ്റുപാടുകളിൽ നിന്ന് നേർ കാഴ്ചയായി അനുഭവപ്പെടുന്ന
മനോനൊമ്പരങ്ങളിൽ നിന്നാണ് ഇത്തരത്തിലുള്ള ഒരു പുസ്തകരച

നയ്ക്ക് എന്നെ പ്രേരിപ്പിച്ചത്.

അപഥ സഞ്ചാരങ്ങളിൽപ്പെട്ട് ഉഴലുന്ന ജീവിതത്തെ എങ്ങിനെ നേരി ടണമെന്ന് അറിയാതെ പകച്ചു നിൽക്കുന്ന ആർക്കെങ്കിലും ചിലർക്ക് ഈ പുസ്തകം ഉപകാരപ്രദമായാൽ ഞാൻ കൃതാർത്ഥനായി.

ഉപകാരപ്രദമാകുമെന്ന പ്രതീക്ഷയോടെ.

പുരുഷോത്തമൻ ചന്തേര

അവതാരിക

ഒരു വിഷയത്തെക്കുറിച്ചുള്ള സിദ്ധാന്ത പരമോ പ്രായോഗികമോ ആയ ധാരണയാണ് അറിവ്. ഈ പുസ്തകത്തിൽ നിത്യജീവിതത്തെക്കുറിച്ചുള്ള ചില ധാരണകൾ ഉണ്ട്. അവയ്ക്ക് സൈദ്ധാന്തികമൂല്യം ഉണ്ട്, അതേ സമയം പ്രായോഗികതയും ഇവിടെ പരിഗണിച്ചിട്ടുണ്ട്. ജീവിതത്തെ ദാർശനികമായ അധികവായനകളുമായി ബന്ധിപ്പിക്കാതെ സാധാരണവിഷയമായി കണ്ടുകൊണ്ടുള്ള സമീപനമാണ് ഈ പുസ്തകത്തിലേത്. ഒരാളുടെ ജീവിതത്തെ അയാൾക്ക് ശ്രദ്ധകൊണ്ട്, പരിശീലനം കൊണ്ട് മാറ്റാനും മെച്ചപ്പെടുത്താനും കഴിയുമെന്ന വിചാരത്തിന്റെ വെളിച്ചം ഈ പുസ്തകപ്പേജുകളിൽ പരന്നുകിടപ്പുണ്ട്.

സാധാരണക്കാരായ സ്ത്രീ പുരുഷന്മാരുമായി, അവരുടെ ഭൗതികവും മാനസികവുമായ ലോകങ്ങളുമായി പതിറ്റാണ്ടുകളുടെ ബന്ധമുള്ള ആളാണ് ഈ പുസ്തകത്തിന്റെ രചയിതാവ്. അനുഭവങ്ങൾ ഒരു പാടുണ്ട്. അതിന്റെ ചൂട് ഇതിലെ പ്രശ്നനിർദ്ധാരണ ശൈലിയിൽ കാണാനാവും. ജീവിതം എന്നും സങ്കീർണ്ണമാണ്. മനുഷ്യർക്ക് കിളികളോടും പുഴുക്കളോടുമൊക്കെ അസൂയ തോന്നാറുണ്ട്. അവയുടെ ജീവിതം ലളിതമാണ് എന്ന് തോന്നുന്നതിനാൽ. ജീവിതത്തിന്റെ സങ്കീർണ്ണസ്വരൂപത്തെ മാറ്റാനാവാത്ത ഒന്നായി കാണുന്ന രീതിയുണ്ട്. ദുഃഖമയമാണ് ലോകം എന്നൊക്കെ തീരുമാനിച്ച് വെക്കാം. പക്ഷെ സാധാരണക്കാർക്ക് അങ്ങനെ തീരുമാനിക്കാൻ വയ്യ. അവർക്ക് വേറെ വഴി വേണം. ആ വഴി കണ്ടെത്താൻ സഹായിക്കുന്ന കൃതിയാണ് ഇത്.

ജീവിതപരിചയമുള്ള ഉത്തമനായ ഒരു ചങ്ങാതി നൽകുന്ന പ്രശ്നപരിഹാരനിർദ്ദേശങ്ങളാണ് ഈ പുസ്തകത്തിന്റെ ഉള്ളടക്കം. തന്റെ വായിച്ചറിവിന്റെ അടയാളങ്ങൾ ഇവിടെ കാണാം. എന്നാൽ ഗ്രന്ഥാപേക്ഷയെക്കാളേറെ അനുഭവജ്ഞാനമാണ് ഇതിൽ തെളിഞ്ഞുനിൽക്കുന്നത്. ഇതിലെ ഭാഷ ഹൃദ്യവും സരളവുമാണ്. അതിന്റെ കാരണവും ഈ നിത്യജീവിതബന്ധം തന്നെ.

പ്രശ്നങ്ങളിൽ കുടുങ്ങി നിൽക്കുന്നോർക്ക് വിടുതലിനായി സ്വയം ഒരുങ്ങാൻ ഈ പുസ്തകം വായിക്കാം. അല്ലാത്തവർക്ക് പ്രശ്നങ്ങളിൽ നിന്ന് കഴിവതും മാറി നിൽക്കാനുള്ള പ്രേരണയ്ക്കായും ഈ പുസ്തകം

വായിക്കാം. സാധാരണ ജീവിത പ്രശ്നങ്ങൾ എന്തെന്നറിയാൻ താല്പ ര്യമുള്ളവരെയും ഈ പുസ്തകം തുണയ്ക്കും.

പ്രശ്നവിഷയങ്ങളെ പരിശോധിച്ച് പരിശോധിച്ച് സങ്കീർണ്ണത കൂട്ടാ നുള്ള പ്രവണത ചില വിദഗ്ദ്ധധിഷണകളിൽ കാണാറുണ്ട്. ഇവിടെ ആ ദുഃശ്ശീലം ഒട്ടും ഇല്ല. Reader - Friendly എന്ന് ഇതിലെ സമീപ നത്തെ ചുരുക്കിപ്പറയാം. ഇതിൽ ആത്മീയതയുടെ ഒരിഴ ഉണ്ട്. എന്നാൽ അത് ഒട്ടും മതാത്മകമല്ല- പൗരോഹിത്യ യുക്തിയുടെ ലാഞ്ഛനയു ള്ളതുമല്ല. കഥകൾ, ഉദാഹരണങ്ങൾ തുടങ്ങിയവ നിൽകുന്ന കാര്യത്തിൽ ഉദാരനാണ് ഗ്രന്ഥകാരൻ. അത് വായനയെ അനായാസമാക്കും- രസക രവുമാക്കും. ലളിതമായ ഭാഷയിൽ ഉണ്ടായ ഒരു ജീവിതാലോചന- ഈ പുസ്തകത്തെ ഇങ്ങനെ കാണാൻ കഴിയും.

ദീർഘകാലമിത്രവും നല്ലവനായ അയൽക്കാരനും സംവാദശീലനു മാണ് ഗ്രന്ഥകാരൻ. അക്കാര്യം കൂടി സന്തോഷത്തോടെ ഓർമ്മിച്ചു കൊണ്ട് ഈ പുസ്തകം വായനക്കാരുടെ മുന്നിൽ അവതരിപ്പിക്കുന്നു.

20, ഫെബ്രുവരി 2022   **ഇ. പി. രാജഗോപാലൻ**

ജീവിത ജാലകം

എത്ര കടുത്ത പ്രയാസത്തിനും അവസാനമുണ്ട്. സമയമാകുമ്പോൾ പ്രയാസങ്ങൾ നീങ്ങുക തന്നെ ചെയ്യും. പ്രയാസങ്ങളും, പ്രതിസന്ധിക ളും, വിഷമങ്ങളും ജീവിതത്തിന്റെ ഭാഗമാണെന്ന തിരിച്ചറിവാണ് പ്രധാ നം. എല്ലാ പ്രതിസന്ധികളേയും നമുക്ക് മുൻ കൂട്ടി കാണാനാകില്ല. അ പ്രതീക്ഷിതങ്ങളാകാം ചിലത് നേരത്തേ അറിഞ്ഞാലും ഒഴിവാക്കാനാ യെന്നും വരില്ല. പ്രതീക്ഷകളും പ്രത്യാശകളുമാണ് മുന്നോട്ടുള്ള പ്രയാ ണത്തിന്റെ കരുത്ത്. ആശയാണ് ഓരോരുത്തരേയും മുന്നോട്ട് നയിക്കു ന്നത്. ദുരാശ നമ്മുടെ ജീവിതത്തിനെ അടിതെറ്റിക്കും. ആകയാൽ ആ ശയാകാം ദുരാശ അരുത്.

പരിശ്രമങ്ങളിൽ പരാജയങ്ങളുണ്ടാകാം. എന്നാൽ അതോർത്ത് ദുഃ ഖിച്ച് സമയം പാഴാക്കാതെ പ്രതീക്ഷാ നിർഭരമായി തുടർ പ്രവർത്തന ങ്ങളുടെ ലക്ഷ്യം നേടും വരെ ഉന്മേഷഭരിതനായി മുന്നോട്ട് പോവുക.ഒ രിക്കലും തളരുവാനോ ധൈര്യം ചോർന്ന് പോകുവാനോ പാടില്ല. അ ക്ഷമയും, നിരാശയും നമ്മുടെ കരുത്തിനെ ദുർബ്ബലമാക്കും. പ്രത്യാശ യെന്ന ശക്തിമത്തായ ആയുധം നമ്മിൽ ക്ഷമയും, നിരന്തര പോരാട്ട വീര്യവും സമ്മേളിപ്പിക്കും.

കൊക്കിനെയെന്ന പോലെ കൊക്കിനെ ശ്രദ്ധിച്ചു നോക്കുക. അതി ന് ആവശ്യമായ ഭക്ഷണം നേടിയെടുക്കുന്നതു വരെ ധ്യാന നിരതനാ യി പാടശേഖരത്തിലോ ചെറിയ ചെറിയ വെള്ളക്കെട്ടിനരികിലോ അത് കാത്തിരിക്കുന്നു.

കഴിഞ്ഞ കാലങ്ങളിലേക്ക് പിൻതിരിഞ്ഞ് നോക്കുമ്പോൾ ഒരല്പം കൂടി ശ്രദ്ധിച്ചിരുന്നെങ്കിൽ കഴിഞ്ഞകാലഘട്ടങ്ങളിൽ സംഭവിച്ച വീഴ്ച കൾ ഉണ്ടാകുമായിരുന്നില്ലെന്ന വിചാരം നമ്മളിലേക്ക് അരിച്ച് കയറു ന്നുണ്ടെങ്കിൽ ഒരല്പം കൂടി ശ്രദ്ധിച്ച് കുറേ കൂടി ജീവിതം മെച്ചപ്പെടു ത്താൻ പത്തുവർഷം കഴിഞ്ഞാലും നമ്മളിൽ ഈ ചിന്ത വരാതിരിക്കു വാൻ ചെയ്യേണ്ടത് ഇന്ന് മുതൽ തന്നെയാകണം.

പ്രതിഫലേച്ഛയില്ലാതെ സ്നേഹിക്കാൻ പഠിക്കുക, മോശമായ ഉദ്ദേ ശ്യമില്ലാതെ സംസാരിക്കുക, മനസ്സ് കൊണ്ടോ, വാക്കുകൊണ്ടോ, കർ മ്മം കൊണ്ടോ, ഒരാളേയും വേദനിപ്പിക്കാതിരിക്കുവാൻ പരമാവധി ശ്ര

ദ്ധിക്കുക. നമ്മൾ ആത്മസുഖത്തിനായി ചെയ്തു വരുന്ന പ്രവർത്തന
ങ്ങൾ മറ്റുള്ളവർക്കു കൂടി സുഖമുണ്ടാക്കുവാൻ ശ്രമിക്കുക. പ്രതീക്ഷ
കളൊന്നുമില്ലാതെ ആളുകളെ പരിപാലിക്കുക തിരിച്ചൊന്നും ലഭിക്കു
മെന്ന പ്രതീക്ഷയില്ലാതെ നാം ലഭിക്കാനാഗ്രഹിക്കുന്ന സ്നേഹം മാ
ത്രം കൊടുക്കുക. അത് നമുക്ക് തിരികെ ലഭിക്കും. ജീവിതത്തിന്റെ നിർ
വ്വചനം സ്വയം നിർവ്വഹിക്കുക. നിർവ്വചനം മറ്റുള്ളവരിൽ നിന്നും സ്വീക
രിക്കരുത്. ഒരാളുടെ കണ്ണ് നിറക്കാനും മനസ്സ് നിറക്കാനും ഒരു വാക്ക് മ
തി. വാക്കിന്റെ അർത്ഥത്തിലല്ല ഉപയോഗിക്കുന്ന രീതിയിലാണ് അതി
ന്റെ മഹത്വം.

നമ്മുടെ ഭാഷയും നാം ഉപയോഗിക്കുന്ന വാക്കുകളും നാം ആരെന്ന്
വെളിപ്പെടുത്തുന്നുണ്ട്. ഇതിലൂടെ മറ്റുള്ളവർക്ക് ഒരു പരിധിവരെ നമ്മെ
വിലയിരുത്താനും കഴിയുന്നു. ഓരോരുത്തരുടെയും വാക്കുകളിൽ നി
ന്ന് അവർ ആരാണെന്ന് പറയുവാൻ സാധിക്കും. ഓരോ വാക്ക് ഉച്ചരി
ക്കുമ്പോഴും നാം അത് ഓർക്കുന്നത് നല്ലതാണ്. പലപ്പോഴും പ്രശ്ന
ങ്ങൾ ഒഴിവാക്കുന്നതിന് അത് സഹായിക്കും.

കുംഭകർണ്ണന്റെ നിർദേവത്വം നിദ്രേവത്വമായത് ഓർക്കുക.

ഏറ്റവും നല്ലത് കാണുന്ന കണ്ണുകൾ, മോശമായവയെ ക്ഷമിക്കുന്ന
ഹൃദയം തിന്മയെ മറക്കുന്ന മനസ്സ്, ഒരിക്കലും വിശ്വാസം നഷ്ടപ്പെടാ
ത്ത ആത്മാവ് എന്നിവ ലഭിക്കാൻ വേണ്ടി എല്ലായ്പോഴും പ്രാർത്ഥിക്കു
ക. ഒപ്പം മനസ്സ് നന്നാക്കുക. ഒന്നും കണ്ടില്ല, ഒന്നും കേട്ടില്ല, കണ്ണേ കാ
തേ നമസ്കാരം എന്ന് പറഞ്ഞു കൊണ്ടിരിക്കുക. എല്ലാം ക്രിയാത്മക
മായി മനസ്സിലാക്കി ജീവിതത്തിന്റെ ഓരോ നിമിഷവും നന്നായി ആസ്വ
ദിക്കുക. അത് ദുഃഖമോ സുഖമോ ആകട്ടെ.

ഓരാളെ മറ്റുള്ളവരുടെ മുമ്പിൽ വെച്ച് തരം താഴ്ത്തുമ്പോൾ നമു
ക്കൊന്നും ലഭിക്കുന്നില്ല. ഒരു താല്കാലിക സുഖം മാത്രം ലഭിക്കുന്നു.
എന്നാൽ തരം താഴ്ത്തപ്പെട്ടവന്റെ മാനസികനില അതൊരിക്കലും മ
റ്റൊരാൾക്കും പറഞ്ഞറിയിക്കാൻ പറ്റുകയില്ല. അതൊരാൾക്കും മനസ്സി
ലാവുകയുമില്ല. ആരുടേയും വലിപ്പച്ചെറുപ്പമളക്കാൻ നാം ഈ ഭൂമിയിൽ
ഒന്നുമല്ല ആരുമല്ല.

കഴിഞ്ഞ കാലത്തെയോർത്ത് ഒരിക്കലും ദുഃഖിക്കപ്പെടരുത്. സന്തോ
ഷിക്കുകയും വേണ്ട. യദൃച്ഛാ വരുന്ന കാര്യങ്ങളിൽ സന്തുഷ്ടനാകുക.
ദ്വന്ദാതീതനായി പ്രവൃത്തിക്കുക. കഴിഞ്ഞ കാലത്തെ മനപ്പൂർവ്വം ഉപേ
ക്ഷിച്ച് ഭാവിയെ ആപേക്ഷികനായി പ്രവൃത്തിക്കുക.

ഒരാൾക്ക് ഓരേ നിമിഷം രണ്ടു തവണ ലഭിക്കില്ലെന്ന ലളിതമായ വ
സ്തുത നമ്മൾ മനസ്സിലാക്കണം. പറന്നു പോയ പക്ഷിയെ നമുക്ക് പി

ടിക്കാം. പക്ഷേ നമ്മുടെ കാലമാണ് നഷ്ടപ്പെടുന്നതെന്ന ധാരണയും കരുതലും നമുക്കുണ്ടാവണം. വിലപ്പെട്ട ജോലികൾ ചെയ്തു തീർക്കുവാനുള്ളതാണ് നമ്മുടെ വിലപ്പെട്ട സമയമെന്ന ബോധത്തിൽ നാം കർമ്മനിരതരാവേണ്ടതാണ്. ഇത് മനസിലാക്കി പ്രവർത്തിക്കുമ്പോൾ മാത്രമാണ് ജീവിതം അർത്ഥവത്താകുന്നത്.

ചിലന്തി നിത്യേന വല നെയ്ത് ഇരകളെ വീഴ്ത്തി ഇരപിടിക്കുന്നു. ചിലന്തി വലക്ക് നാശം സംഭവിച്ചാലും ചിലന്തി വീണ്ടും വീണ്ടും വല നെയ്തു കൊണ്ടേയിരിക്കുന്നു.ചിലന്തി തന്റെ ശരീരത്തിൽ നിന്ന് വലയുണ്ടാക്കുന്നു. ചിലന്തി തന്റെ വലയിൽ സ്ഥിതി ചെയ്യുന്നു.

നഷ്ടപ്പെട്ട ഓരോ നിമിഷവും നഷ്ടപ്പെട്ടത് തന്നെയാണ്. സമയം ഒട്ടും തന്നെ പാഴാക്കാതെ നാം വൃഥാ കിടന്നുറങ്ങി സമയം കളയാതെ പ്രയത്നിക്കുക.

അനുഭവങ്ങളാകട്ടെ കനലെരിഞ്ഞതിന്റെ മുറിവേറ്റതിന്റെ, അവഗണിക്കപ്പെട്ടതിന്റെ, ഒറ്റപ്പെടലിന്റെ കഠിനാധ്വാനത്തിന്റെ അനുഭവങ്ങൾ കാരണം അത്തരം അനുഭവങ്ങൾ നമ്മെ കൂടുതൽ കരുത്തുള്ളവരാക്കും - വളർത്തും. ഒരൊറ്റക്കാര്യത്തിൽ മാത്രം നാം തീരുമാനത്തിലെത്തുക. തളർന്നു പോകരുത്, വീണുപോകരുത്.

നാം പോലുമറിയാതെ നമ്മളെ പിന്തുടർന്ന് സ്നേഹിക്കുന്നവരെ തിരിച്ചറിയുന്നിടത്താണ് നമ്മുടെ സന്തോഷം തുടങ്ങുന്നത്.

മനസ്സിൽ സ്നേഹം ഉണ്ടാകുമ്പോഴാണ് കാഴ്ചകൾ മനോഹരമായി തോന്നുന്നത്. വെറുപ്പുണ്ടാകുമ്പോൾ നാം ലോകത്തിനെത്തന്നെ വെറുക്കുന്നു. വെറുപ്പും ദേഷ്യവും ഉപേക്ഷിച്ച് സന്തോഷമാകുന്ന, ആനന്ദം വിളയിക്കുന്ന നന്ദനവനത്തിലേക്ക് പ്രവേശിക്കുക.

പിടിവാശി കൊണ്ടോ, അഹംഭാവം കൊണ്ടോ ജീവിതത്തിൽ ഒന്നും നേടാൻ നമുക്കാവില്ല.എന്നാൽ വിട്ടുവീഴ്ച കൊണ്ട് പലതും നമുക്ക് നേടിയെടുക്കാൻ സാധിക്കും. തെറ്റുപറ്റി എന്ന് മനസ്സിലായാൽ ക്ഷമ ചോദിക്കുന്നതിൽ ദുരഭിമാനത്തിന്റെ പ്രശ്നം വരുന്നില്ല.

വളരുന്തോറും വിനയിയായി മാറണം. പ്രകൃതിയിൽ വളരുന്ന വാഴക്കുലകൾ ഇതിന് ഏറെയും ഉദാഹരണമാണ്. മൂപ്പെത്തുന്തോറും രക്ഷിച്ചവന് തലകൊടുക്കാനായി കുലകൾ താഴ്ന്ന് വരുന്നു.

ഇന്ന് നമ്മെ തള്ളിപ്പറയുന്നവർ നമ്മെ ഒറ്റപ്പെടുത്തുന്നവർ നാളെ നമ്മെ ഏറ്റുപറയുന്നതും നമ്മോട് ചേർന്ന് പ്രവർത്തിക്കുന്നതുമായ നിമിഷങ്ങൾ ഉണ്ടാകും. ആ നിമിഷങ്ങളിൽ നമ്മുടെ മിഴികളിൽ ഒരു തിളക്കം ഉണ്ടാകണം. വിജയിയുടെ തിളക്കം. തളരാനല്ല വളരാനാണ് നാം ജനിച്ചതും ജീവിക്കേണ്ടതും.

ജീവിതത്തിൽ തുടരേണ്ട ചില ശീലങ്ങളുണ്ടാകും. തുടങ്ങാൻ നമുക്ക് എളുപ്പമായിരിക്കും. പക്ഷേ ഇടയ്ക്ക് എവിടെയോ വെച്ച് ആ തുടർച്ച നഷ്ടപ്പെടുന്നു. നല്ലതിന് വേണ്ടിയുള്ള നാം മാറോട് ചേർത്ത് വെക്കേണ്ട നന്മയുള്ള ശീലങ്ങൾ എന്നും നമ്മോട് ചേർന്ന് തന്നെയിരിക്കണം. തുടരണം തുടക്കമല്ല തുടർച്ചയാണ് പ്രധാനം.

എല്ലാത്തിലും നല്ലത് കാണാൻ നാം നമ്മുടെ മനസ്സിനെ പരിശീലിപ്പിക്കുക. ക്രിയാത്മകമായ പ്രവൃത്തനത്തിലൂടെ ജീവിതത്തിന്റെ സന്തോഷം ചിന്തകളുടെ ഗുണനിലവാരത്തെ പരിപോഷിപ്പിക്കുന്നു. ഒരു മരത്തിലിരിക്കുന്ന പക്ഷി ഒരിക്കലും മരം തകരുന്നതിനെ ഭയപ്പെടുന്നില്ല.കാരണം പക്ഷിയുടെ വിശ്വാസം മരത്തിലല്ല . സ്വന്തം ചിറകുകളിലാണ്. എല്ലായ്പോഴും സ്വയം വിശ്വസിക്കുക.

ജീവിതത്തിൽ എല്ലാ ചോദ്യങ്ങൾക്കും പെട്ടെന്ന് ഉത്തരം ലഭിക്കണമെന്നില്ല. ഉത്തരം കണ്ടെത്താനുള്ള ശ്രമം തുടർന്ന് കൊണ്ടേയിരിക്കണം. ചില ഉത്തരങ്ങൾ കാലം നൽകും . ചിലത് കാത്തിരിപ്പിനൊടുവിൽ ലഭിക്കും. കാലത്തിനായുള്ള കാത്തിരിപ്പ് തുടർന്ന് കൊണ്ടേയിരിക്കണം.

ഓരോരുത്തരുടേയും ചിന്തകളാണ് അവരവരുടെ ജീവിതത്തിന് വർണ്ണങ്ങൾ പകരുന്നത്. കാഴ്ചപ്പാട് അനുസരിച്ച് സർഗ്ഗാത്മകമായി ചിന്തിച്ചാൽ ജീവിതത്തിൽ പല മേഖലയിലുമെത്താം. സാദ്ധ്യതകളുടെ ഒരു കലവറയാണ് ജീവിതം.

നമുക്ക് നാം തന്നെയാണ് ബന്ധുവും നാം തന്നെയാണ് ശത്രുവും. ഉറങ്ങിക്കിടക്കുന്ന പട്ടിയെ പിറകെ ഓടിപ്പിച്ച പാൽക്കാരി പാവാടക്കാരിയെപ്പോലെ. വിശ്വാസം ഒരാശ്വാസമാണ്. കരുത്താണ്. നാം വിശ്വസിക്കുന്നവർ നമ്മെ വിശ്വസിക്കുന്നവർ പരസ്പരം വിശ്വസിക്കുന്നവർ ഇങ്ങിനെ വിശ്വാസം വളരെ വലുതാണ്. എപ്പോഴും കൂടെയുണ്ടാകട്ടെ കറ പുരളാത്ത വിശ്വാസവും ആശ്വാസവും മനസിലുറച്ച ചില തെറ്റായ വിശ്വാസങ്ങൾ, ധാരണകൾ അവ മാറ്റേണ്ടതും തിരുത്തേണ്ടതുമാണെന്നറിഞ്ഞിട്ടും നമ്മിൽ പലരും അവ ജീവിതത്തിൽ വെച്ച് പുലർത്തുന്നു. മാറ്റേണ്ടത് മാറ്റാനും തിരുത്തേണ്ടത് തിരുത്താനും നമുക്ക് സാധിക്കണം.

ശത്രുക്കളുടെ കുടിലതയേക്കാൾ സൂക്ഷിക്കേണ്ടത് കൂടെ നിൽക്കുന്നവരുടെ കപടതയേയും, നിസ്സംഗതയേയുമാണ്. ആത്മാർത്ഥത എവിടെയുണ്ടോ അവിടെയെല്ലാം വിജയമുണ്ട്.

പൂവ് പറിച്ചു തലയിൽ ചൂടിയാൽ പൂവിന്റെ ഭംഗി കിട്ടും എന്ന് ആരും ധരിക്കേണ്ട. പൂക്കളെ കാണുന്നതും പൂവ് ചൂടുന്നതും സന്തോഷകരമാണ്. പൂവുകൾക്കൊപ്പം ഓരോ സന്ദേശങ്ങളും ചേർത്ത് വെച്ചിട്ടുണ്ട്.

പ്രണയത്തിനും സന്തോഷത്തിനും സൗഹൃദത്തിനുമൊക്കെ പൂക്കൾ പ്രതിരൂപങ്ങളാണ്. വിടർന്നു നിൽക്കുന്ന പൂവിന്റെ ഭംഗി കാണാൻ ധാരാളം പേരുണ്ടാകും. എന്നാൽ പൂവ് വാടി വീണാലോ? ആ പൂവിൽ ചവിട്ടി നിന്ന് മറ്റൊരു പൂവിന്റെ ഭംഗി ആസ്വദിക്കും. അതുപോലെയാണ് മനുഷ്യജീവിതവും. കേവലമൊരു പൂവിന് സമം. ഏതു നിമിഷവും കൊഴിഞ്ഞു പോയേക്കാവുന്ന ഒന്ന്. വിരിഞ്ഞു നിന്ന സമയം കൊണ്ട് പൂവ് മറ്റുള്ളവർക്ക് കൊടുത്ത സന്തോഷം എത്ര വലുതാണ്. അത് കൊണ്ട് തന്നെ ക്ഷണികമായ ഈ ജീവിതത്തിൽ ഒരു ചിരിയിലൂടെ ഒരു വാക്കിലൂടെ ചെറു സഹായത്തിലൂടെ മറ്റുള്ളവർക്കായി നാമും ഒരല്പം സന്തോഷം കൊടുത്തു പോയാൽ അത് തന്നെയാണ് ഭാഗ്യം. നമ്മളെല്ലാവരും ചക്ഷുശ്രവണഗളസ്ഥമാം ദർദുരങ്ങളാണ്.

നമ്മുടെ അബദ്ധങ്ങൾ നമ്മുടെ തിരിച്ചറിവിനും അതീവ ശ്രദ്ധാലുവാക്കുവാനും ഉതകുന്നവയാണ്. ഏകാഗ്രതയും ഉറച്ച മനസ്സാന്നിധ്യവും ആണ് നമുക്കിവിടെ കൈമുതലായി ഉണ്ടാക്കിയെടുക്കേണ്ടത്. അല്ലാത്തവർ വീണ്ടും വീണ്ടും അബദ്ധങ്ങളിൽ ചെന്ന് ചാടും. ലക്ഷ്യത്തിനുവേണ്ടി പരിശ്രമങ്ങളിൽ നിന്നും ഒട്ടും വ്യതിചലിക്കാതെ പ്രവർത്തിക്കാൻ നമുക്ക് കഴിയണം. ഏകാഗ്രത എന്ന ആയുധത്തിന് മൂർച്ച കൂടുന്തോറും ലക്ഷ്യത്തിലേക്കുള്ള അകലവും കുറഞ്ഞിരിക്കും.

നമ്മുടെ ഹൃദയത്തിന്റെ വിശുദ്ധിയാണ് നമ്മുടെ സംസ്കാരം. ആ ഹൃദയത്തേക്കാൾ വലിയ ഡയറി ഈ ലോകത്ത് വേറെയില്ല. കാരണം അതിരില്ലാത്ത സ്വപ്നങ്ങളും സഫലീകരിക്കാത്ത മോഹങ്ങളും ആരെയും അറിയിക്കാത്ത നോവുകളും സങ്കടങ്ങളും രഹസ്യങ്ങളും സന്തോഷങ്ങളും എഴുതി സൂക്ഷിക്കാൻ ഹൃദയത്തേക്കാൾ വലിയ ഡയറി ഈ ലോകത്തിൽ വേറെ കാണുകയില്ല.

സ്നേഹമാണ് അഖിലസാരമൂഴിയിൽ എന്ന് കവി പാടിയത് പോലെ ഭൂമിയിൽ എല്ലാ ചരാചരങ്ങളും ഒരുതരത്തിലല്ലെങ്കിൽ മറ്റൊരു തരത്തിൽ സ്നേഹമെന്ന ചരടിൽ ബന്ധിക്കപ്പെട്ടിരിക്കുന്നു. യഥാർത്ഥ സ്നേഹം എന്നത് സ്പർശിച്ചറിയാൻ കഴിയാത്ത ഒന്നാണ്. അനുഭവത്തിൽ മാത്രമേ സ്നേഹം നമുക്കറിയാൻ കഴിയൂ. ജീവിതത്തിലും വ്യക്തികൾക്കിടനിലും സ്നേഹം ആശ്രിതത്വമല്ല. സ്നേഹം ഒരു ലഹരി ആകണം. അതൊരിക്കലും ഭിക്ഷയാകരുത്. കാത്തിരുന്നു ലഭിക്കുന്ന വരമായിരിക്കണം.

പഠിക്കുംതോറും വളരും അതുകൊണ്ട് വളരുംതോറും പഠിക്കണം. പഠിക്കുക എന്നാൽ എഴുത്തും വായനയും മാത്രം പഠിക്കുക എന്നല്ല. പ്രതിസന്ധികളെ തരണം ചെയ്യാനുള്ള കരുത്താർജ്ജിക്കുക കൂടിയാണ്. നമുക്ക് ലോകത്തെ മാറ്റിമറിക്കാൻ കഴിയുന്ന ശക്തമായ ഒരു ആ

യുധം വിദ്യാഭ്യാസമാണ്. പഠനത്തിൽ എല്ലാവരും ഒരു പോലെ ആകണമെന്നില്ല. എന്നാൽ സ്വന്തം കഴിവിനെ വികസിപ്പിച്ചെടുക്കാനുള്ള അവസരം ഒരുപോലെയാണെന്ന് ഓർക്കുക.

ക്ലാസ്സ് മുറിയിലെ പഠനം, തെറ്റുകളിൽ നിന്നും അനുഭവങ്ങളിൽ നിന്നും ഉള്ള പഠനം, പ്രകൃതിയിൽ നിന്നുള്ള പഠനം, ആചാര്യനിൽ നിന്നും പഠിച്ച് പിന്നീട് ശിഷ്യൻ സ്വമേധമായി പഠിച്ച് സഹപാഠികളിൽ നിന്നും കാര്യങ്ങൾ മനസ്സിലാക്കി മുന്നോട്ടു പോവുന്നു. പിന്നീട് കാലം നമ്മളെ കാര്യങ്ങളെല്ലാം പഠിപ്പിക്കുന്നു. അങ്ങിനെ ജനനം മുതൽ മരണം വരെ ഓരോ തരത്തിൽ ചുറ്റുമുള്ളവരിൽ നിന്നും നമ്മൾ പഠിച്ചു കൊണ്ടേയിരിക്കുന്നു. വായിക്കും തോറും പഠിക്കും അതിനൊപ്പം തിരിച്ചറിവുകളും ഉണ്ടാകുന്നു .നമുക്ക് മുന്നിലും പിന്നിലും ഉണർന്നു കിടക്കുന്ന അനന്തമായ വഴി പോലെയാണത്. പഠിക്കുക പഠിച്ചു കൊണ്ടിരിക്കുക നമ്മുടെ ലക്ഷ്യങ്ങൾക്ക് അനുസൃതമായി. അറിവ് നല്ലതാണെന്ന് തോന്നിയാൽ ആരിൽ നിന്നും സ്വീകരിക്കാം. ചെറിയ കുട്ടിയിൽ നിന്ന് പോലും. ഏറ്റവും നല്ല പുസ്തകം നൂറ് നല്ല സുഹൃത്തുക്കൾക്ക് തുല്യമാണ്. ഒരു നല്ല സുഹൃത്ത് ഒരു ലൈബ്രറിക്ക് തുല്യമത്രേ.

ഓക്സിജൻ പോലെ ചിലരുണ്ടാവും നമ്മുടെ ജീവിതത്തിൽ അദൃശ്യമായി ജീവിതത്തിന് ജീവൻ പകരുന്നവർ. അവരാണ് നമ്മുടെ ജീവിതത്തെ അർത്ഥപൂർണമാക്കുന്നത്. നിലാവിന് പൂർണിമ പോലെ. പൂവിനു സുഗന്ധം പോലെ. ആറിന് ഗതി പോലെ. നമ്മെ തഴുകി നമ്മുടെ സ്വത്വത്തിലേക്ക് നയിക്കുന്ന ചിലർ.

തെറ്റുകളും കുറവുകളും പരാജയങ്ങളും ജീവിതത്തിലുണ്ടാവുക സ്വാഭാവികമാണ്. ഒരാളുടെ ജീവിതത്തെ സ്വാധീനിക്കുന്ന അവയെ കാര്യമാക്കാതിരിക്കുകയും ചെയ്യുന്നതാണ് വലിയ തോൽവി. ചുറ്റുപാടുകളിൽ നിന്നും എത്രയൊക്കെ വിട്ടു പിടിച്ചാലും, സ്വന്തം മനസ്സാക്ഷിയെ നമുക്ക് എതിർത്തുനിൽക്കാൻ ആവില്ല . നമുക്കുണ്ടാകുന്ന പാകപ്പിഴകൾ സത്യത്തിന്റെ പ്രകാശത്തിൽ അവലോകനം ചെയ്ത് ജീവിതത്തെ കൂടുതൽ നവീകരിക്കുവാൻ ശ്രമിക്കുക.

ചിലപ്പോഴൊക്കെ വിഡ്ഢികളെ പോലെ പ്രവർത്തിക്കുന്നത് നല്ലതാണ്. എല്ലാം മനസ്സിലായാലും ഒന്നും മനസ്സിലാകാത്ത രീതിയിൽ സ്വയം അങ്ങ് നടിക്കണം. ചില ബന്ധങ്ങൾ നിലനിർത്താൻ അത് നല്ലതാണ്. അസുഖകരമായും അന്യായമായും പറയുകയാണെങ്കിൽ ഗൗനിക്കാതെ മിണ്ടാതെ ഇരിക്കുക. സഹിക്കുന്നവൻ ജയിക്കുന്നു അല്ലാത്തവൻ നശിക്കുന്നു.

അടങ്ങാത്ത ആകുലതകളും ആശങ്കകളും ഉള്ളിൽ കുമിഞ്ഞു കൂടു

ന്തോറും സ്വയം നീറിപ്പുകയാൻ മാത്രമേ അത് ഉപകരിക്കൂ. മനുഷ്യരെങ്കിൽ മന:ക്ലേശവും സ്വാഭാവികം തന്നെ എന്ന് മനസ്സിലാക്കുക. ഒരു രീതിയിലല്ലെങ്കിൽ മറ്റൊരു രീതിയിൽ ക്ലേശങ്ങൾ മനുഷ്യനെ വേട്ടയാടിക്കൊണ്ടിരിക്കും. ആപത്തുകൾ വരുമ്പോൾ മേൽക്കുമേൽ ആപത്തുകൾ വന്നുകൊണ്ടേയിരിക്കും. അത് ദൈവത്തിന്റെ ഒരു വികൃതിയാണ്. വികൃതിയായി കണക്കാക്കുക. പ്രവർത്തികൾ ലളിതമായും അർപ്പണ ബോധത്തോടും ആത്മവിശ്വാസത്തോടും കൂടി നേരിടുക. എപ്പോഴും ക്രിയാത്മകമായ രീതിയിൽ ചിന്തകൾക്ക് മാറ്റം വരുത്തി ആശങ്കകളിൽ നിന്നും അകലം പാലിക്കാൻ ശ്രമിക്കണം. എത്ര പിടിച്ചു വെക്കാൻ ശ്രമിച്ചാലും നമുക്ക് നഷ്ടപ്പെടുന്ന ചിലതുണ്ട്. അതിൽ ഒന്നാണ് ജീവിതം . എരിഞ്ഞടങ്ങിയ ഇന്നലെകൾ തിരിച്ചു വരില്ല. നഷ്ടപ്പെട്ടത് നഷ്ടപ്പെട്ടത് തന്നെ. നാളെ നമുക്കെത്തുമോ എന്ന ഉറപ്പുമില്ല. ഇന്ന് മാത്രമാണ് നമ്മുടെ മുൻപിലുള്ള യാഥാർത്ഥ്യം.ഇന്ന് നാം അനുഭവിക്കുന്ന സമയം നമുക്കുള്ളതാണ്. വാരിയെടുക്കാൻ നിധികൾ ധാരാളമുണ്ട്. അറിഞ്ഞു ഉപയോഗിച്ചാൽ നേട്ടം കൊയ്യാം.

വാർദ്ധക്യവും മരണവും സത്യമാണ്. തയ്യാറെടുപ്പുകൾ നടത്തിയാൽ ആത്മവിശ്വാസത്തോടെ അതിനെ നേരിടാൻ കഴിയും.

പരസ്പരബന്ധങ്ങൾ സൂക്ഷിക്കുന്നതിനേക്കാൾ മികച്ചതായി ഒന്നുമില്ല. അത് നിലനിർത്താൻ വളരെയേറെ കഷ്ടപ്പെടേണ്ടതുണ്ട്. വെളിച്ചം ഉള്ളിടത്ത് നിൽക്കാൻ എല്ലാവർക്കും കഴിയും. നിൽക്കുന്നിടത്ത് വെളിച്ചം പകരാൻ ഉള്ളിൽ ജ്വാല ഉള്ളവർക്ക് മാത്രമേ സാധിക്കുകയുള്ളൂ. സൂര്യദേവൻ യാതൊരു ഫലേച്ഛയുമില്ലാതെ എല്ലാവർക്കും ഒരേ അളവിൽ സൂര്യകിരണങ്ങൾ പ്രദാനം ചെയ്യുന്നു. പണ്ഡിതനെന്നോ, പാമരനെന്നോ, ധനികനെന്നോ, ദരിദ്രനെന്നോ, ചണ്ഡാലനെന്നോ, ബ്രാഹ്മണനെന്നോ യാതൊരു വകഭേദവും സൂര്യദേവനില്ല.

കഴിവുകളും മൂല്യങ്ങളും കാത്തുസൂക്ഷിക്കുന്ന വ്യക്തികളുമായുള്ള ബന്ധങ്ങൾ നമ്മെ മികച്ച രീതിയിൽ പ്രവർത്തിക്കാൻ സന്നദ്ധരാക്കും.എത്ര പരിചയമുള്ളവരെങ്കിലും വീഴ്ചകൾ സ്വാഭാവികം തന്നെയാണ്. അത് തിരുത്തി മുന്നേറാൻ നമുക്ക് സാധിക്കണം.ലക്ഷ്യവും പരിധിയും നിശ്ചയിച്ച് സ്വയമറിഞ്ഞ് ആത്മാർത്ഥമായി തന്നെ പരിശ്രമിക്കാൻ തയ്യാറാവുക.സാഹചര്യങ്ങളും സന്ദർഭങ്ങളും അനുകൂലമായ സമയങ്ങളിൽ നമുക്കെല്ലാം നല്ല ആത്മവിശ്വാസവും സന്തോഷവും ആണ്.

ഓരോ ബന്ധങ്ങളും നമ്മുടെ കൈക്കുള്ളിൽ ഭദ്രമാണ്. അതിനെ നശിപ്പിക്കാനും സംരക്ഷിക്കുവാനും നമുക്കു മാത്രമേ സാധിക്കുകയുള്ളൂ. ബന്ധങ്ങളുടെ പവിത്രത മനസ്സിലാക്കി അത് എന്നെന്നും കാത്തു സൂ

ക്ഷിക്കുക.

വരും വരാതിരിക്കില്ല - ലഭിക്കും - ലഭിക്കാതിരിക്കില്ല.കാത്തിരിക്കുക. കാത്തിരിപ്പിനോളം വലിയ പ്രാർത്ഥന ഇല്ല.

ഇന്നലെകളിലേക്ക് തിരിഞ്ഞുനോക്കി അവിടെയുള്ള കറുത്ത ദിനങ്ങളെ മാത്രം പെറുക്കിയെടുത്തു മിഴി നിറക്കുന്നവരുണ്ടാകാം. പരിഹാരമില്ലാത്ത മാഞ്ഞുപോയ ഇന്നലെകൾ.

കയ്യിലുള്ളത് ഈ നിമിഷമാണ്. കാത്തിരിക്കുന്നത് നല്ല നാളേക്ക് വേണ്ടിയിട്ടാണ്. ആ തിരിച്ചറിവാണ് നമുക്ക് വേണ്ടത്. തളർത്തുന്ന ഓർമ്മകളെ കൂടെ കൂട്ടേണ്ട. വളർത്തുന്ന ചിന്തകൾ നമ്മെ നയിക്കട്ടെ . ഒപ്പം ഈ നിമിഷത്തിലെ സന്തോഷങ്ങളും നാളെകളിലെ സ്വപ്നങ്ങളും.

തന്റെ ജീവിതത്തിലെ സാഹചര്യങ്ങളെ എല്ലായ്പോഴും കൈകാര്യം ചെയ്യാൻ സാധിക്കുന്നത് ആത്മീയതയിൽ ചരിക്കുന്നതിന്റെ അടിസ്ഥാന സത്തയിലാണ്. നമ്മൾക്ക് മനോഹരവും സുഗന്ധവുമുള്ള ഒരു പുഷ്പമായി തീരാൻ ശരിയായ സാഹചര്യം ആവശ്യമെങ്കിൽ നിങ്ങൾ കൃപയുടെ ഒരന്തരീക്ഷം തുടരെ സൃഷ്ടിക്കണം.

ദുഃഖം നിന്നിലാണ് ദുഃഖകാരണവും നിന്നിൽ തന്നെയാണ്. ദുഃഖത്തിൽ നിന്ന് സന്തോഷത്തിലേക്കുള്ള വഴിയും നിന്നിൽ തന്നെ.

ചിന്തിക്കുന്നതെല്ലാം പറയരുത്. പറയുന്നതെന്തും ചിന്തിച്ചശേഷമെ പറയാവൂ. ചില മൗനങ്ങൾ വലിയ നന്മകൾക്ക് കാരണമാകും.

വാടി വീണിട്ട് കുറേ സ്നേഹിച്ചിട്ട് കാര്യമില്ല. ചേർത്ത് പിടിക്കേണ്ടതും, ചേർത്ത് നിർത്തേണ്ടതും ജീവിച്ചിരിക്കുമ്പോഴാണ്.

സ്വയം ,സ്നേഹിക്കുക. ആയിരം പേർ തോൽപിക്കാൻ നമുക്ക് ചുറ്റും ഉണ്ടെങ്കിലും ജയിക്കാൻ കൂടെ ആത്മവിശ്വാസം ഉണ്ടായാൽ മതി.

ഏതൊന്ന് കൊണ്ടാണോ പരമസത്യം സാക്ഷാത്കരിക്കാൻ സാധിക്കുന്നത്. അത് അറിവാണ്.

ഞാൻ പെരുമാറുന്നത് പോലെ എന്നോട് പെരുമാറണമെന്ന വാശിയും എന്നോട് പെരുമാറുന്നത് പോലെയേ ഞാനും പെരുമാറൂ എന്ന നിർബന്ധബുദ്ധിയും ആത്മാഹൂതിയിലെ അവസാനിക്കൂ.

വിശക്കുന്നവന് വിളമ്പുന്നവനോടുള്ള സ്നേഹം ഈ ലോകത്ത് പറഞ്ഞറിയിക്കാൻ പറ്റാത്തതാണ്.

മനസ്സുകൾ കീഴടക്കുന്ന സ്നേഹം സുഗന്ധമുള്ള പൂക്കൾ പോലെയാണ്. കൊഴിഞ്ഞ് വീണാലും ആ ഓർമ്മകളുടെ സൗരഭ്യം ഹൃദയത്തിൽ നിറഞ്ഞ് നിൽക്കും.

സുഹൃത്തുക്കളുടെ സഹായമില്ലാതെ ജീവിക്കാൻ പഠിച്ചവർ മാത്ര

മെ സ്നേഹിതന്മാർ വേണമെന്ന് ആഗ്രഹിക്കാൻ പാടുള്ളൂ.

കുറവുകളിൽ നിന്ന് നിറവുകൾ സൃഷ്ടിക്കുന്നിടത്താണ് ജീവിതത്തിന്റെ വിജയം. ചിലത് കാണാതിരുന്നാൽ ചിലത് കേൾക്കാതിരുന്നാൽ ചിലയിടങ്ങളിൽ മൗനം പാലിച്ചാൽ ജീവിതം മനോഹരമാകും.

നല്ല മനുഷ്യർ സ്വാഭിപ്രായം മാത്രം നോക്കി മുന്നോട്ട് പോകരുത്. ബന്ധപ്പെട്ടവരുടെ ചിന്തയും, സ്നേഹവികാരങ്ങളും കൂടി പരിഗണിക്കണം. പ്രതിപക്ഷ ബഹുമാനം എപ്പോഴും നല്ലതാണ്.

ഇടപെടലുകളാണ് ബന്ധങ്ങളുടെ ഊട്ടുപുര. ആകസ്മികമായ ആപത്തുകാലത്ത് സഹായിക്കുകയെന്നതാണ് ബന്ധത്തിന്റെ അളവുകോൽ.

നുണപ്രചരണങ്ങൾ, വളച്ചൊടിക്കപ്പെട്ട അർദ്ധസത്യങ്ങൾ മുൻവിധിയിൽ പടുത്തുയർത്തപ്പെടുന്ന പുകഗോപുരങ്ങൾ ഇവകളെല്ലാം തകർന്നടിയുവാനുള്ളതാണ്.

മനുഷ്യന് മരുന്നിൽ നിന്ന് മാത്രമല്ല നല്ല ആരോഗ്യം കിട്ടുന്നത്. മനഃശ്ശാന്തിയും, നല്ല ഹൃദയവും, സ്നേഹവും സന്തോഷവും നല്ല ആരോഗ്യത്തിന് കാരണങ്ങളാണ്. ആകയാൽ ഒരു രോഗിക്ക് നാമെപ്പോഴും മനഃശ്ശാന്തി കൊടുക്കുക തന്നെ വേണം.

എഴുതുമ്പോൾ വെറുമൊരു വാക്ക് മാത്രമാണ് സ്നേഹം. ചേർത്തുപിടിക്കുമ്പോൾ ആ വാക്കിന് അർത്ഥങ്ങൾ ഒരുപാടുണ്ട്. ആകയാൽ എല്ലായ്പോഴും സ്നേഹം മാത്രം കൊടുക്കാൻ ശ്രമിക്കണം.

സമാധാനം നിറഞ്ഞ വാക്കിന് അദ്ഭുതങ്ങൾ സൃഷ്ടിക്കാൻ കഴിയും. അത്തരം വാക്കുകൾ ജന്മമെടുക്കേണ്ടത് എപ്പോഴും ഹൃദയത്തിൽ നിന്നാണ്. സംസാരിക്കുന്നത് ഹൃദയത്തിന്റെ ഭാഷയിലായിരിക്കണം.

സ്നേഹമെന്നത് ഒരു വാക്കല്ല. അനുഭവമാണ്. ഒരു പ്രതിഫലവുമില്ലാതെ മറ്റൊരാൾക്ക് കൊടുക്കാൻ പറ്റിയ ഏറ്റവും വിലപിടിപ്പുള്ള സമ്മാനം.

ഭംഗിയുള്ള പൂക്കൾ കാണുമ്പോൾ അതെപ്പോഴും കൊഴിയരുതേ എന്ന് നമ്മൾ ആഗ്രഹിക്കുന്നു. അതുപോലെയാണ് ഇഷ്ടപ്പെടുന്ന സ്നേഹബന്ധങ്ങളും.

സ്നേഹം നല്ല നെല്ല് പോലെയാണ്. വിതച്ചാലെ അത് മുളക്കൂ. എന്നാൽ അഹങ്കാരം പുല്ല് പോലെയാണ്. ഒന്നും ചെയ്യാതെ തന്നെ അത് മുളക്കും.

അഹങ്കാരം ഏറ്റവും വലിയ വിഢ്ഢിത്തമാകുന്നു. സ്നേഹമാണ് ഏറ്റവും വലിയ സമ്പത്ത്.

സ്നേഹവും കാരുണ്യവുമുള്ള മനുഷ്യൻ ഫലവൃക്ഷം പോലെയാണ്. ഫലം നൽകിയിട്ട് നിശബ്ദനായിരിക്കും.

ക്ഷമാപണം കൊണ്ട് പൊറുക്കാനും, പുഞ്ചിരി കൊണ്ട് മറക്കാനും കഴിയുമെങ്കിൽ അതാണ് ലോകത്തിലെ ഏറ്റവും വലിയ സ്നേഹ ബ ന്ധം.

ഒറ്റക്കിരിക്കുമ്പോൾ നാമെപ്പോഴും മനസ്സിനെ ശ്രദ്ധിക്കണം. കൂട്ടത്തി ലിരിക്കുമ്പോൾ നാവിനേയും.

നമ്മൾക്ക് ലഭിക്കുന്ന ഒന്നും നമ്മുടെ ജീവനെ മെച്ചപ്പെടുത്തുന്നില്ല. സാഹചര്യങ്ങൾ എല്ലാം നന്നായി കൈകാര്യം ചെയ്യപ്പെടുമ്പോൾ അ തൊരു മഹത്തായ കാര്യമായി തോന്നേണ്ടതില്ല. ഏതൊരു സാഹചര്യ ത്തിലും ഞാൻ എന്റെയുള്ളിൽ രമ്യതയോടെ വർത്തിക്കുകയാണെങ്കിൽ മാത്രമേ എന്റെയുള്ളിൽ അത് മഹത്തരമായി വർത്തിക്കുകയുള്ളൂ. ആ കയാൽ എല്ലാവരുടെയും നന്മയെക്കുറിച്ച് മാത്രം നാം ചിന്തിക്കുക.

ജീവിതം പരീക്ഷണങ്ങളുടെ കഥയാണ്. രാമായണത്തിലെ രാമ ന്റെ ജീവിതത്തെക്കുറിച്ച് ശ്രദ്ധിച്ചാൽ മതി. അത് ദുരന്തങ്ങളുടെ ഒരു ശൃംഖല തന്നെയായിരുന്നു. അവകാശപ്പെട്ട രാജപദവി നഷ്ടപ്പെട്ടു എന്ന് മാത്രമല്ല കാട്ടിലേക്ക് അയക്കപ്പെടുകയും ചെയ്തു. സ്വന്തം ഭാര്യയെ ത ട്ടിക്കൊണ്ടു പോയതിനാൽ യുദ്ധം ചെയ്യേണ്ടി വന്നു. യുദ്ധത്തിൽ ജയി ച്ച് പത്നിയെ തിരികെ കൊണ്ടുവന്നപ്പോൾ അതിനെ കുറിച്ച് വളരെ മോശമായ അഭിപ്രായങ്ങൾ പ്രജകളിൽ നിന്നും കേൾക്കേണ്ടി വന്നു. അതുമൂലം തന്റെ പ്രിയതമയെ കാട്ടിൽ ഉപേക്ഷിച്ചു. അറിയാതെയാ ണെങ്കിലും സ്വന്തം മക്കളോട് യുദ്ധം ചെയ്യേണ്ടി വന്നു. തന്റെ പത്നി യെ എന്നെന്നേക്കുമായി നഷ്ടപ്പെടുകയും ചെയ്തു.

ഇങ്ങനെയൊക്കെയാണെങ്കിലും രാമനെ വളരെയേറെ ആളുകൾ ആ രാധിക്കുന്നു.എന്തുകൊണ്ട് ?

തന്റെ ജീവിതത്തിൽ അഭിമുഖീകരിച്ച സാഹചര്യങ്ങൾ കൊണ്ടല്ല രാമന് മഹത്വമുണ്ടാകുന്നത്. തനിക്കുണ്ടായ ദുരന്തങ്ങളെ എത്രത്തോ ളം സമചിത്തതയോടെ നേരിട്ടു എന്നതാണ് അദ്ദേഹത്തെ മഹാനാക്കു ന്നത്.

എത്രയൊക്കെ നന്നായി കാര്യങ്ങൾ കൈകാര്യം ചെയ്താലും ബാ ഹ്യ സാഹചര്യങ്ങൾ എപ്പോൾ വേണമെങ്കിലും ജീവിതത്തെ തകിടം മ റിക്കാം. ജീവിതത്തിൽ തുടർച്ചയായ ദുരന്തങ്ങളുടെ ചങ്ങലകൾ ഉണ്ടാ യിട്ടും രാമൻ സത്യസന്ധതയിൽ നിന്നോ താൻ നിശ്ചയിച്ച അടിസ്ഥാന തത്വങ്ങളിൽ നിന്നോ ഒരിക്കൽപോലും വ്യതിചലിച്ചില്ല.

ആത്മീയതയിലേക്ക് ഇറങ്ങി ചെല്ലുന്നവർ ദുരന്തങ്ങളെ സ്വയം തേ ടി പോകുന്നു. മരണം അടുക്കുന്തോറും എല്ലാ രീതിയിലുള്ള പരീക്ഷ ണങ്ങളിലൂടെയും കടന്നു പോകണം എന്ന് അവർ ആഗ്രഹിക്കുന്നു.ആ

ത്മീയതയുടെ പാരമ്പര്യം സ്വീകരിച്ചവർ ബോധപൂർവ്വം ദാരിദ്ര്യം തേടും.ഭാരതത്തിലെ യോഗികളെ ശ്രദ്ധിച്ചാലറിയാം. അവർ ഒരിക്കലും ഒന്നിനെയും ആഗ്രഹിച്ചിട്ടില്ല. ഒന്നും ആവശ്യപ്പെട്ടിട്ടുമില്ല. വെറുതെ സഞ്ചരിച്ചുകൊണ്ടേയിരിക്കും. വിശക്കുന്നുണ്ടെന്ന് അവരെ കണ്ടാൽ അറിയാം. ചിലപ്പോൾ ദിവസങ്ങളോളം ഒന്നും അവർ കഴിച്ചിട്ടുണ്ടാകില്ല. എന്നിരുന്നാലും അവർ പുഞ്ചിരിയോടെ സമചിത്തതയോടെ നിശ്ചയദാർഢ്യത്തോടെ വളരെ സുന്ദരമായി മനോഹരമായി ജീവിക്കും.

അജ്ഞതയിൽ ആമഗ്നനായി വ്യാമോഹത്തിന്റ തല്പത്തിൽ നിദ്ര ചെയ്യുന്ന ഒരുവന് വേദനാജനകമായ ജനന-മരണങ്ങളെ പറ്റിയുള്ള ദു:സ്വപ്നങ്ങൾ കാണാൻ ഇടവരുന്നു. അവൻ ആകസ്മികമായി ഉണരുമ്പോൾ അവൻ കണ്ട സ്വപ്നം മിഥ്യയായിരുന്നുവെന്ന് അവന് അനുഭവപ്പെടുന്നു. ആദ്യം കണ്ട സ്വപ്നവും പിന്നീട് അത് മിഥ്യയായിരുന്നു എന്ന തോന്നലും അവന്റെ മനസ്സിൽ ഉണ്ടായതാണ്. എല്ലാം അവന്റെ മനസ്സിൽ സ്ഥിതിചെയ്യുന്നു എന്നർത്ഥം.

പട്ടുനൂൽപ്പുഴു പട്ടുനൂൽ കൊണ്ട് സ്വയം കൂട് നിർമ്മിച്ച് അതിലിരുന്ന് ശ്വാസംമുട്ടി മരിക്കുന്നു. അതുപോലെ ഭോഗതൃഷ്ണനായ ഒരുവൻ മോടിപിടിപ്പിച്ച ഭൗതിക സുഖങ്ങളിൽ ബന്ധിതനായും മോടിപിടിപ്പിച്ച തന്റെ ശരീരത്തോടുള്ള മമത കൊണ്ടും താൻ തന്നെ തനിക്ക് ശത്രുവായി തീർന്ന് അവന്റെ നാശത്തിനു വഴി തെളിയിക്കുന്നു. നമുക്ക് നാമേ പണിവതു നാകം നരകവുമതുപോലെ.

ഭാഗ്യം കടാക്ഷിക്കുന്നതിന് തയ്യാറായി ഒരു ഖനി തന്നെ മുന്നിൽ തുറന്നു കിടക്കുമ്പോൾ കണ്ണുണ്ടെങ്കിലും അന്ധനായി സങ്കൽപ്പിച്ച് നിർഭാഗ്യവാനെപ്പോലെ കേവലം മതിഭ്രമം കൊണ്ട് ഞാൻ ഞാനല്ലാതായി തീർന്നിരിക്കുന്നു. എനിക്ക് എല്ലാം നഷ്ടപ്പെട്ടിരിക്കുന്നു എന്ന രീതിയിലേക്ക് നാം ഒരിക്കലും അധഃപതിച്ചു പോകാൻ പാടില്ല.

സ്വപ്നത്തിൽ ഏറ്റതായി കരുതുന്ന ഒരു മുറിവു കൊണ്ട് ആരെങ്കിലും മരിക്കുമോ ? തത്തയും കുഴൽ തണ്ടും എന്ന കഥയിലെ തത്തയെപോലെയാണത്. തത്തയെ പിടിക്കുന്നതിനു വേണ്ടി വൃക്ഷത്തിൽ വേടൻ ഘടിപ്പിക്കുന്ന കുഴൽ തണ്ടിൽ തത്ത വന്നിരിക്കുമ്പോൾ അതിൻെറ ഭാരം കൊണ്ട് കുഴൽത്തണ്ട് കറങ്ങി ത്തുടങ്ങുന്നു. തന്നിമിത്തം ഭയപ്പെടുന്ന തത്ത തണ്ടിൽ മുറുക്കി പിടിക്കുന്നു. തത്തയ്ക്ക് എപ്പോൾ വേണമെങ്കിലും പിടിവിടുവിക്കാമെങ്കിലുംഅതു മനസ്സിലാക്കാതെ കുഴൽ തണ്ട് വേഗത്തിൽ കറങ്ങുന്തോറും ആ തത്ത കൂടുതൽ കൂടുതൽ മുറുക്കി പിടിക്കുകയാണ് ചെയ്യുന്നത്. പിടിച്ചു വലിച്ചാൽ പോലും തത്ത കുഴൽ തണ്ടിന്മേൽ ഉള്ള അതിന്റെ പിടിവിടുകയില്ല. അതുകൊണ്ട് അതി

നെ കുഴൽ തണ്ടിനോട് ബന്ധിപ്പിച്ചിരിക്കുന്നു വെന്ന് പറയാൻ കഴിയുമോ? അതുപോലെയാണ് മനുഷ്യന്റെയും സ്ഥിതി. താൻ ബന്ധിതനാണ് എന്നുള്ള ചിന്ത ഉള്ളിടത്തോളംകാലം അവൻ കൂടുതൽ കൂടുതൽ ബന്ധനത്തിലേക്ക് വഴുതിവീഴുന്നു. താൻ ബന്ധിതനാണ് എന്നുള്ള അബദ്ധധാരണ ഇല്ലാത്തവൻ വിവേകി ആണ് .

മറ്റ് ലോഹങ്ങളുടെ കലർപ്പ് ഉരുക്കി മാറ്റുമ്പോൾ സ്വർണ്ണം തനിതങ്കമായിത്തീരുന്നു. ഇതു പോലെ പരിശുദ്ധമായിത്തീർന്ന ഒരുവൻ ഉഷ്ണം, ശീതം എന്നുള്ള അവസ്ഥാ ദ്വന്ദ്വങ്ങളോ, സുഖദുഃഖങ്ങളുടെ ബദ്ധപ്പാടുകളോ, മാനത്തിന്റെയോ അപമാനത്തിന്റെയോ പ്രസ്താവനകളോ, അവന് ബാധകമായിരിക്കുന്നതല്ല. അവന് ശത്രുവും ബന്ധുവും ഇല്ല . മരുവും മേരുവും തുല്യമായിരിക്കും. ദാരവും ദാരുവും തമ്മിൽ ഭേദമില്ല. സൂര്യൻ സഞ്ചരിക്കുന്ന വഴികളിലെല്ലാം ദ്വന്ദ്വ ഭാവമില്ലാതെ വെളിച്ചം വിതറി പ്രകാശമാനമാക്കുന്നത് പോലെ അവൻ പ്രഭാപൂരിതമായി, ഒരു ജ്യോതിസ്സായി നിലകൊള്ളുന്നു.

പെരുമാറ്റം എല്ലായിപ്പോഴും അറിവിനേക്കാൾ വലുതാണ്. കാരണം ജീവിതത്തിൽ അറിവ് പരാജയപ്പെടുന്ന നിരവധി സാഹചര്യങ്ങളുണ്ട്. പക്ഷേ പെരുമാറ്റത്തിന് സാഹചര്യങ്ങളുടെ സമ്മർദ്ദങ്ങളെ അതിജീവിക്കാൻ കഴിയും.

വിഷയങ്ങളെ ചിന്തിക്കുന്ന ആൾക്ക് അവയിൽ സംഗം- ആസക്തി ജനിക്കുന്നു. ആസക്തിയിൽ നിന്ന് കാമമുണ്ടാകുന്നു. അതായത് മറ്റുള്ളവർ അനുഭവിക്കുന്ന സുഖലോലുപത തനിക്കും ലഭിക്കണമെന്ന ആഗ്രഹമാണ് കാമം. കാമം സഫലമാകാതെ വരുമ്പോൾ ക്രോധം വരുന്നു. കാമിതങ്ങളായ കാര്യങ്ങൾ സാധിക്കാതെ വരുമ്പോഴുണ്ടാകുന്ന ബുദ്ധി ക്ഷോഭമാണ് ക്രോധം. പഞ്ചേന്ദ്രിയങ്ങൾക്ക് വശം വദമായ മനസ്സ് നിരന്തരമായ വിഷയങ്ങളിൽ വ്യാപരിക്കുമ്പോൾ അവയോട് നമുക്ക് ആസക്തിയുണ്ടാകുന്നു. ജഗൽ ബന്ധിതന്മാരായ നമുക്ക് ആഗഹങ്ങളിൽ നിന്നും മോചനമില്ല. പക്ഷേ ആഗ്രഹിക്കുന്ന വിഷയ സുഖങ്ങൾ നേടാനോ അനുഭവിക്കാനോ കഴിയാതെ വരുമ്പോൾ നാം നിരാശരും ക്രുദ്ധരുമാകുന്നു.

നമുക്ക് ക്രോധം വരുമ്പോൾ നമ്മുടെ ബുദ്ധി പ്രവർത്തിക്കാതിരിക്കുകയും , സമ്മോഹാവസ്ഥയിലേക്ക് വഴുതി വീഴുകയും അഹിത കാര്യങ്ങളിൽ താത്പര്യവും ജനിക്കുകയും സമ്മോഹം കൊണ്ട് നമ്മുടെ സ്മൃതിക്ക് നാശം സംഭവിക്കുകയും ചെയ്യും. ഈ സ്മൃതിനാശം ബുദ്ധി നാശത്താൽ സർവ്വ നാശവും വരുത്തുന്നു. സ്വയം നാം ആത്മാഹൂതിയിലേക്ക് പ്രവേശിക്കുന്നു.

കോപം മനസ്സിന്റെ സർവ്വനിയന്ത്രണങ്ങളും നഷ്ടപ്പെടുത്തുന്നു. നമ്മുടെ സമനില തന്നെ തെറ്റിക്കുന്നു. കോപം ആത്യന്തികമായ നാശത്തിനു കാരണമായി ഭവിക്കുന്നു. കോപം വെടിഞ്ഞ് മനസ്സിൽ ശാന്തിയും സമാധാനവും സന്തോഷവും നിറക്കുക. ജീവിതം ആനന്ദകരമാക്കുക. ശാന്തവും സ്ഥിരതയും ഉള്ള മനസ്സുള്ളവന് മാത്രമേ ഏതൊരു കർമ്മവും ഫലവത്തായും ഭംഗിയായും ചെയ്യുവാൻ സാധിക്കൂ.

അതികാമം കൊണ്ട് രാവണനും , അതി കോപംകൊണ്ട് സുയോധനനും, അതി ദാനം കൊണ്ട് കർണ്ണനും ആപത്തുണ്ടായ കാര്യം ഓർക്കുക. ആകയാൽ അതി സർവ്വത്ര വർജ്ജയേൽ.

മനുഷ്യൻെറ സകല നന്മതിന്മകളുടെയും ഉത്ഭവസ്ഥാനം അവൻെറ മനസ്സാണ്. ആകാരമില്ലാത്ത, സ്ഥാന സങ്കല്പമില്ലാത്ത മനസ്സ്. ഉയർച്ചകൾക്കും താഴ്ചകൾക്കും കാരണവും മനസ്സാണ്. മന ഏവ മനുഷ്യാണാം കാരണം ബന്ധമോക്ഷയോ.

ഈ ജഗത്തിൽ സുഖത്തിനും ദുഃഖത്തിനും ഒരു ഹേതുവുമില്ല. പൂർവ്വജന്മാർജ്ജിത കർമ്മങ്ങളുടെ സഞ്ചിതമാണവ. ഇന്നവനാണ് എന്റെ സുഖത്തിന്ന് കാരണം. ഇന്നവനാണ് എന്റെ ദുഃഖത്തിന് കാരണം. ഇതെല്ലാം അജ്ഞാത ബുദ്ധികൾക്കുണ്ടാകുന്ന വെറും തോന്നലുകൾ മാത്രമാണ്.

ഭോഗങ്ങൾക്ക് വേണ്ടി നാം ഒരിക്കലും കാംക്ഷിക്ക വേണ്ട. വിധികൃതമായിരിക്കുന്ന ഭോഗത്തിനെ നാം ത്യജിക്കുകയും വേണ്ട. സുഖത്തിന്റെ മധ്യേ ദുഃഖവും ദുഃഖത്തിന്റെ മധ്യേ സുഖവും വന്നുചേരും. ജല പങ്കമെന്ന പോലെ അവ സമ്മിശ്രമാണ്. ആകയാൽ വിദ്വജ്ജനങ്ങളെപ്പോലെ ധൈര്യത്തിൽ, ഒന്നിലും കാലിടറാതെ ശോക ഹർഷങ്ങൾ കൂടാതെ വസിക്കേണ്ടതാണ്.

ഭോഗങ്ങൾ ക്ഷണപ്രഭാചഞ്ചലമാണ്. നമ്മുടെ ആയുസ്സ് ഏറ്റവും വേഗത്തിൽ നഷ്ടമാകുന്ന ഒന്നാണ്. അഗ്നിയിൽ ഇട്ട് ചുട്ടുപഴുത്ത ഇരുമ്പിൽ പതിച്ച വെള്ളത്തുള്ളി പോലെ ഈ മർത്യജന്മം ക്ഷണഭംഗുരമാണ്. എന്നിട്ടും പാമ്പിന്റെ വായിൽ അകപ്പെട്ട തവള ഭക്ഷണത്തിന് അപേക്ഷിക്കുന്നതു പോലെ കാലനാൽ പരിഗ്രസ്തന്മാരായ ജനം ഭോഗങ്ങളെ തേടി പോകുന്നു.

ഒരുവൻ നിശ്ചലനായി ഒരു രഥത്തിൽ ഇരിക്കുകയാണെങ്കിലും, അവൻ ആ രഥത്തെ ആശ്രയിച്ചിരിക്കുന്നത് മൂലം രഥത്തിന്റെ ഗതിയനുസരിച്ച് അവനും ചലിക്കേണ്ടി വരുന്നു. ഉദ്ഭവം, നിരന്തരത്വം, സമാപ്തി എന്നിങ്ങനെയുള്ള മൂന്നവസ്ഥകളും എല്ലാ ജീവജാലങ്ങൾക്കും ഒഴിച്ച് കൂടാൻ പാടില്ലാത്തവയാകുന്നു.

ഈ ലോകം ഒരു പെരുവഴി അമ്പലമാണ്. കുറെ നാൾ ഒന്നിച്ചു കൂ ടിച്ചേരുന്നു പിന്നെ വിയോഗം വരുന്നു.

ലക്ഷ്മി അസ്ഥിരമാണെന്ന ധാരണ നമുക്കോരോരുത്തർക്കും ഉണ്ടാ കുന്നത് ഉത്തമമാണ്.ലക്ഷ്മി ചഞ്ചലയാണ് ലക്ഷക്കാരനെ പിച്ചക്കാര നാക്കാനും പിച്ചക്കാരനെ ലക്ഷക്കാരനാക്കാനും ലക്ഷ്മിക്ക് നിഷ്പ്രയാ സം സാധിക്കും.

അതുപോലെ യൗവനവും.യൗവനം നമുക്ക് ഓരോ നിമിഷവും നഷ്ട പ്പെട്ടുകൊണ്ടിരിക്കുന്നു. നമ്മുടെ മുഖ്യ ശത്രു രോഗങ്ങളാണ്. രോഗങ്ങ ളാകുന്ന ശത്രുക്കൾ നമ്മുടെ ദേഹത്തെ നശിപ്പിക്കുന്നു. വ്യാഘ്രിയെ പോലെ ശരീരത്തെ ജരാനരകൾ ആക്രമിച്ചു കൊണ്ടിരിക്കും.

അവസാനിക്കാത്ത പോരാട്ടങ്ങളിലൂടെ പ്രയത്നിച്ചാൽ നമുക്ക് ധാ രാളം നേട്ടങ്ങൾ ഉണ്ടാക്കാൻ സാധിക്കും.

വളരെ കുറച്ചു പേരെ മാത്രം പ്രചോദിപ്പിക്കുന്നവരും ഒരു സമൂഹ ത്തെ മുഴുവനായും പ്രചോദിപ്പിക്കുന്നവരും ഉണ്ട്. ഇതിൽ രണ്ടാമത്തെ വിഭാഗത്തിൽ പെടുന്നവർ വളരെ വിരളമാണ്. മുൻ രാഷ്ട്രപതി അബ്ദുൾ കലാം രണ്ടാമത്തെ ഗണത്തിൽപ്പെടുന്നു. ശാസ്ത്രജ്ഞനും അധ്യാപ കനുമായ അപൂർവ്വം വ്യക്തികളിൽ ഒരാളായിരുന്നു അദ്ദേഹം.

ഒരാളുടെ സമാനതകളില്ലാത്ത വ്യക്തിത്വം ചിന്തയുടെയും അറിവി ന്റെയും മുകളിൽ ആത്മവിശ്വാസത്തിലൂടെ വിജയങ്ങൾ ഉറപ്പിക്കാൻ ഒ രു വ്യക്തിയെ സഹായിക്കുന്നു.

ജീവിതം പലപ്പോഴും നാം നിശ്ചയിക്കുന്ന രീതിയിൽ ആയിരിക്കുക യില്ല സഞ്ചരിക്കുന്നത്. ചില സമയങ്ങളിൽ അത് സ്വന്തം വഴി തിരഞ്ഞെ ടുക്കുന്നു. വിജയമായാലും പരാജയം ആയാലും നാം അത് സ്വീകരി ക്കേണ്ടിവരും. വിജയവും പരാജയവും ഒരു നാണയത്തിന്റെ ഇരുപുറം പോലെയാണ്. അതിനാൽ എന്തും നേരിടാൻ നാം എപ്പോഴും സജ്ജരാ യിരിക്കണം.

മുൻ രാഷ്ട്രപതി അബ്ദുൾ കലാമിൽ നിന്നും ഉൾക്കൊള്ളേണ്ട മറ്റൊ രു പാഠം വ്യത്യസ്തമായി ചിന്തിക്കുവാനുള്ള ധൈര്യം ഉണ്ടാവുക എ ന്നതാണ്.

ഇന്നത്തെ തലമുറ അവരുടെ കഴിവുകളും ചിന്താശക്തിയും ചില പ്രത്യേക വിദ്യക്ക് വേണ്ടി ചിലവഴിക്കുന്നു. എന്നാൽ ചിന്തകളെ ഒന്ന് വ്യതിചലിപ്പിച്ച് വ്യത്യസ്തമായി ചിന്തിക്കുകയാണെങ്കിൽ മറ്റുള്ളവരിൽ നിന്ന് എങ്ങനെ വ്യത്യസ്തനാകാം എന്ന ആശയം ലഭിക്കുകയും വ്യ ത്യസ്തമായ വഴി തിരഞ്ഞെടുക്കുവാനുള്ള ധൈര്യം നമുക്ക് ലഭിക്കുക യും ചെയ്യും.

നിങ്ങൾ ഒരു രാജ്യത്തിൻെറ തലവൻ ആണെങ്കിൽ കൂടി വിനയം ഒരിക്കലും നഷ്ടപ്പെടുത്തരുത്. അഹംഭാവം പരാജയപ്പെടുത്തുന്നിടത്ത് വിജയം കൈവരിക്കാൻ സഹായിക്കുന്ന ഒരു സവിശേഷ ഗുണമാണ് വിനയം.

രണ്ടേ രണ്ട് സന്ദർഭങ്ങളിൽ നമ്മൾ മൗനം പാലിച്ചേ മതിയാകൂ. ഒന്ന് നിങ്ങൾ പറയുന്നത് മറ്റുള്ളവർ ഉൾകൊള്ളുന്നില്ല എന്ന് തിരിച്ചറിയുമ്പോൾ , രണ്ടാമതായി ഒരക്ഷരവുമുരിയാടാതെ തന്നെ നിങ്ങളെ മനസ്സിലാവുന്നവരുടെ മുമ്പിലും.

ഭാവിയെ ഒരുപക്ഷേ നിങ്ങൾക്ക് തിരുത്തി എഴുതാൻ ആയെന്നു വരില്ല. എന്നാൽ നിങ്ങളുടെ ശീലങ്ങളെ തിരുത്താം അതിലൂടെ ഭാവിയേയും.

സ്വപ്നങ്ങൾ സാക്ഷാത്കരിക്കപ്പെടുകയാണെങ്കിൽ നിങ്ങൾ സ്വയം സ്വപ്നം കണ്ടേ മതിയാകൂ.

മികവ് ഒരു തുടർക്കഥയാണ് അതൊരിക്കലും ആകസ്മികമല്ല. ആകസ്മികമായി സംഭവിക്കുന്ന മികവ് തുടർച്ചയായി നിലനിൽക്കണമെന്നില്ല.

സ്വപ്നങ്ങൾ ചിന്തകളായി രൂപാന്തരം പ്രാപിക്കണം. ആ ചിന്തകൾ പ്രവർത്തികളായും.

ഉറക്കത്തിൽ സംഭവിക്കുന്നതല്ല സ്വപ്നം. നമ്മളെ ഉറങ്ങാൻ സമ്മതിക്കാത്തതാണ് സ്വപ്നം .

കഠിനാധ്വാനം ചെയ്യുന്നവരെ ദൈവം സഹായിക്കുകയേയുള്ളൂ. വളരെ സുതാര്യമാണ് ദൈവത്തിന്റെ തത്വം.

ഒരിക്കൽ പരാജയമറിഞ്ഞെന്നു കരുതി നാം ഒരു കാരണവശാലും പിന്മാറരുത്. കാരണം പരാജയം എന്നത് പരിശ്രമത്തിലേക്കുള്ള ആദ്യ പടിയാണ്.

പ്രസവാനന്തരം വളർന്നുവരുന്ന ഒരു ശിശുവിനെ ശ്രദ്ധിക്കുക.കിടന്നു, ഉരുണ്ട്, പിന്നീട് മുട്ടുകുത്തി നിന്ന് നടക്കാൻ പഠിക്കുന്നു. അതിനിടയിൽ അവൻ എത്രയോ തവണ വീണിട്ടുണ്ടാവാം. എന്നുവെച്ച് അവൻ ഒരിക്കലും അവന്റെ പരിശ്രമം ഒഴിവാക്കുന്നില്ല. ഉദ്ദേശിക്കുന്ന ലക്ഷ്യം വരെ അവൻ അവൻെറ പരിശ്രമം തുടർന്നു കൊണ്ടേയിരിക്കുന്നു.

മനുഷ്യ ജീവിതത്തിൽ ദുരിതങ്ങൾ ആവശ്യമാണ്. വിജയം ആഘോഷിക്കാൻ അത് കൂടിയേ തീരൂ.

ഒരു രാഷ്ട്രത്തിന്റെ ഏറ്റവും മികച്ച ബുദ്ധികളെ കണ്ടെത്താനായേക്കുക ഒരു ക്ലാസ്സ് റൂമിന്റെ ഏറ്റവുമൊടുവിലത്തെ ബെഞ്ചിൽ നിന്നാണ്.

നമുക്ക് സൂര്യനെ പോലെ ജ്വലിക്കണമെങ്കിൽ നാം സൂര്യനെപ്പോ

ലെ ചുട്ടു പൊള്ളണം.

ഒരാളെ കീഴ്പ്പെടുത്താൻ വളരെ എളുപ്പമാണ്. പക്ഷേ ഒരാളെ വിജ
യിപ്പിക്കുക എന്നത് വളരെയേറെ ശ്രമകരമാണ്.

മാനത്ത് മഴക്കാർ വരുമ്പോൾ മയിൽ തന്റെ പീലിവിടർത്തി വളരെ
കൗതുകകരമായി ആടുന്നു.അതുപോലെ മറ്റുള്ളവർക്ക് ഉയർച്ച വരു
മ്പോൾ നാം ആനന്ദിക്കുകയാണ് വേണ്ടത്.

എല്ലാ പക്ഷികളും മഴ വരുമ്പോൾ കൂട്ടിൽ രക്ഷ തേടുന്നു. മയിൽ മ
ഴയത്ത് ആനന്ദ നൃത്തമാടുന്നു. പരുന്ത് മഴയെ ഒഴിവാക്കാൻ മേഘങ്ങൾ
ക്ക് മുകളിലൂടെ പറക്കുന്നു.

ഈ ലോകത്ത് ഭയപ്പെടുത്തലുകൾക്ക് യാതൊരു സ്ഥാനവുമില്ല. ന
മ്മൾ ശക്തിയാർജിച്ച് ജീവിക്കുക. ശക്തരെ മാത്രമേ മറ്റ് ശക്തർ ബഹു
മാനിക്കുകയുള്ളൂ.

നാം ഇന്നത്തേക്ക് കുറെ ത്യാഗങ്ങൾ സഹിച്ചാലേ നമ്മുടെ കുട്ടികൾ
ക്ക് നല്ലൊരു നാളെയെ നൽകാനാകൂ.

നമ്മൾ എല്ലാവരും ഒരേ കഴിവുള്ളവരല്ല. പക്ഷേ അവനവന്റെ കഴി
വുകൾ മെച്ചപ്പെടുത്താനുള്ള അവസരങ്ങൾ എല്ലാവർക്കും ഒരുപോലെ
യാണുള്ളത്.

ആദ്യത്തെ വിജയത്തിനുശേഷം വിശ്രമിക്കരുത്. കാരണം രണ്ടാമ
ത്തെ ശ്രമത്തിൽ നിങ്ങൾ പരാജയപ്പെട്ടാൽ ആദ്യത്തെ വിജയം വെറും
ഭാഗ്യം കൊണ്ടാണ് എന്ന് പറയാൻ ഒട്ടേറെ പേരുണ്ടാവാം.

നമ്മുടെ ജീവിതത്തിൽ ഉയർച്ചയോ താഴ്ചയോ ഉണ്ടാവട്ടെ പക്ഷേ
ചിന്ത ആയിരിക്കണം നമ്മുടെ കൈമുതൽ.

വേഗം കിട്ടുന്ന സന്തോഷത്തിനുവേണ്ടി ശ്രമിക്കാതെ ജീവിതത്തിൽ
സുസ്ഥിരമായ, കാര്യമായ നേട്ടങ്ങളുണ്ടാക്കുവാൻ ശ്രമിക്കുക.

നാം ഓരോരുത്തരും വ്യത്യസ്തരാകാൻ ശ്രമിച്ചുകൊണ്ടേയിരിക്കു
ന്തോറും സമൂഹംനമ്മളെ മറ്റുള്ളവരെ പോലെ തന്നെ ആക്കിയേ അട
ങ്ങൂ എന്നുള്ള വാശിയോടുകൂടി ശഠന്മാരായി പ്രവർത്തിക്കുന്നു. അതൊ
രിക്കലും അനുവദിക്കാൻ പാടില്ല.

ചോദ്യങ്ങൾ ചോദിക്കുക എന്നതാണ് ഒരു നല്ല വിദ്യാർത്ഥിയുടെ ല
ക്ഷണം.ശിഷ്യൻ വൃദ്ധനും, ഗുരു യുവാവുമായിരിക്കണം.

ഒരു കുട്ടിക്ക് ഏറ്റവും കൂടുതൽ സംഭാവനകൾ നൽകാൻ പറ്റിയവർ
സമൂഹത്തിലെ മൂന്ന് പേരാണ് . മാതാവ്, പിതാവ്, ഗുരു എന്നിവരാണ
വർ. മാതാവ് പിതാവിനെ കാട്ടിതരുന്നു, പിതാവാണ് ഗുരുവിനെ ക
ണ്ടെത്തി തരുന്നത്. ഗുരു നമുക്ക് ദൈവത്തെ കാട്ടിത്തരുന്നു. ദൈവം ഉ
ണ്ടോ ഇല്ലയോ എന്നുള്ള തിരിച്ചറിവ് ഗുരു നൽകുന്നു. മാതാവാണ് എ

ന്നും സത്യം.

വിജയകഥകൾ വായിക്കാതിരിക്കുക. നിങ്ങൾക്ക് അതിൽ നിന്നും വിജയത്തിന്റെ ഒരേയൊരു സന്ദേശം മാത്രമേ ലഭിക്കുകയുള്ളൂ. പരാജയ കഥകൾ അഥവാ പരാജിതരുടെ കഥകൾ വായിച്ചു കൊണ്ടേയിരിക്കുക. നിങ്ങൾക്ക് വിജയിക്കാനുള്ള വഴികൾ താനെ വന്നുചേരും.

ഗുരുനാഥനും ശാസ്ത്രജ്ഞനും രാഷ്ട്രപതിയും ആയിരുന്ന മുൻ രാഷ്ട്രപതിയുടെ തത്വാധിഷ്ഠിതവും പ്രശസ്തവുമായ വചനങ്ങൾ യുവത്വത്തിനും വിദ്യാർത്ഥികൾക്കും എന്നെന്നും പ്രചോദനമാകട്ടെ.

ഒരു കാര്യം തുടങ്ങുന്നതിനുമുമ്പേ കാലം അനുകൂലമാണോ എന്ന് നോക്കണം.നമ്മൾ ജീവിക്കുന്ന കാലം ഏത്, നമ്മുടെ ബന്ധുക്കളും ശത്രുക്കളും ആര്, നമ്മൾ ജീവിക്കുന്ന ദേശം ഏത്, നമുക്ക് എത്ര വരവുണ്ട്, എത്ര ചെലവഴിക്കാം, ഞാനാര്, എന്റെ ശക്തി എത്ര എന്നീ കാര്യങ്ങൾ എപ്പോഴും തന്റെ മനസ്സിൽ മനനം ചെയ്തു കൊണ്ടേയിരിക്കുക. ജീവിത പരാജയങ്ങളെ ഒഴിവാക്കി ജീവിതത്തെ വിജയത്തിലേക്ക് നയിക്കാൻ തീർച്ചയായും ഇത് സഹായകരമായിരിക്കും.

ആ മനുഷ്യൻ ഏറ്റവും വലിയ മാന്യനും രാജ്യസ്നേഹിയും മനുഷ്യസ്നേഹിയും ആയിരിക്കും.

നമ്മൾ ധർമ്മം,സത്യം, നീതി, സദാചാരം, വിനയം, വിദ്യ, കർമ്മ സാമർത്ഥ്യം തുടങ്ങിയ സൽഗുണങ്ങളോട് ആഭിമുഖ്യം പുലർത്തുന്നവരും, അനീതി, അധർമ്മം അസത്യം, ദുരാചാരം, ഗർവ്വ്, കൗടില്യം തുടങ്ങിയ ദുർഗുണങ്ങളോട് ജുഗുപ്സയും ഉള്ളവരായിരിക്കണം.

സൽഗുണം ഇല്ലാത്തവന് അതിസൗന്ദര്യം ഉണ്ടായിട്ട് എന്താണ് കാര്യം. നല്ല കുടുംബത്തിൽ നമ്മൾ പിറന്നാലും അധർമ്മവാനും , അനീതിമാനും, വിനയമില്ലാത്തവനും ആണെങ്കിൽ നല്ല കുലത്തിൽ ജനിച്ചവനാണെങ്കിൽ പോലും അവനെക്കൊണ്ട് സമൂഹത്തിന് എന്ത് പ്രയോജനമാണ് ലഭിക്കുക. കർമ്മത്തിനും കാര്യസിദ്ധിക്കും പഠിച്ച വിദ്യ ഉതകുന്നില്ലെങ്കിൽ ആ വിദ്യ കൊണ്ട് എന്ത് പ്രയോജനമാണ് ഉണ്ടാവുക.

നമ്മൾ നമ്മുടെ ഉള്ളംകൈയിൽ നല്ല മണമുള്ള പൂക്കൾ വെച്ച് രണ്ട് കൈ ചേർത്ത് മൂടി വെച്ചാൽ രണ്ട് കൈകൾക്കും സുഗന്ധം ഉണ്ടാകുന്നു. പുക്കൾക്ക് ഇടതുപക്ഷമോ വലതുപക്ഷമോ ഇല്ല. ഇതുപോലെ സജ്ജനങ്ങൾക്ക് ശത്രുക്കളോടും മിത്രങ്ങളോടും തുല്യ പ്രീതിയായിരിക്കും.

തനിക്ക് വാർദ്ധക്യവും മരണവും ഇല്ലെന്ന വിചാരത്തോടെ ബുദ്ധിമാൻ വിദ്യയും ധനവും ആർജ്ജിക്കണം. മരണം മുടിയിൽ പിടികൂടിയിരിക്കുന്നു എന്ന ഭാവത്തോടെ എത്രയുംവേഗം ധർമ്മത്തെ ആചരിക്കുക

യും വേണം.

സ്വന്തം അനുഭവമാകുന്ന പ്രമാണം കൊണ്ട് മാത്രം അറിയുവാൻ സാധിക്കുന്നതും, ഒരേസമയത്ത് ശാന്തവും തേജോമവുമായിരിക്കുന്നതും , ദിക്കിനേയും,കാലത്തെയും അതിരുകളില്ലാതെ അതിജീവിക്കുന്നതും അനന്തവുമായ കേവലം ജ്ഞാനസ്വരൂപത്തിന്ന് തുല്യമായിരിക്കണം ബുദ്ധിമാൻ.

ജനനം സംഭവിച്ച നമ്മുടെ ശരീരത്തിന് അടുത്തുതന്നെ മരണമുണ്ട്. സമ്പത്ത് ആപത്തിന്റെ സ്ഥാനമാകുന്നു. സമാഗമങ്ങൾ വിയോഗങ്ങൾ ഉണ്ടാക്കുന്നു. ഇതെല്ലാം നാമോരോരുത്തരും ബുദ്ധി ഉപയോഗിച്ച് ചിന്തിച്ച് കരുതിയിരിക്കണം.

നല്ല വിദ്യ നമുക്ക് ലഭിക്കുകയാണെങ്കിൽ വേറെ വിത്തം (ധനം) ആവശ്യമില്ല.നല്ല വെണ്ണ നമുക്കധീനത്തിലുണ്ടെങ്കിൽ നറുനെയ്യെക്കുറിച്ച് ചിന്തിക്കേണ്ടതില്ലല്ലോ. വിദ്യ കാമധേനുവിനെ പോലെയാണ്. നമുക്കത് എല്ലാം തരും . ഉപയോഗിക്കുന്ന രീതി അനുകൂലം ആയിരിക്കണം. അതിനാൽ വിദ്യ ശുദ്ധമായ ധനമാണ്.

കാക്കയും കുയിലും കറുത്തതാണ്. വർണ്ണത്തിൽ അവയ്ക്ക് ഭേദമില്ല.വസന്തം വന്നു ചേരുമ്പോൾ കാക്കയും കുയിലും തമ്മിലുള്ള ഭേദം വ്യക്തമാകുന്നു. ആകൃതി ഒരുപോലെ ആയതുകൊണ്ട് വസ്തുക്കളുടെ ഗുണം ഒരു പോലെ ആകണമെന്നില്ല.

ഒരു വസ്തുവും പ്രകൃത്യാ ഭംഗിയുള്ളതോ ഭംഗിയില്ലാത്തതോ അല്ല. ഒരാൾക്ക് ഏതിനോട് ഇഷ്ടം തോന്നുന്നുവോ അത് അയാൾക്ക് ഭംഗിയുള്ളതായിരിക്കും.

നീതി ശാസ്ത്ര പണ്ഡിതന്മാർ നിന്ദിക്കുകയോ സ്തുതിക്കുകയോ ചെയ്താലും,ലക്ഷ്മി വരികയോ പോവുകയോ ചെയ്താലും, മരണം ഈ യുഗത്തിലോ അന്യ യുഗത്തിലോ ആയാലും നിശ്ചയദാർഢ്യം ഉള്ളവർ ഒരിക്കലും ന്യായമായ മാർഗ്ഗത്തിൽ നിന്നും ഒരു ചുവടു പോലും പിറകോട്ട് വെക്കാൻ പാടില്ല, വെക്കുകയുമില്ല.

ഉയർന്നതും താഴ്ന്നതുമായ പ്രദേശങ്ങൾ ജലത്തിനോട് നാം ഉപദേശിക്കേണ്ടതില്ല. യഥാസ്ഥാനം കണ്ടെത്തി അത് അതിൻെറ പ്രവർത്തി നിർവഹിക്കുന്നു.മൃഗങ്ങൾക്കും, പക്ഷികൾക്കും വിചിത്ര സ്വഭാവങ്ങൾ ആരും പഠിപ്പിച്ചു കൊടുക്കുന്നില്ല.കരിമ്പിന് മാധുര്യവും വേപ്പിന് കൈപ്പും എന്നപോലെ ഇതെല്ലാം സ്വാഭാവികമായും പ്രകൃത്യാ ഉണ്ടാവുന്നതാണ്.

നവജാതയായ പശുക്കിടാവിന് മാതാവിന്റെ അകിട് എവിടെ ഉണ്ടെ

ന്നോ, അതിൽ നിറയെ തന്റെ സംരക്ഷണത്തിന് ആവശ്യമായ പാൽ ഉ ണ്ടെന്നോ ആരും ധരിപ്പിച്ചു കൊടുക്കുന്നില്ല.

നമുക്ക് ആപത്ത് വരുന്ന കാലഘട്ടത്തിൽ സജ്ജനങ്ങളുടെ വാക്കു കൾ ശോഭയുള്ളതായി ഒരിക്കലും തോന്നുകയില്ല. സാമാന്യബുദ്ധി പോ ലും നഷ്ടപ്പെടുന്നു. സ്വർണ്ണനിറമുള്ള മാനിനെ കുറിച്ച് മുമ്പെങ്ങും കേട്ടി ട്ടുമില്ല കണ്ടിട്ടുമില്ല. അത് മായപൊന്മാനാണെന്നറിഞ്ഞിട്ടും ശ്രീരാമന് അതിനെ പിടിക്കാൻ മോഹമുണ്ടായി.

ഒരു വസ്തുവിന്റെ ഉൽകൃഷ്ടമായ ഗുണത്തെ നാം എപ്പോഴും തിരി ച്ചറിയുകതന്നെ വേണം. ഒരു കുരങ്ങിന് മുത്തുമാല കിട്ടിയിട്ട് എന്താണ് പ്രയോജനം. കാട്ടാളത്തി ആനയുടെ മസ്തകത്തിൽ നിന്ന് കിട്ടിയ മു ത്തിനെ വലിച്ചെറിഞ്ഞിട്ട് കുന്നിക്കുരു മാല ധരിക്കുന്നു. കാട്ടാളത്തി ക്ക റിയില്ലല്ലോ മുത്തിന്റെ വില.

ഒരു വിദ്വാന് മാത്രമേ മറ്റൊരു വിദ്വാന്റെ പരിശ്രമത്തെ മനസ്സിലാവു കയുള്ളൂ. വന്ധ്യക്ക് ലോകത്ത് വെച്ച് ഏറ്റവും വലുതായ പ്രസവവേദ ന അറിയില്ലല്ലോ.

വിദ്വാനാവുക എന്നതും രാജാവാവുക എന്നതും ഒരിക്കലും തുല്യമ ല്ല. രാജാവ് സ്വദേശത്ത് മാത്രം പൂജിക്കപ്പെടുന്നു വിദ്വാൻ എല്ലാ ദേശ ത്തും പൂജിക്കപ്പെടുന്നു.

വിദ്യ ലോകരാൽ പ്രശംസിക്കപ്പെടുന്നു.എല്ലാദിക്കിലും വിദ്യ പ്രാധാ ന്യമുള്ളതാകുന്നു. വിദ്യ കൊണ്ട് നമുക്ക് എല്ലാം നേടാൻ സാധിക്കും. വിദ്വാൻ സർവ്വത്ര പൂജിക്കപ്പെടുന്നവനാകുന്നു.

വിദ്യാവിനയ സമ്പന്നനായ ബ്രാഹ്മണനിലും, പശുവിലും , ആനയി ലും, ശ്വാവിലും , ശ്വാവിനെ പാകം ചെയ്തു ഭക്ഷിക്കുന്ന ചണ്ഡാലനി ലും ഒരുപോലെ വിനയമുള്ളവരായിരിക്കണം വിദ്വാൻ .

വിദ്യയില്ലാത്തവൻ മൃഗതുല്യം തന്നെ ആകയാൽ വിദ്യനേടാനുള്ള അവസരം ജീവിതത്തിൽ നാം ഒരിക്കലും പാഴാക്കരുത്. യഥാസമയം ന മുക്ക് വിദ്യനേടാൻ സാധിച്ചില്ലെങ്കിൽ പിന്നീടാണ് നാം അതിനെ കുറിച്ച് ആലോചിച്ച് ദു:ഖിക്കുക.

സജ്ജനങ്ങൾ വിദ്യ ആത്മ ജ്ഞാനത്തിനും , ധനം ദാനം ചെയ്യുന്ന തിനും ശക്തി അന്യരെ രക്ഷിക്കാനും വേണ്ടിയുപയോഗിക്കുന്നു. മറിച്ച് വിദ്യാ വാദം നടത്താനും, ധനം അഹങ്കാരം കൊണ്ട് ഉന്മത്തനാകാനും, ശക്തി അന്യരെ പീഡിപ്പിക്കുവാനും ഉപയോഗിക്കുന്നത് ദുഷ്ടന്മാരുടെ ലക്ഷണമാണ്. നമ്മൾ എപ്പോഴും സജ്ജനങ്ങളായി മാത്രം പ്രവർത്തി ക്കുക.

27

ആപത്തു വരുമ്പോൾ കൂസലില്ലായ്മ (വീപതി ധൈര്യം) സമ്പത്തുണ്ടാകുമ്പോൾ ക്ഷമ. സഭയിൽ വാക്സാമർത്ഥ്യം ഇവയെല്ലാം മഹാത്മാക്കൾക്ക് പ്രകൃതി സിദ്ധമാണ്. ഇതനുസരിച്ച് ജീവിക്കാൻ നാമോരോരുത്തരും കിണഞ്ഞ് ശ്രമിക്കേണ്ടുന്നതാണ്.

വിദ്യ എന്നത് ശ്രേഷ്ഠമായ, നിഗൂഢമായി സൂക്ഷിച്ചിരിക്കുന്ന ധനമാണ്.അതു കൊടുക്കുന്തോറും ഏറുന്ന വസ്തുവാണ്. ഒരു ചോരനും ഒരിക്കലും അത് കൊണ്ടുപോവാൻ സാധ്യമല്ല.വിദ്യ തന്നെയാണ് മഹാധനം. വിദ്വാന്മാർക്ക് മുഖ്യമായത് എപ്പോഴും വിദ്യ തന്നെയാകുന്നു.

അന്യരെ ഉപദേശിക്കുവാൻ ഉള്ള പാണ്ഡിത്യവും വിദ്യയും എല്ലാവർക്കും എളുപ്പത്തിൽ നേടാൻ സാധിക്കും. എന്നാൽ സ്വയം ആചരിച്ച് ധർമ്മം അനുഷ്ഠിക്കുക ദുർലഭം ചില മഹാത്മാക്കൾക്കെ സാധിക്കുകയുള്ളൂ. ജീവിതമാണ് എന്റെ സന്ദേശം എന്ന മഹാത്മജിയുടെ വചനമോർക്കുക.

ശാസ്ത്രങ്ങളെ വിധിപ്രകാരം പഠിക്കുകയും അതിനെക്കുറിച്ച് ബോധമുണ്ടാവുകയും, പഠിച്ചവ ചർവ്വിത ചർവ്വണം ചെയ്യുകയും അവ സ്വയമേവ ആചരിക്കുകയും, അത് സത്യസന്ധമായി പ്രചരിപ്പിക്കുകയും ചെയ്യുന്നവനാണ് യഥാർത്ഥ ആചാര്യൻ.

സൂര്യൻ താമരപ്പൊയ്കയിലെ താമരകളെ വിടർത്തുന്നു. ചന്ദ്രൻ ആമ്പൽ പൂക്കളെ വിടർത്തുന്നു.ആരും ചോദിക്കാതെ തന്നെ മേഘം നമുക്ക് മഴ തരുന്നു. ഇങ്ങിനെ സജ്ജനങ്ങൾ അഥവാ ആചാര്യന്മാർ അന്യർക്ക് ആത്മജ്ഞാനത്തെ സ്വയമേവ പ്രദാനം ചെയ്യുന്നു.

മഹാവതാർ ബാബാജിയെ പോലെയുള്ള ദിവ്യജ്യോതിസുകളെ ഓർത്തു നോക്കൂ.ആരും പറയാതെ അവർ സ്വയം പ്രകാശിതന്മാരായി മാറുന്നു.

നമ്മൾ ചെറുപ്പത്തിൽ നനച്ചു കൊടുത്ത അല്പം വെള്ളത്തെ ഓർമ്മിച്ചിട്ട് ആജീവാനന്തം മനുഷ്യർക്കുവേണ്ടി അമൃതതുല്യമായ വെള്ളത്തെ തലയിൽ ചുമന്ന് കൊണ്ട് നാളികേര വൃക്ഷം നിൽക്കുന്നു. സജ്ജനങ്ങൾ ഇപ്രകാരമാണ്. നമ്മൊളൊരു ഉപകാരം ചെയ്താൽ അത് എന്നെന്നും മനസ്സിൽ വെച്ച് പ്രത്യുപകാരം ചെയ്യുക തന്നെ ചെയ്യും. മറിച്ച് മൂർഖന്മാരെ (ദുഷ്ട ജനങ്ങൾ) ഉപദേശിച്ചാലും അവർ ശാന്തരാകില്ല. കോപിക്കുകയേയുള്ളൂ. കൗരവ വംശത്തിലെ ദുര്യോധനൻ തന്നെ പ്രത്യക്ഷോദാഹരണമാണ്.

പാപം ചെയ്യുന്നതിൽ നിന്ന് തടയുന്നവനും നന്മയോട് ഇണങ്ങുന്നവനും, രഹസ്യം സൂക്ഷിക്കുന്നവനും, ഗുണങ്ങളെ പ്രകാശിപ്പിക്കുന്നവനും ആപത്തിൽ പെട്ടാൽ ഉപേക്ഷിക്കാതെ തക്കസമയത്ത് വേണ്ടത് നൽ

കി സഹായിക്കുന്നവനുമാണ് നല്ല സ്നേഹിതൻ.നാം എന്നും നല്ല സ്നേഹിതന്മാർ ആയിരിക്കണം.അതല്ലാതെ പ്രത്യക്ഷത്തിൽ നല്ല വാക്കുകളെ പറഞ്ഞ് പരോക്ഷത്തിൽ കാര്യങ്ങളെ ഇല്ലാതാക്കുന്നവനല്ല സ്നേഹിതൻ. അങ്ങനെയുള്ള മിത്രങ്ങൾ പയോമുഖമായിരിക്കുന്ന വിഷകുംഭങ്ങളാണ്. അവരെ നാം അറിഞ്ഞു വർജിക്കേണ്ടിവരും.അങ്ങനെയുള്ള മിത്രങ്ങളായി മാറാൻ നാമൊരിക്കലും പാടില്ല.

കാരണവശാൽ കോപിക്കുന്നവൻ ആ കാരണം ഇല്ലാതാകുമ്പോൾ പ്രസാദിക്കും. ഒരാളുടെ മനസ്സ് കാരണംകൂടാതെ കോപം പൂണ്ടതായിത്തീരുന്നുവോ അയാളെ ആർക്കും സന്തോഷിപ്പിക്കുവാൻ സാധിക്കുകയില്ല.

സ്വയം തീരുമാനമെടുക്കാൻ സാധിക്കാത്തവന് എത്ര വിജ്ഞാനം ഉണ്ടായിട്ടും കാര്യമില്ല. അന്ധന് വിളക്ക് കയ്യിൽ ഇരുന്നാലും ഒന്നും കാണാൻ സാധിക്കില്ലല്ലോ? കസ്തൂരിമാൻ കസ്തൂരിയുടെ സുഗന്ധം തേടി ചുറ്റുപാടും അലയുന്നു. പാവം കസ്തൂരിമാന് തന്നിൽനിന്ന് തന്നെയാണ് ഈ സുഗന്ധം വമിക്കുന്നത് എന്ന് ഒരു നിശ്ചയവുമില്ല.

നീചൻമാർക്ക് ഉപകാരം ചെയ്താലും അത് ഉപദ്രവമായി നേരിടും. നമ്മൾ നിത്യവും സർപ്പത്തിനു പാൽ കുടിക്കാൻ കൊടുത്താലും പാമ്പിന്റെ വിഷം വർദ്ധിക്കുകയേയുള്ളൂ.

ഒരു ദുഷ്ടൻ ദുർവൃത്തം ചെയ്താൽ അതിന്റെ ഫലം മറ്റ് ജനങ്ങളും അനുഭവിക്കേണ്ടതായി വരും. ദശാനനാണ് സീതയെ കട്ടുകൊണ്ടു പോയത് മഹോധദിയാണ് ബന്ധനം അനുഭവിക്കേണ്ടതായി വന്നത്. തൂങ്ങിക്കിടക്കുന്ന കടന്നൽ കൂടിൽ നിന്നും തേൻ വാരി കിടിയൻ (പരുന്ത്) തേൻ വാരി അത് ഉയരത്തിലേക്ക് പറക്കുന്നു. പരുന്തിനൊപ്പം പറന്നെത്താനോ അതിനെ ആക്രമിക്കാനോ കടന്നൽ കൂട്ടങ്ങൾക്ക് സാധിക്കുകയില്ല.മറിച്ച് കടന്നൽ കൂടിന്റെ അടിവാരത്തിലൂടെ നടന്ന് പോകുന്ന നിരപരാധിയായ മനുഷ്യൻ കടന്നൽ കൂട്ടത്തിന്റെ കുത്തേറ്റ് മരണപ്പെടുന്നു.

ദുർജനങ്ങളോട് ഒരിക്കും സഖ്യവും വൈരവും പാടില്ല. കരിക്കട്ട തീക്കട്ടയായുള്ളപ്പോൾ തൊട്ടാൽ കൈ പൊള്ളും. തണുത്തതായാലോ കയ്യിൽ കരി പുരളും.

കർപ്പൂര പൊടി കൊണ്ട് തടം ഉണ്ടാക്കി കസ്തുരി വളമായി ചേർത്ത് പനിനീര് കൊണ്ട് നനച്ചു വളർത്തിയാലും ഉള്ളിയുടെ പഴയ ഗുണം (ദുർഗന്ധം) പോകുകയില്ല.അതുപോലെ ദുർജനങ്ങളുടെ ജന്മസിദ്ധമായ ദുർഗുണത്തിന് തടയിടാൻ ഒരു പരിഹാരത്തിനും സാധിക്കയില്ല.

ദുർജനങ്ങളുടെയും സജ്ജനങ്ങളുടെയും മൈത്രി പൂർവാഹ്നത്തിലും

അപരാഹ്നത്തിലുമുള്ള നിഴൽപോലെ ഭേദത്തോടു കൂടിയതാണ്.

വൃക്ഷങ്ങൾ കായ്ക്കുമ്പോൾ കുനിഞ്ഞു തരുന്നു.മേഘങ്ങൾ പുതു വെള്ളം നിറയുമ്പോൾ കീഴ്പോട്ടു വരുന്നു. സജ്ജനങ്ങൾ സമ്പൽസമൃദ്ധി കൊണ്ട് വിനയമുള്ളവരായി തീരുന്നു. വാഴകൾ വാഴക്കുല മൂക്കുന്തോറും (പാകമാകുന്തോറും) കുനിഞ്ഞ് ചായുന്നു. തന്നെ രക്ഷിച്ചവന് തല കൊടുക്കുന്നു. പക്വമാകുന്നതിന് അനുസരിച്ച് വിനയവും താഴ്മയും വേണമെന്ന വളരെ വിശേഷപ്പെട്ട ഒരു ഉപദേശം വാഴ നമുക്ക് തരുന്നു. ഇത് പരോപകാരി കളുടെ ജന്മസിദ്ധമായ ഒരു ഗുണമാകുന്നു.മരം ഒരു ഹരമാണ്. മഴ അഞ്ച് പെയ്താൽ മരം പത്ത് പെയ്യും.

വിദ്യാ വിനയം ദദാദി. വിദ്യ വിനയത്തെ പ്രദാനം ചെയ്യുന്നു.വിദ്യ അഭ്യസിച്ച് കഴിഞ്ഞാൽ അവന് തന്നത്താനെ വിനയം ഉണ്ടാകണം. വിനയം ഇല്ലെങ്കിൽ വിദ്യകൾ നമ്മളിൽ നിന്നും ഉരുണ്ടു പോകും.തുഴ ഇല്ലെങ്കിൽ തോണി മാത്രമുണ്ടായിട്ട് എന്ത് പ്രയോജനമാണ്.അറിവ് ഇല്ലെങ്കിൽ അക്ഷരങ്ങൾ നമ്മുടെ വരുതിക്ക് വരികയില്ലല്ലോ?

വിദ്യ കാമധേനുവിനെ പോലെയാണ്. അരയ്ക്കുന്തോറും ചന്ദനത്തിന് മണമേറും. നറുക്കിയ കരിമ്പിൻ തണ്ടിന് മാധുര്യം വർദ്ധിക്കും. ഉരുക്കുന്തോറും പൊന്നിന് നിറപ്പകിട്ട് വർദ്ധിക്കും. വിധിപ്രകാരം വിദ്യ അഭ്യസിച്ച സജ്ജനങ്ങൾക്ക് അവരുടെ പ്രാണന്റെ അവസാന കാലത്തും സ്വഭാവത്തിന് വ്യത്യാസം വരില്ല.

പാടത്തിന്റെ ഗുണം കൊണ്ടുമാത്രമേ വിതച്ചതിൽ അധികം വിളവ് കിട്ടുകയുള്ളൂ. നല്ല കൃഷിക്കാരൻ ആണെങ്കിലും വിത്ത് കല്ലിൽ വിതച്ചാൽ കരിയുക മാത്രമേയുള്ളൂ.വയലിൽ വിത്ത് വിതക്കുന്നവനെ കൊണ്ട് ഒരു ദോഷവും പറയാൻ സാധിക്കില്ല.

ജലം ഓരോ തുള്ളിയായി വീഴുന്തോറും കുടം ക്രമത്തിൽ നിറയുന്നു.അതുപോലെ എല്ലാ വിദ്യകളും ധർമ്മവും ധനവും അല്പാല്പമായി വർദ്ധിച്ചു പൂർണ്ണമാകും.

ആപത്ത് വരുന്നതുവരെ മാത്രമേ ആപത്തിനെ ഭയപ്പെടേണ്ടതുള്ളൂ.ആപത്ത് വന്നു കഴിഞ്ഞാൽ പിന്നെ ഉചിതമായ പ്രതിവിധിയാണ് വേണ്ടത്.

ബുദ്ധിമാനും പണ്ഡിതനുമായ വ്യക്തി ധനവും ജീവനും അപരനു വേണ്ടി ത്യജിക്കണം. അധർമ്മത്തിന് വേണ്ടി പണം സമ്പാദിക്കണം എന്ന മോഹം ഉപേക്ഷിക്കണം.ദേഹത്ത് പറ്റിപ്പിടിച്ച ചെളി കഴുകിക്കളയുന്നതിനേക്കാൾ ഭേദം ചെളി തൊടാതെ അകന്ന് നിൽക്കുന്നതാണ്. പണം നേടാനായി അധർമം ചെയ്തിട്ട് ആ പണംകൊണ്ട് ധർമ്മം നേടുവാൻ ഉദ്ദേശിക്കുന്നത് മൗഢ്യമാണ്.മാനം വിറ്റ് പണം നേടിയാൽ പണം

മാനം നേടുമെന്ന ബോധമുള്ളവൻ ജീവിക്കുന്നത് വിഡ്ഢികളുടെ സ്വർ ഗ്ഗത്തിലാണ്.അത് നിഷ്ഫലമാണ്.

ചന്ദ്രൻ ലോകം മുഴുവനും വെളുപ്പ് ഉളവാക്കുന്നു.എപ്പോഴും ശീത കിരണനായിത്തന്നെ ഒരു ലേശം പോലും ഉഷ്ണം ചന്ദ്രൻ തരുന്നില്ല. എന്നാൽ തന്റെ സ്വന്തം ദേഹത്തുള്ള കളങ്കത്തെ അത് മായ്ച്ചു കളയു ന്നില്ല.സജ്ജനങ്ങൾ സാധാരണയായി അന്യന്മാർക്ക് നന്മചെയ്യുന്നതിൽ തൽപരരും സ്വാർത്ഥതയിൽ വിമുഖന്മാരും ആകുന്നു.

പക്ഷികളുടെ ബലം ആകാശമാണ്.മത്സ്യങ്ങളുടെ ബലം വെള്ളവും. ദുർബലരുടെ ബലം രാജാവും ശിശുക്കളുടെ ബലം രോദനവുമാണ്.

തുടങ്ങുന്ന കാര്യം ചെറുതായാലും വലുതായാലും സർവശക്തിയു മെടുത്ത് ആ കാര്യം നേടണം. ഇത് സിംഹത്തിൽ നിന്നും പഠിക്കേണ്ട പാഠമാണ്.

നേരത്തെ ഉണരുകയും സമന്മാരോട് യുദ്ധം ചെയ്യുകയും തനിക്ക് കിട്ടിയ ഭക്ഷണത്തെ തന്റെ ബന്ധുക്കൾക്ക് കൂടി കൊടുക്കുകയും എ ന്നീ നാല് ഗുണങ്ങൾ ഇവകളെല്ലാം തന്നെ കുക്കുടത്തിൽ നിന്നും പഠി ക്കേണ്ട പാഠങ്ങൾ ആകുന്നു.

ഈച്ചകൾ വ്രണത്തെ തേടുന്നു.വൈദ്യൻമാർ രോഗികളെ തേടുന്നു.ശ വപ്പെട്ടികാരൻ ശവത്തെ തേടുന്നു.രാജാക്കന്മാർ ധനത്തെ തേടുന്നു. നീ ചന്മാർ കലഹിച്ചിരിക്കുന്നു. പണ്ഡിതന്മാർ യോജിപ്പുണ്ടാക്കാൻ ശ്രമിക്കു ന്നു. ആഗ്രഹിക്കുന്നു.

യൗവനം ധന സമ്പത്തി പ്രഭുത്വം,അവിവേകത ഇവ ഓരോന്നും നാ ശത്തിന് കാരണമാകുന്നു. ഇവ നാലും ഒരുമിച്ചാൽ അയാളുടെ കാര്യം പറയേണ്ടതില്ലല്ലോ? യൗവ്വനത്തിൽ ശാന്തനായുള്ളവനാണ് യഥാർത്ഥ ശാന്തൻ.വാർദ്ധക്യത്തിൽ ശാന്തത നമുക്ക് സ്വയം കൈ വരുമല്ലോ.പു ത്രനെ അഞ്ചുവയസ്സുവരെ അവനെ രാജാവിനെ പോലെ കരുതി ആ ഗ്രഹങ്ങളെല്ലാം സാധിപ്പിച്ചു കൊടുക്കണം. പിന്നെ പത്തുവർഷം ഭൃത്യ നെ പോലെ കാണേണ്ടതും, പതിനാറ് വയസ്സ് കഴിഞ്ഞാൽ പുത്രനോട് സ്നേഹിതനെ പോലെ പെരുമാറുകയും വേണം.

ലുബ്ധനെ പണം കൊടുത്ത് വശത്താക്കണം. ഗർവിതനെ താണുവ ണങ്ങി വശത്താക്കണം. മൂർഖനെ (ദുഷ്ടനെ) അവന്റെ ഇഷ്ടം സാധിപ്പി ച്ചു കൊടുത്ത് വശത്താക്കണം. പണ്ഡിതനെ സത്യം കൊണ്ട് (ഉള്ളത് പറഞ്ഞു) വശത്താക്കണം.

മത്സ്യങ്ങൾ രസത്തിങ്കൽ മോഹിച്ച് അവർ ചൂണ്ട വിഴുങ്ങി താനേ മ രിക്കുന്നു. അഗ്നിയെ കണ്ടിട്ട് ശലഭങ്ങൾ മോഹിച്ച് മഗ്നരായിട്ട് മൃത്യു സംഭവിക്കുന്നു. അതുപോലെ വിഷയങ്ങളിൽ ആകൃഷ്ടന്മാരായി ഓരോ

രുത്തരും നാശത്തിൽ ചെന്ന് പതിക്കുകയാണ്.

ജാനകിയ കണ്ട് മോഹിച്ചിട്ടാണ് രാവണ രാജന് നാശം ഭവിച്ചത്.വി ജ്ഞാനിയായ മഹാപണ്ഡിതനായ കഠിന ശിവഭക്തനായ ദിവ്യ നായ രാവണനു പോലും ഇത്തരം അബദ്ധങ്ങൾ സംഭവിച്ചു എങ്കിൽ അ ജ്ഞാനികളുടെ കാര്യം പറയേണ്ടതില്ലല്ലോ? ഇന്ദ്രിയങ്ങൾക്ക് വശനായ പുരുഷന് ആപത്ത് വരും നിർണയം.

ഇന്ന് രാജ്യത്തിൽ ഉണ്ടാകുന്ന ആപത്തുകൾക്കെല്ലാം കാരണം ഇ ന്ദ്രിയനിഗ്രഹമില്ലായ്മയാണ്. ഇന്ദ്രിയനിഗ്രഹം ഉള്ളവർക്ക് മാത്രമേ നി ജമായ സുഖങ്ങൾ ലഭിക്കുകയുള്ളൂ.

ഇന്ദ്രിയനിഗ്രഹത്തിന് മനസ്സാണ് കാരണം. 'മന ഏവ മനുഷ്യനാം കാരണം ബന്ധമോക്ഷയോ'. ഭാര്യയെ ആലിംഗനം ചെയ്യുന്നത് പോ ലെയല്ലല്ലോ നാം മകളെ ആലിംഗനം ചെയ്യുന്നത്.സന്ദർഭോചിതമായ മ നസ്സാണ് പ്രധാനം.

ഒരുവന് ഉയർച്ചയിലേക്ക് എത്താൻ ഒരുപാട് സാഹസങ്ങൾ വേണ്ടി വരും. ധാരാളം കടമ്പകൾ കടന്നാൽ മാത്രമേ നമുക്ക് ലക്ഷ്യത്തിലെ ത്താൻ പറ്റുകയുള്ളൂ. ലക്ഷ്യത്തിൽ എത്തിയാലും ചെറിയൊരു പാളിച്ച മതി നമ്മൾ താഴേക്ക് പതിക്കുവാൻ. പറയിപെറ്റ പന്തിരുകുലത്തിലെ നാറാണത്തുഭ്രാന്തന്റെ കഥ നോക്കുക. എത്രയോ മാസങ്ങളോ വർഷ ങ്ങളോ പിന്നിട്ടാണ് അദ്ദേഹം അടിവാരത്തിൽ നിന്നും ഘനമുള്ള കല്ലു രുട്ടി മേൽ വാരത്തിൽ എത്തിക്കുന്നത്. മേൽ വാരത്തിലെത്തിയ കല്ലി നെ പെട്ടെന്ന് കൈവിടുന്നു. നിമിഷങ്ങൾക്കകം കല്ല് താഴേക്ക് പതിക്കു ന്നു.എന്നിട്ട് അദ്ദേഹം അത് കണ്ടിട്ട് കൈകൊട്ടി ചിരിക്കുന്നു.എത്ര മഹ ത്തരമായ സന്ദേശമാണ് അദ്ദേഹം സമൂഹത്തിന് നൽകുന്നത്.ഉയരത്തി ലേക്ക് എത്താൻ കഠിനാധ്വാനം ആവശ്യമാണ്. താഴേക്ക് പതിക്കാനോ നമുക്ക് നിമിഷങ്ങൾ മാത്രം മതി.

ആലോചിക്കാതെ പ്രവർത്തിക്കരുത്. അവിവേകം വലിയ ആപത്തു കൾ വരുത്തിവെക്കും. പോത്തിന്റെ കൊമ്പിൽ തലയിട്ട തിരുമേനിയെ പോലെ. തിരുമേനി ഒന്നല്ല രണ്ടല്ല പത്തുദിവസം ആലോചിച്ചിട്ടാണ് കൊ മ്പിന് ഉള്ളിൽ തലയിട്ടത്.ആലോചിച്ചിട്ടും അവിവേകം പ്രവർത്തിച്ചത് തിരുമേനിക്ക് വിനയായി ഭവിച്ചില്ലേ.

കടുവ കാട്ടിൽ വസിക്കുന്നു. സിംഹം ഗുഹയിൽ വസിക്കുന്നു.അര യന്നം പുഷ്പിതമായ താമരപ്പൊയ്കയിൽ വസിക്കുന്നു. നല്ലവൻ നല്ല വരോടും നീചന്മാർ നീചന്മാരോടും ചേരുന്നു. ജന്മസിദ്ധമായ ശീലങ്ങൾ ആർക്കും ഉപേക്ഷിക്കുവാൻ ആകില്ല. പ്രയാസം തന്നെ.

കാകനെ പിടിച്ച് തൂവെള്ള വർണ്ണത്തിൽ കുളിപ്പിച്ചാലും, കൊക്കിനു

മാണിക്യം ചേർത്തു വെച്ചാലും, ചിറകുകൾ തോറും മണികെട്ടി തൂക്കിയാലും കാക്കയ്ക്ക് ഹംസ പ്രഭ സംഭവിക്കുകയില്ലല്ലോ?

തേളിന് വാലിന്മേൽ ആണ് വിഷം. ഈച്ചക്ക് തലയിലും സർപ്പത്തിന് വിഷം പല്ലിലാകുന്നു. ദുഷ്ടന്മാർക്ക് ദേഹമാസകലം വിഷം തന്നെ. ദുഷ്ടന്മാരിൽ നിന്നും എത്ര ദൂരം അകന്നു നിൽക്കാൻ പറ്റുമോ അത്രയും അകന്നുനിൽക്കണം.

തീയിനെ നമുക്ക് വെള്ളം കൊണ്ട് നേരിടാം.വെയിലിനെ ആതപത്രം (കുട) കൊണ്ട് തടുക്കാം. മദയാനയെ തോട്ടികൊണ്ട് മെരുക്കാം.രോഗത്തെ മരുന്നു കൊണ്ടും. അങ്ങിനെ എല്ലാത്തിനും ശാസ്ത്ര വിഷയമായ, മരുന്നുകളുണ്ട്. എന്നാൽ ദുർജ്ജനത്തെ നന്നാക്കുവാൻ മരുന്നില്ല. സർപ്പം ക്രൂരനാണ്. ദുഷ്ടനും ക്രൂരനാണ്. സർപ്പത്തെ അപേക്ഷിച്ച് കൂടുതൽ ക്രൂരൻ ദുഷ്ടനാണ്. സർപ്പം ചുംബിച്ചുകൊണ്ട് കൊല്ലും.ദുഷ്ടൻ ചിരിച്ചു കൊണ്ട് കൊല്ലും.

ഒരിക്കലും നീചന്മാരെ സേവിക്കരുത്. മഹാശയൻമാരെ (മഹാന്മാരേ) ആശ്രയിക്കുക. മദ്യവിൽപ്പനക്കാരിയുടെ കയ്യിൽ പാൽ ഇരുന്നാലും മദ്യം ആണെന്നേ പറയൂ.

അർത്ഥം (ധനം, സ്വത്ത് എന്നിവ) സമ്പാദിക്കുവാനും അതിനെ സംരക്ഷിക്കുവാനും മനുഷ്യൻ ദുഃഖിക്കുന്നു. അത് നേടുമ്പോഴും ചെലവഴിക്കുമ്പോഴും ദുഃഖമുണ്ട്.അർത്ഥം ദുഃഖ പൂരിതമായ ഒരു പാത്രം മാത്രമാണ്.

ഇന്ദ്രിയ വിഷയങ്ങൾ മരീചിക പോലെയോ സ്വപ്നത്തിൽ കാണുന്ന സ്വർഗ്ഗീയ സുഖം പോലെയോ ക്ഷണികങ്ങളാണ്.

അവനവൻ ചെയ്തിട്ടുള്ള ശുഭാശുഭ ഫലങ്ങളുടെ ഫലം നൂറുകോടി കൽപ്പനകൾ കഴിഞ്ഞാലും അനുഭവിക്കുക തന്നെ ചെയ്യും.

ആചാര്യനിൽ നിന്നും നമുക്ക് വിദ്യ നാലിലൊന്ന് മാത്രമേ ലഭിക്കുന്നുള്ളൂ. കാൽ ഭാഗം ശിഷ്യൻ സ്വയം പഠിക്കണം. നാലിലൊന്ന് സഹപാഠികളിൽ നിന്നും ബാക്കി നാലിലൊന്ന് കാലക്രമേണയും നേടുന്നു. അതായത് വിദ്യ ജീവിതാന്ത്യംവരെ പൂർത്തീകരിക്കപ്പെടുന്നില്ല .

ഒരു വരനിൽ പിതാവ് വിദ്യാഭ്യാസ യോഗ്യതയും, മാതാവ് സമ്പത്തും ബന്ധുക്കൾ കുല മഹിമയും, കന്യക (വധു) സൗന്ദര്യമാണ് ഇച്ഛിക്കുക.

ക്ഷമ ശക്തന്മാർക്കും അശക്തന്മാർക്കും ബലമാണ്. ക്ഷമ ലോകത്തെ വശീകരിക്കുന്ന ഒരു മാസ്മരീക ശക്തിയാണ്. ക്ഷമ കൊണ്ട് എന്താണ് സാധിക്കാത്തത്. ഒരാളുടെ പ്രയാസങ്ങൾ നിങ്ങൾ ക്ഷമയോടുകൂടി കേൾക്കുകയാണെങ്കിൽ അവർക്ക് നിങ്ങളോട് വളരെ പ്രിയത്വമാ

യിരിക്കും. ചിലപ്പോൾ അവരെ നമുക്ക് അത്യാപത്തിൽ നിന്ന് വരെ രക്ഷപ്പെടുത്താൻ നമ്മുടെ ക്ഷമ ഉതകുമെന്നിരിക്കും. ഭാര്യ കാര്യത്തിൽ മന്ത്രിയും, പ്രവൃത്തിയിൽ ദാസിയും, രൂപത്തിൽ ലക്ഷ്മിയും, ക്ഷമയിൽ ഭൂമിദേവിയും , സ്നേഹത്തിൽ അമ്മയും ശയനത്തിൽ വേശ്യയുമായിരിക്കണം. ഈ ആറ് ഗുണങ്ങളാണ് യഥാർത്ഥ ധർമ്മപത്നിയുടെ ലക്ഷണങ്ങൾ . ഇന്ന് ഇത് യാതൊന്നും ശ്രദ്ധിക്കാതെ തീരെ ക്ഷമയില്ലാത്ത വിട്ടു വീഴ്ചയില്ലാത്ത പ്രവർത്തനങ്ങൾ ദാമ്പത്യ വേർപാടുകൾക്ക് കാരണങ്ങളായി ഭവിക്കുന്നു. ഈ കാര്യങ്ങൾ യുവതലമുറകൾ ശ്രദ്ധിക്കുകയും, അതുപോലെ പ്രവർത്തിക്കുകയും ചെയ്താൽ ജീവിതം ധന്യമാക്കാം.

കുതിരയുടെ ചാട്ടം, മേഘ ഗർജ്ജനം, സ്ത്രീകളുടെ മനസ്സ്, പുരുഷന്റെ ഭാഗ്യം. മഴ ചെയ്യുന്നതും പെയ്യാതിരിക്കുന്നതും ദൈവത്തിന് പോലും പ്രവചിക്കാൻ പറ്റില്ല. പിന്നെങ്ങിനെ മനുഷ്യന് പറയാൻ സാധിക്കും. അതുപോലെ ഒരാളുടെ ആയുസ്സ്, ലോകത്തിന്റെ പോക്ക്. ഇതും ഈ കലിയുഗത്തിൽ വിശേഷിച്ച് പറയാൻ പ്രയാസമാണ്.

ഗുരുപത്നി, രാജപത്നി, ജ്യേഷ്ഠ പത്നി, പത്നി മാതാ, സ്വമാതാ എന്നീ യഞ്ചു പേരും നമുക്ക് മാതാക്കളാകുന്നു. ഈ അഞ്ചു പേരെയും അവരവർക്ക് അർഹിക്കുന്ന ബഹുമാനങ്ങൾ നൽകി ആദരിച്ച് വരേണ്ടതാണ്.

കുയിലുകൾക്ക് സ്വരമാണ് സൗന്ദര്യം, സ്ത്രീകൾക്ക് സൗന്ദര്യം പാതിവ്രത്യമാണ്. പണ്ഡിതന്മാർക്ക് അറിവ് സൗന്ദര്യവും, തപസ്വികൾക്ക് ക്ഷമയുമാണ് സൗന്ദര്യം.

സിംഹം, കൊക്ക്, കോഴി, കാക്ക, പട്ടി, കഴുത ഇവരെല്ലാം പ്രകൃതിയിലെ നമ്മുടെ ഗുരുക്കന്മാരാണ്.

കാക്കയുടെ ദൃഷ്ടി കൊക്കിന്റെ ധ്യാനം (ഏകാഗ്രത) ശ്വാന നിദ്ര അല്പമായ ആഹാരം പഴയ വസ്ത്രം ഇവയഞ്ചും ഒരു ഉത്തമ വിദ്യാർത്ഥിയുടെ ലക്ഷണങ്ങളാണ്.

ചുമതലകൾ നിറവേറ്റുമ്പോൾ നമ്മുടെ കൈകൾ വിറക്കാൻ പാടില്ല. തല കുനിയരുത്. ശരീരം തളരരുത്. അചഞ്ചലമായ നിശ്ചയ ദാർഢ്യത്തോടെ കർത്തവ്യങ്ങൾ ചെയ്തു തീർക്കുക. ജന്മമല്ല സ്വഭാവഗുണവും പ്രവൃത്തിയുമാണ് മനുഷ്യന്റെ ശ്രേയസ്സിനാസ്പദം. നാമോരുരുത്തരും അഭൗമമായ പുരുഷാഗ്നിയുട നിത്യ സ്രോതസ്സാണ്. അജയ്യമായ കർമ്മ തേജസിന്റെ ആത്മഹർഷമാണ്. അശുഭ ചിന്ത കൊണ്ട് നാമൊരിക്കലും മനസ്സിനെ തളർത്തരുത്. എല്ലാം ദിവ്യമായ ഒരു തേജസ്സിൽ സമർപ്പിച്ച് കൊടുങ്കാറ്റുപോലെ എല്ലാ കർമ്മ രംഗങ്ങളിലും മുന്നോട്ടു

കുതിക്കൂ . വിജയം നമ്മുടെ ജന്മാവകാശമാണ്. അത് നമുക്ക് തീർച്ച യായും ലഭിക്കും.

വെറുക്കപ്പെട്ടവർ പറയുന്നതെന്തും ചിലപ്പോൾ നമുക്ക് വെറുപ്പുള വാക്കുന്നതായി മാത്രമെ അനുഭവപ്പെടുകയുള്ളൂ. അവർ പറയുന്ന കാ ര്യങ്ങൾ നമുക്ക് ഉപകാരപ്രദമായ കാര്യങ്ങളാണെങ്കിൽ പോലും. വെറു പ്പൊഴിവാക്കി അവർ പറയുന്ന കാര്യങ്ങൾ പഠിച്ച് ശ്രദ്ധിച്ച് പ്രവൃത്തിച്ചാ ലവ നമുക്ക് ഉപകാരമായി വന്നേക്കാം.

യുദ്ധത്തിൽ തോറ്റോടുന്നവരോടും, ആയുധം നഷ്ടപ്പെടുന്നവരോടും, നേരേ നിന്ന് യുദ്ധം ചെയ്യാത്തവരോടും, അടിയറവു പറഞ്ഞ് കാൽക്കൽ വീഴുന്നവരോടും ഒരിക്കലും നമ്മൾ യുദ്ധം ചെയ്യാൻ പാടില്ല.

സുഖവും ദുഃഖവും ലോക ജീവിതത്തിൽ ഒഴിച്ചുകൂടാൻ പാടില്ലാ ത്തവ ആകുന്നു. ഏതൊരാൾക്കും ഇടയ്ക്കിടയ്ക്ക് ബുദ്ധിമുട്ടുകളും ക ഷ്ടപ്പാടുകളും ഉണ്ടായേക്കാം. കരി നിറഞ്ഞ ഒരു മുറിയിൽ താമസിക്കു ന്നവന്റ ദേഹത്ത് അല്പം കരിപുരളാതിരിക്കില്ല . നമ്മൾ ജീവിതത്തിൽ സർവ്വസ്വവും ത്യജിക്കണമെന്നില്ല. ആമയെപ്പോലെ പോലെ ജീവിക്ക ണം. ആമ വെള്ളത്തിൽ സഞ്ചരിക്കുന്നു, മുട്ടകളെ കരയിലും സൂക്ഷി ക്കുന്നു. വെള്ളത്തിൽ അങ്ങുമിങ്ങും സഞ്ചരിക്കുന്ന ആമയുടെ മനസ്സു മുഴുവൻ കരയിൽ സൂക്ഷിച്ച മുട്ടകളിൽ ആണ് .

പട്ടണത്തിൽ കണ്ടുമുട്ടിയ സ്നേഹിതൻ പറയുന്നു,ആ കാണുന്ന കെട്ടിടത്തിൽ എനിക്കൊരു മുറി ഉണ്ടെന്ന്.അദ്ദേഹത്തിന്റെ മുറി കൂടി ഉൾപ്പെടുന്ന കെട്ടിടത്തിന് ഒരു ഭാഗം 10 മുറികൾ അടങ്ങിയത്, അതൊ രാൾ വാടകയ്ക്കെടുത്തിരിക്കുന്നു. അയാൾ പറയുന്നു ആ 10 മുറികൾ എന്റെതാണെന്ന്. ഈ പത്തു മുറികൾ അടക്കം കെട്ടിടം വാടകക്കെടു ത്തയാൾ പറയുന്നു ആ കെട്ടിടം എന്റതാണെന്ന്. പക്ഷേ ആ കെട്ടിട ത്തിന്റെ ഉടമസ്ഥൻ വേറെയാണ്. ഇത് തന്നെയാണ് നമ്മുടെ ലൗകീക ജീവിതം. ഞാൻ എന്റേത് എന്ന് പറയാൻ ഇവിടെ ഒന്നുമില്ല. ഈ പ്രപ ഞ്ചം മുഴുവൻ എന്റേതെന്ന് പറയാൻ ശക്തിയുള്ള സൃഷ്ടാവും, നിയ ന്താവും യവനികയ്ക്ക് അപ്പുറം മറഞ്ഞ് നിൽപ്പുണ്ട്.

വീട്ടിൽ നിന്നും കുറച്ചകലെ ജോലി ചെയ്യുന്ന ഒരു ഉദ്യോഗസ്ഥൻ ഒ രു ക്രിസ്തുമസ്സ് അവധിക്ക് വീട്ടിലേക്ക് പോകാൻ ബസ്സ് കാത്തു നിൽ ക്കുകയാണ്. ബസ്സ് വരാൻ വൈകിയതിലുള്ള പരിഭവവും, പ്രയാസവും അദ്ദേഹത്തിന്റെ മുഖത്ത് പ്രകടമായിരുന്നു. വേവലാതി പൂണ്ട അദ്ദേഹ ത്തിന്നടുത്ത് ചെന്ന് ഒരു സന്യാസി ചോദിച്ചു, എന്താണ് മകനേ മകനി ത്ര മാത്രം പ്രയാസപ്പെടുന്നത്. ഉദ്യോഗസ്ഥൻ സന്യാസിയോടുള്ള പു ച്ഛവും നീരസവും ഉള്ളിലൊതുക്കി ഇങ്ങിനെ പറഞ്ഞു. താങ്കൾ സന്യാ

സിയാണ്, ഒരു ഗൃഹസ്ഥന്റെ പ്രയാസം താങ്കൾക്ക് മനസ്സിലാവില്ല. എ നിക്ക് എന്നെ കാത്തിരിക്കുന്ന ഭാര്യയുണ്ട്. ഉറക്കമിളച്ച് ഭക്ഷണം പോ ലും കഴിക്കാതെ കാത്തിരിക്കുന്ന രണ്ട് മക്കളുണ്ട്. പിതാവുണ്ട്, മാതാ വുണ്ട്, സഹോദരങ്ങളുണ്ട്. ഭാര്യാബന്ധുക്കളുണ്ട്. അവരെല്ലാം എന്റെ വരവും പ്രതീക്ഷിച്ച് അവിടെ കാത്തിരിക്കുകയാണ്. ഇതെല്ലാം ശ്രവിച്ച സന്യാസി ലൗകിക ജീവിതം ഒരു ബന്ധനമാണ്. ഞാൻ എന്റേത് എന്നതെല്ലാം മിഥ്യയാണെന്നും ഞാനില്ലാതാകുമ്പോൾ ഇതെല്ലാം തീരുമെന്നും പുഞ്ചിരിയോടു കൂടി പറഞ്ഞു. ഇത് കേട്ട് കലി പൂണ്ട ഉദ്യോഗസ്ഥൻ സന്യാസിക്കു നേരെ പൊട്ടിത്തെറിച്ചു.

ഒട്ടും കുപിതനാകാതെ സന്യാസി അദ്ദേഹത്തിന്റെ ഭാണ്ഡത്തിൽ നി ന്നും ഒരു പൊതിയെടുത്തു കൊടുത്തു. ഈ പൊതിക്കകത്തുള്ള പൊ ടി നാളെ പുലർച്ചെ സരസ്വതീ യാമത്തിൽ കഴിച്ച് കിടക്കണമെന്നും പ റഞ്ഞു. പൊടി കഴിച്ചാൽ നാഡീ ചലനങ്ങളെല്ലാം നിശ്ചലമായി മൃതരൂ പത്തിലാകുമെന്നും പക്ഷേ ചുറ്റുപാടും നടക്കുന്ന കാര്യങ്ങളെല്ലാം ത ന്നെ തിരിച്ചറിയുവാൻ സാധിക്കുമെന്നും സന്യാസി വചിച്ചു. ബാഹ്യ ലോകത്തെ കുറിച്ച് പൂർണ്ണ ബോധമുണ്ടാകും.

ഉദ്യോഗസ്ഥൻ വീട്ടിലേക്ക് ചെല്ലുമ്പോൾ പ്രവേശന കവാടത്തിൽ ത ന്നെ ബന്ധുക്കൾ അക്ഷമരായി കാത്തു നില്പുണ്ടായിരുന്നു. അദ്ദേഹം കുളിച്ച് കൊണ്ടുവന്ന സമ്മാനങ്ങളെല്ലാം എല്ലാവർക്കും നൽകി ഒന്നിച്ചി രുന്ന് ഭക്ഷണം കഴിച്ച് സഹധർമ്മിണിയുമായി രമിച്ച് സന്തോഷത്തോ ടെ കിടന്നുറങ്ങി.

പിറ്റേ ദിവസം കാലത്തെ അദ്ദേഹം സന്യാസിയുടെ വാക്ക് അതേപ ടി പാലിച്ചു. പുലർകാലെ എഴുന്നേറ്റ് കുളിച്ച് മുടിത്തുമ്പ് കെട്ടി വിളക്ക് തെളിയിച്ച് ഭാര്യ ആവി പറക്കുന്ന കാപ്പിയുമായി ഭർത്താവിന്നരികിലെ ത്തി. കാപ്പി കുടിക്കാനായി വിളിച്ചുണർത്തിയ ഭർത്താവ് പക്ഷേ ഉണർ ന്നില്ല. മരിച്ച് കിടക്കുന്ന ഭർത്താവിനെയാണ് ഭാര്യ കണ്ടത്. ഭർത്താവ് നഷ്ടപ്പെട്ടുവെന്ന് ബോദ്ധ്യമായ ഭാര്യയുടെ നിലവിളി കേട്ട് എല്ലാവരും അവിടേക്ക് ഓടിയെത്തി. ഭാര്യാഗൃഹത്തിൽ നിന്നും ഭാര്യയുടെ പിതാ വ്, മാതാവ്, സഹോദരങ്ങൾ മറ്റ് ബന്ധുക്കൾ എല്ലാവരും എത്തിച്ചേർ ന്നു. സംസ്കാരം വൈകുമെന്നറിഞ്ഞ ബന്ധുക്കളോരോരുത്തരായി ഓ രോരോ കാര്യങ്ങൾ പറഞ്ഞ് മെല്ലെ മെല്ലെ പിരിഞ്ഞ് പോയി.

അവസാനം ഒറ്റപ്പെട്ട ഭാര്യ ഏകയായി ശവ ശരീരത്തോടൊപ്പം നിൽ ക്കാൻ പറ്റില്ലെന്ന് ബോദ്ധ്യപ്പെട്ട് അവരും കുട്ടികളുടെ കൈയ്യും പിടിച്ച് തന്റെ വീട്ടിലേക്ക് യാത്രയായി.

ഉദ്യോഗസ്ഥന് സന്യാസിയുടെ വാക്കുകൾ ഓർമ്മ വന്നു. ലൗകിക

ജീവിതത്തിൽ നാമെന്നും ഏകനാണ്. എല്ലാവരും ഉണ്ടെന്ന ബോധം വെറും മിഥ്യ മാത്രമാണ്.

ഒരു സന്യാസിക്ക് ആകെ രണ്ട് കൗപീനമേ ഉണ്ടായിരുന്നുള്ളൂ. സ്നാനം കഴിഞ്ഞ് പർണ്ണശാലയിൽ തൂക്കിയിട്ട ഒരു കൗപീനം ഒരിക്കൽ എലി കടിച്ച് കീറി. എലിയിൽ നിന്നും കൗപീനത്തെ രക്ഷിക്കാൻ സന്യാസി ഒരു പൂച്ചയെ വളർത്തി. പൂച്ചയെ രക്ഷിക്കാൻ പൂച്ചയ്ക്ക് പാൽ കൊടുപ്പാൻ സന്യാസി ഒരു പശുവിനെ വാങ്ങി. ഒരു ഭൃത്യനെയും നിയമിച്ചു. ക്രമേണ പശുക്കളുടെ എണ്ണം വർദ്ധിച്ചു. പശുവിന്ന് പുല്ല് കൊടുപ്പാൻ പുൽത്തകിടിയുള്ള പറമ്പുകൾ വിലക്ക് വാങ്ങി. കൂടുതൽ ഭൃത്യന്മാരും ആവശ്യമായിത്തീർന്നു. കാലം കഴിഞ്ഞതോടെ സന്യാസി ജന്മിയായിത്തീർന്നു. വീട്ടുകാര്യങ്ങൾ നോക്കാൻ ഒരു സ്ത്രീ വേണമല്ലോ? അങ്ങിനെ അദ്ദേഹം വിവാഹിതനുമായി. കുറേക്കഴിഞ്ഞപ്പോൾ അദ്ദേഹത്തിന്റെ സ്നേഹിതനായ ഒരു സന്യാസി അവിടെയെത്തി. സ്നേഹിതന്റെ പരിവർത്തനം അതിഥിയെ ആശ്ചര്യപ്പെടുത്തി. അതിഥി സന്യാസി കാരണം ചോദിച്ചപ്പോൾ ഗൃഹസ്ഥനായ സന്യാസി പറഞ്ഞു. ' ഇതെല്ലാം വെറുമൊരു കൗപീനത്തിനു വേണ്ടി. 'ലൗകികമായ കാര്യങ്ങൾ ഇങ്ങിനെയാണ്. അതിൽ കൂടുന്നയാൾ ഒരിക്കലും സ്വതന്ത്രനല്ല.

ഒരുവന് ലൗകികമായ ആഗ്രഹമുള്ളപ്പോൾ അവന് ധാരാളം ശല്യങ്ങളുമുണ്ടാകും. ആഗ്രഹങ്ങൾ കൈവെടിയുമ്പോൾ ശല്യങ്ങളും കുറയും. മീൻപിടുത്തക്കാരനിൽ നിന്നും മീനിനെ റാഞ്ചിയ പരുന്തിന്റെ കഥ പോലെയാണത്. മീൻപിടുത്തക്കാരന്റെ കൊട്ടയിൽ നിന്നും താഴ്ന്ന് പറന്ന് പരുന്ത് ഒരു മീനിനെ കൊത്തിക്കൊണ്ട് പോയി. ഏതെല്ലാം ദിശയിലേക്ക് പരുന്ത് പറന്നുവോ (കിഴക്കോട്ടും, പടിഞ്ഞാറോട്ടും, വടക്കോട്ടും, തെക്കോട്ടും, തലങ്ങും, വിലങ്ങും) അവിടെയൊക്കെ പരുന്തിനെ കാക്കകൾ പിൻതുടർന്നു. വല്ലാതെ കുഴങ്ങിയ പരുന്തിന്റെ കൊക്കിൽ നിന്നും മീൻ താഴേക്ക് വീണു പോയി. കാക്കകൾ പരുന്തിനെവിട്ട് വീഴുന്ന മീനിന്റെ പിറകെ താഴ്ന്നു. ശല്യമൊഴിഞ്ഞ പരുന്ത് ഒരു മരത്തിന്റെ കൊമ്പിൽ ചെന്നിരുന്ന് ആലോചിച്ച് ആ നശിച്ച മീനായിരുന്നു എന്റെ എല്ലാ ബുദ്ധിമുട്ടിനും കാരണം. മീനില്ലാതായപ്പോൾ എല്ലാം സമാധാനമായി.

ഒരു വിളക്കിന്റെ വെളിച്ചത്തിൽ ഒരാൾ അതിശ്രേഷ്ഠമായ ഭാഗവതം വായിച്ചെന്ന് വരാം. അതേ വിളക്കിന്റെ വെളിച്ചത്തിൽ കള്ള പ്രമാണങ്ങൾ എഴുതിയുണ്ടാക്കിയെന്നും വരാം. പക്ഷേ അതൊന്നും വിളക്കിനെ ബാധിക്കില്ല.

ഒരു ഒഴിഞ്ഞ കുടം വെള്ളത്തിൽ മുക്കുമ്പോൾ ഗുളു ഗുളു ശബ്ദം പു

റപ്പെടുവിക്കുന്നു. വെള്ളം നിറയുമ്പോൾ കുടം നിശ്ശബ്ദമാകുന്നു. കുടത്തിൽ കുറച്ച് വെള്ളമുണ്ടാകുമ്പോൾ തുളുമ്പുന്നു. കുറച്ച് പാൽ തരുന്ന കറവപ്പശു ചവുട്ടിയെന്നു വരാം. വിരൂപിയായ സ്ത്രീ വേശ്യാ ഭാവത്തെ പ്രകടിപ്പിക്കാം. പക്ഷേ നിറകുടം എന്നും തുളുമ്പുകയില്ല.

ഒരാൾക്ക് അഹങ്കാരം ഉള്ളിടത്തോളം കാലം അയാളുടെ അജ്ഞത നിലനിൽക്കുന്നു. അഹങ്കാരമുള്ളിടത്തോളം അയാൾക്ക് മോചനം ലഭിക്കുകയില്ല. ലോകത്തിൽ സംഭവിക്കുന്ന എല്ലാ വിപത്തുകൾക്കും കാരണം അഹങ്കാരമാണ്. പ്രകാശത്തിന്റെ മഹിമ മനസ്സിലാക്കാൻ അന്ധകാരം കൂടിയേ തീരൂ. ദുഃഖമില്ലാതെ സന്തോഷം മനസ്സിലാവുകയില്ല. തിന്മയെക്കുറിച്ച് അറിഞ്ഞാലേ നന്മയെക്കുറിച്ച് അറിവ് നേടാൻ സാധിക്കുകയുള്ളൂ.

മഹത്തുക്കളെ വളരെയേറെ ദൂരത്ത് നിന്ന് കാണുന്നതാണ് ഉത്തമം. കേട്ടറിയുന്നതാണ് നമുക്ക് നല്ലത്.

കൂടുതൽ അടുക്കുന്തോറും വ്യക്തിയുടേയോ വസ്തുവിന്റെയോ കൗതുകം മാഞ്ഞ് പോയ്ക്കൊണ്ടിരിക്കും.

അതിപരിചയം കൊണ്ട് എത്ര മഹത്തുക്കളായ വസ്തുക്കളിലും വ്യക്തികളിലും അവജ്ഞ സംഭവിക്കും. ചന്ദനക്കാട്ടിൽ വസിക്കുന്ന കാട്ടാളൻ ചന്ദനത്തെ ഇന്ധനമായി കരുതുന്നു.

വഞ്ചിക്കാരനും ഉല്ലാസ യാത്രക്ക് തിരിച്ച കുറേ കോളേജ് വിദ്യാർത്ഥികളും കൂടി വലിയൊരു നദി കടക്കുകയായിരുന്നു. നദിക്കക്കരെയാണ് വിദ്യാർത്ഥികളുടെ ഉല്ലാസ കേന്ദ്രം. വഞ്ചി വിട്ടപ്പോൾ വിദ്യാർത്ഥികൾക്ക് ഉത്സാഹമായി. അവർ തോണിക്കാരനോട് കുശലാന്വേഷണത്തിലേർപ്പെട്ടു. ഒരു വിദ്യാർത്ഥി വഞ്ചിക്കാരനോട് തിരക്കി താങ്കൾ ബോട്ടണി പഠിച്ചിട്ടുണ്ടോ? ഇല്ല മക്കളെ, തോണിക്കാരൻ ഉത്തരം നൽകി. എങ്കിൽ താങ്കളുടെ ജീവൻ കാൽ ഭാഗം പോയി. മറ്റൊരു വിദ്യാർത്ഥി: താങ്കൾ ഇക്കണോമിക്സ് പഠിച്ചിട്ടുണ്ടോ ? ഇല്ല മക്കളെ, എങ്കിൽ താങ്കളുടെ ജീവൻ പകുതി പോയി. താങ്കൾ ബയോളജി പഠിച്ചിട്ടുണ്ടോ ഇല്ല മക്കളെ, എങ്കിൽ താങ്കളുടെ ജീവൻ മുക്കാൽ ഭാഗം പോയി. വഞ്ചി നദിയുടെ മദ്ധ്യഭാഗത്തെത്തി, നല്ല ആഴമുണ്ട്. പെട്ടെന്ന് എങ്ങു നിന്നോ വന്ന കാറ്റും കാർമേഘവും, നല്ലൊരു മഴ പെയ്യാനുള്ള ലക്ഷണമുണ്ട്. വഞ്ചിക്കാരൻ വിദ്യാരത്ഥികളോട് ചോദിച്ചു. മക്കൾക്ക് നീന്തൽ വശമുണ്ടോ? ഇല്ലെന്ന് വിദ്യാർത്ഥികളെല്ലാം ഒരേ സ്വരത്തിൽ പറഞ്ഞു. എങ്കിൽ മക്കളുടെയെല്ലാം ജീവൻ തികച്ചും പോയി.

കോളേജ് വിദ്യാഭ്യാസം കൊണ്ടോ കുറേ ഗ്രന്ഥങ്ങൾ പഠിച്ചതു കൊണ്ടോ കാര്യമില്ല. സംസാരമാകുന്ന നദിയുണ്ടല്ലോ ആ നദി നീന്തിക്കട

ക്കാൻ അറിയണം. പ്രായോഗിക ജീവിതത്തിന് കൂടി അറിവു നേടുന്ന തായിരിക്കണം നാം അഭ്യസിക്കുന്ന വിദ്യകളെല്ലാം. പരീക്ഷകളിൽ പാസ്സാകുവാൻ മാത്രമുതകുന്ന നമ്മുടെ സ്കൂൾ കലാലയ വിദ്യകൾ പരീക്ഷകളിൽ പാസ്സാവുകയല്ല മറിച്ച് പാശം കഴുത്തിൽ കുടുങ്ങുകയാണ്. ഒന്നാം റാങ്കോടു കൂടി പാസായ വിദ്യാർത്ഥി വിദ്യാർത്ഥിനികൾക്ക് എത്ര പേർക്ക് മനുഷ്യന്റ ഇടതു ഭാഗവും വലതു ഭാഗവും തിരിച്ചറിയാൻ സാധിക്കും. തെക്കും വടക്കും കിഴക്കും പടിഞ്ഞാറും എന്നാണ് മനസ്സിലാക്കുക.

നമ്മുടെ ജീവിതം മൃഗങ്ങളെപ്പോലെ തിന്നും കുടിച്ചും ഉറങ്ങിയും ഇന്ദ്രിയസുഖങ്ങളനുഭവിച്ചും ഒരു ഫലവുമില്ലാത്ത എന്നാൽ മറ്റുള്ളവർക്ക് ദോഷം ചെയ്യുന്ന - പരദൂഷണം പറഞ്ഞും പാഴാക്കിക്കളയേണ്ടതല്ല. അതിന്റെ ഫലം നിഷ്പ്രയോജനകരവും, കഷ്ടതകൾ നിറഞ്ഞതുമായിരിക്കും. ചുറ്റുപാടും ധാരാളം ശത്രുക്കളെയും സ്വയം സ്രൃഷ്ടിച്ചെന്ന് വരാം. തേനീച്ച വർഗ്ഗത്തിലെ ചൂഷക വിഭാഗത്തെപ്പോലെ ദാസികൾ സഞ്ചരിച്ച് തേടിപ്പിടിച്ച് റാണിക്കായ് കൊണ്ടുവരുന്ന പൂമ്പൊടിയും തേനും മോഷ്ടിച്ച് തിന്നുന്ന മടിയൻമാരെപ്പോലെയാണവർ.

നമ്മുടെ ശരീരത്തിനും മനസ്സിനും ആരോഗ്യവും ശക്തിയും ഉള്ളത് വരെ നമ്മൾ സർവ്വബലവും ഉപയോഗിച്ച് ആത്മാർത്ഥമായി പരിശ്രമിക്കുക. ഒരിക്കലും ഒരു കാരണം കൊണ്ടും നമ്മുടെ ശ്രമത്തിന് ഇളവ് വരുത്തരുത്. പരാജയം മാറി നിൽക്കും. വിജയത്തിന്റെ വാതിൽ നമുക്കായ് തുറക്കപ്പെടും.

പതിനാറ് മുതൽ മുപ്പത് വയസ്സ് വരെയാണ് ജീവിതത്തിന്റെ ഏറ്റവും നല്ല കാലം. ആ സമയത്ത് നാം കുതിരയെപ്പോലെയാണ്. എന്ത് പ്രവർത്തനങ്ങൾ ചെയ്യുവാനും നമുക്ക് സാധിക്കും. ഉത്സാഹം, ഉദ്യമം, ധൈര്യം, ആത്മവിശ്വാസം, നിശ്ചയദാർഢ്യം, ഇച്ഛാശക്തി മുതലായ കാര്യസാദ്ധ്യതക്കുതകുന്ന ഗുണങ്ങളെല്ലാം ഒരു മനുഷ്യനിൽ ഒത്ത് ചേരുന്നത് ഈ കാലഘട്ടത്തിലാണ്. ജീവിതത്തിലെ ഈ വിലയേറിയ നിമിഷങ്ങൾ അനാവശ്യമായ കാര്യങ്ങൾക്ക് ഉപയോഗിച്ച ശേഷം വാർദ്ധക്യത്തിൽ മനസ്സിനെ ഏകാഗ്രതയിലെത്തിച്ച് പ്രവർത്തനങ്ങളിൽ ഏർപ്പെടുത്താമെന്ന വിചാരം വ്യർത്ഥം തന്നെയാണ്. മനസ്സിനൊത്ത് ശരീരത്തിനെത്താൻ ത്രാണിയില്ലാതാകുന്നു. മനമെത്തുന്നിടത്ത് ജഡമെത്തില്ല. എത്രതന്നെ ശ്രമിച്ചാലും ലൗകിക മാർഗ്ഗത്തിൽ നിന്നും മനസ്സിനെ തിരിച്ച് കൊണ്ടുവരാൻ നമുക്ക് കഴിയില്ല.

വാർദ്ധക്യം വരുന്നതുവരെ ജീവിക്കുമെന്നും സമയവും മറ്റും ആ കാലം ലഭിക്കുമെന്നും ആർക്കാണ് നിശ്ചയം. എന്തെല്ലാം ചെയ്യേണ്ടതു

ണ്ടോ അതൊക്കെ ഇപ്പോൾ തന്നെ ചെയ്യുക.നാളത്തേക്ക് വെച്ചാൽ ആ നാളെ വരാതിരുന്നേക്കാം.നാളെ നാളെ നീളെ നീളെ പോകും.

നമ്മൾ നമ്മുടെ ജീവിത ലക്ഷ്യത്തിലും ആദർശത്തിലും മനസ്സ് ഉറപ്പിക്കുക.ദുർജനസംസർഗ്ഗം, ദുർഭാഷണം, പരദൂഷണം ഇത്യാദി നിഷ്പ്രയോജനങ്ങളായ പ്രവർത്തികൾ ചെയ്ത് സമയം കളയാതിരിക്കുക. സൽസംഗം, സദ്വിചാരം, ശാസ്ത്ര പഠനം ഇവകൾ ശീലിക്കുക. സദാ നമ്മുടെ ജീവിത ലക്ഷ്യത്തിലും ആദർശത്തിലും മനസ്സ് ഉറപ്പിക്കുക. ക്ഷമയോടും സ്ഥിരോത്സാഹത്തോടും കൂടി പ്രവർത്തനം തുടരുക. നമ്മുടെ മനസ്സിൽ നിരാശയോ മന്ദതയോ കടന്നു കൂടാൻ അനുവദിക്കരുത്.

മനസ്സ് ഒരു പ്രഹേളികയാണ്. സ്വാഭാവികമായി പ്രവർത്തി ചെയ്യുന്നതിനും ക്ലേശം സഹിക്കുന്നതിനും ഒരിക്കലും മനസ്സ് തയ്യാറല്ല.അത് ഒഴിവാക്കാൻ വേണ്ടി മനസ്സ് എപ്പോഴും ശ്രമിച്ചുകൊണ്ടേയിരിക്കും. ഒരു മനുഷ്യ ശരീരത്തിൽ കൃത്യമായി കാണിച്ചു കൊടുക്കുവാൻ പറ്റാത്ത ഒരു അവയവമാണ് മനസ്സ്. മനസ്സ് ശരീരത്തിലെ ഏത് ഭാഗത്താണ് നിലകൊള്ളുന്നതെന്നും നമുക്ക് കൃത്യമായി ക്ലിപ്തപ്പെടുത്താനും സാധിച്ചിട്ടില്ല. എങ്കിലും ഇല്ലാത്ത ഒരു അവയവമാണ് നമുക്ക് എന്നും ക്ലേശം ഉണ്ടാക്കുന്നതും. മനസ്സ് നിർദ്ദിഷ്ടമായ കാര്യത്തിൽ ഏർപ്പെടുന്നതിന് പകരം അത് മറ്റു പല വഴിക്കും ഓടിക്കൊണ്ടിരിക്കും. മനസ്സിനെ ഏതെങ്കിലും കൃത്യമായ ജോലിയിൽ ഏർപ്പെടുത്താതിരുന്നാൽ അത് നമ്മളെ പല വിധത്തിലുള്ള കൊള്ളരുതാത്തതും അപകടകരവുമായ കാര്യങ്ങളിലേക്ക് വലിച്ച് കൊണ്ടുപോകും. അലസമായ മനസ്സ് പിശാചിന്റെ പണിപ്പുരയാണ്. ഈ പിശാച് നമ്മളെ പൈശാചിക പ്രവൃത്തിയിലേക്ക് നയിച്ച് കൊണ്ട് ചെന്നെത്തിക്കും അതിന് നമ്മൾ ഒരു ദിനചര്യ ഉണ്ടാക്കണം. ആഹാരം, വിഹാരം, സ്വാദ്ധ്യായം, വ്യായാമം, ഉറക്കം, പ്രവൃത്തി, ധ്യാനം, ഭജനം, കളി, വിനോദം തുടങ്ങി ആരോഗ്യകരമായ എല്ലാ പ്രവർത്തനങ്ങൾക്കും നിശ്ചിത സമയം വെക്കണം. തോന്നിയത് പോലെ പ്രവൃത്തിച്ചാൽ ജീവിതം വ്യർത്ഥമാകും. ഒരു ദിനചര്യം - അഥവാ വ്യവസ്ഥ - നിശ്ചയിച്ചതിന് ശേഷം നമ്മൾ നമ്മളുടെ മനസ്സിനോട് സഗൗരവം ഇങ്ങിനെ ആജ്ഞാപിക്കണം ' നോക്കു മനസ്സേ താങ്കൾക്ക് ഇഷ്ടമാണെങ്കിലും ഇല്ലെങ്കിലും ഞാൻ പറയുന്ന ഈ വ്യവസ്ഥകളൊക്കെ അനുസരിച്ചേ പറ്റൂ'. കുറച്ച് കാലത്തേക്ക് മനസ്സ് ദുഃശ്ശാഠ്യവും അടക്കമില്ലായ്മയും കാണിച്ചെന്ന് വരാം.മനസ്സിനെ അനുസരിപ്പിക്കാൻ ഉള്ള നമ്മുടെ ശ്രമത്തെ എതിർത്തു പലവഴിക്കും മനസ്സ് പാഞ്ഞു പോകാൻ ശ്രമിച്ചെന്നു വരാം. എന്തായാലും മനസ്സിനെ അപഥസഞ്ചാരങ്ങളിൽ നി

ന്നും ബലാൽ പിന്തിരിപ്പിച്ച് ലക്ഷ്യത്തിൽ പ്രവർത്തിപ്പിക്കാനുള്ള ശ്രമം ഒരിക്കലും നമ്മൾ കൈവിട്ടു കളയരുത്.അനുനയ പൂർവ്വം മനസ്സിനെ പാട്ടിലാക്കണം.മനസ്സിനെ മെരുക്കിയെടുക്കുന്നത് ഒരു കാട്ടു മൃഗത്തെ മെരുക്കിയെടുക്കുന്നത് പോലെയാണ് . ഒടുങ്ങാത്ത ക്ഷമയും , പരിശ്രമവും , ഇച്ഛാശക്തിയും ആവശ്യമാണ്. അവസാനം ഒരു തരത്തിലും മനസ്സിന് രക്ഷപ്പെടാൻ മാർഗമില്ലെന്ന് കണ്ടാൽ അത് അതിന്റെ അഭ്യാസ പ്രകടനങ്ങൾ നിർത്തി അനുസരണയോടെ നമ്മുടെ പക്ഷത്തേക്ക് വന്ന് നമ്മുടെ കൽപനകൾ അനുസരിക്കും.ഇതിനെയാണ് അഭ്യാസ യോഗം അല്ലെങ്കിൽ പരിശീലന മാർഗ്ഗം എന്ന് പറയുന്നത്.ഇതൊഴിച്ച് മനസ്സിനെ നിയന്ത്രണത്തിൽ കൊണ്ടുവരാൻ വേറൊരു വഴിയും നമ്മുടെ മുമ്പിൽ ഇല്ലെന്ന് തന്നെ പറയാം.മിക്കവാറും പ്രശ്നങ്ങളും നമ്മുടെ കാഴ്ചപ്പാടുകൾ മാറുന്നതോടെ മാറും.

മനസ്സിനെ കയറൂരി വിട്ട് മാനസിക രോഗത്തിനടിമപ്പെട്ട് ധാരാളം മരുന്നുകൾ പ്രയോഗിച്ചിട്ട് എന്ത് പ്രയോജനമാണുള്ളത്.

മനസ്സ് തന്നെ സർവ്വ പ്രധാനം എല്ലാം അതിനെ ആശ്രയിച്ചിരിക്കുന്നു. സ്വാതന്ത്ര്യം മനസ്സിലാണ്. പാരതന്ത്ര്യവും മനസ്സിൽ തന്നെ മനസ്സിന്റെ വാസനകൾ അനുസരിച്ചാണ് കർമ്മങ്ങളെല്ലാം തന്നെ.

അപക്വമായ മനസ്സ് വലിയ വഞ്ചകനാണ്. അത് ഭൗതിക സുഖ ഭോഗങ്ങളെ മാത്രം തേടി കൊണ്ടെയിരിക്കും. വിഷയസുഖങ്ങൾക്ക് വേണ്ടി പ്രവർത്തിച്ചിട്ട് തുടർച്ചയായി എത്ര ദുഃഖം വന്ന് ചേർന്നാലും, പ്രതിദിനം തിരിച്ചടി കിട്ടിയാലും സുബോധം ഉദിക്കുകയില്ല. നമുക്ക് ചുറ്റുമുള്ളവർ, ഏറ്റവും വേണ്ടപ്പെട്ടവർ, ബന്ധുജനങ്ങൾ എന്നിവർ മരിച്ച് വീണാലും അപക്വമായ മനസ്സ് എങ്ങിനെയെങ്കിലും എന്ത് കൗശലം കൊണ്ടായാലും തന്റെ സ്വാർത്ഥം സുരക്ഷിതമാക്കി വെക്കുന്നു. തന്റെ പ്രവർത്തനങ്ങൾ മറ്റുള്ളവർക്ക് എത്ര ദുഃഖങ്ങളുണ്ടാക്കുന്നുണ്ട് എന്നതിനെ കുറിച്ച് അയാൾക്ക് ഒരു ചിന്തയും ഉണ്ടാകുന്നതല്ല. സ്വന്തം സുഖത്തിൽ മാത്രമെ അയാൾക്ക് ശ്രദ്ധയുണ്ടാവുകയുള്ളൂ.

മറിച്ച് ശ്രീനാരയണ ഗുരുദേവൻ പറഞ്ഞത് പോലെ നമ്മൾ നമ്മുടെ സുഖത്തിന് വേണ്ടി ആചരിക്കുന്നവ എപ്പോഴും അപരന് സുഖത്തിനായി വരുന്നതായിരിക്കണം. പാന്നയെന്ന സ്ത്രീയുട ത്യാഗം നമ്മളോർക്കുക. ഉണ്ട ചോറിന് നന്ദി കാണിക്കാനായി സ്വന്തം മകനെ ബലി കൊടുത്ത മഹത്വവതിയായ സ്ത്രീയാണ് പാന്ന

ജ്ഞാന സമ്പാദനത്തിന് ഒരു മാർഗ്ഗം മാത്രമേയുള്ളൂ ഏകാഗ്രത. ഏകാഗ്രതയുടെ ശക്തി കൂടുന്തോറും ജ്ഞാന സമ്പാദനവും വർദ്ധിക്കുന്നു.

വിജയത്തിന്റെ രഹസ്യം ഏകാഗ്രതയാണെന്ന് അറിയുന്നവരാണ് യ ഥാർത്ഥ ബുദ്ധിമാൻമാർ. ഇത് യോഗികളുടെ മാത്രം കാര്യമാണെന്ന് ക രുതുന്നവർ മൂഢന്മാരാണ്. ഏതുതരം ജോലിയിലും അവശ്യം ഉണ്ടായി രിക്കേണ്ട കാര്യമാണ് ഏകാഗ്രത.മരപ്പണിക്കാർ, സ്വർണ്ണപ്പണിക്കാർ, ക്ഷു രകൻ, നെയ്ത്തുകാരൻ ഇരുമ്പു പണിക്കാരൻ തുടങ്ങിയ കരകൗശല ന്മാർ ഈ ഗുണം സ്വയമേവ വളർത്തിയെടുക്കുന്നു.

ഒരു കൊല്ല പണിക്കാരനെ ശ്രദ്ധിച്ചുനോക്കൂ - അവൻ ഒലയിലിട്ട് ചു ട്ടുപൊള്ളുന്ന ഇരുമ്പിനെ കൊടിലുപയോഗിച്ച് എടുത്തു കല്ലിന്മേൽ വെ ച്ച് ചുറ്റിക കൊണ്ട് അടിക്കുന്നു.ഈ സമയം പണി ആയുധങ്ങൾക്ക് കാ ത്തിരിക്കുന്ന നമ്മുടെ മുഖത്തേക്ക് നോക്കി നാട്ടു കാര്യവും വീട്ടുകാര്യ വും പറഞ്ഞുകൊണ്ടേയിരിക്കും. പക്ഷേ അടിയുടെ അന്ത്യത്തിൽ കൊ ല്ലൻ ഉദ്ദേശിക്കുന്ന കൊടുവാളോ, അരിവാളോ, പിക്കാസോ, കൈക്കോ ട്ടോ ആയി ചുട്ടുപൊള്ളുന്ന ഇരുമ്പ് മാറിയിട്ടുണ്ടാകും. കാരണം നമ്മോ ട് കുശലാന്വേഷണം നടത്തുന്നുണ്ടെങ്കിലും കൊല്ലന്റെ മനസ്സും ഏകാ ഗ്രതയും അവനടിച്ച് പരത്തുന്ന ഇരുമ്പിലാണ്. ഇതാണ് ശരിയായ ഏ കാഗ്രത.

മറ്റു പണിക്കാരുടെ ഏകാഗ്രത അൽപമൊന്ന് ചലിച്ചാൽ വലിയ ആ പത്തുകളിലേക്ക് അത് എത്തിച്ചേരും.

ഈ ഏകാഗ്രത നിരന്തരമായ പ്രയത്നംകൊണ്ട് നമുക്ക് നേടിയെടു ക്കുവാൻ സാധിക്കും. ഒരാളുടെ മനസ്സ് ഏകാഗ്രതയോടു കൂടി അവ ൻെറ അധീനതയിൽ ആണെങ്കിൽ ഉൽകൃഷ്ടങ്ങളായ പല ലക്ഷ്യങ്ങളും നേടാം. അല്ലെങ്കിൽ നിസ്സാരകാര്യങ്ങൾ പോലും അസാദ്ധ്യമായേക്കാം. സൂര്യരശ്മികളെ ഒരു ലെൻസിലൂടെ കേന്ദ്രീകരിച്ച് താഴെയുള്ള പഞ്ഞി യിൽ പതിപ്പിച്ചാൽ പഞ്ഞി കത്തിയമരുന്നു. കേന്ദ്രീകരണമാണ് ഇവി ടെ പ്രധാനം. മനോനിയന്ത്രണമാണ് ശക്തിപ്രഭാവം. മനസ്സിനെ ജയി ച്ചാൽ ലോകത്തെയും ജയിക്കാം.

ഒരു കാര്യത്തിലും നിരാശപ്പെട്ട് പിന്തിരിയാതെ നിങ്ങൾ വീണ്ടും വീ ണ്ടും ആത്മാർത്ഥമായി പ്രയത്നം ചെയ്യുകയാണെങ്കിൽ എല്ലാം നിഷ് പ്രയാസം ലഭ്യമാകും. ക്രമേണ അത് ശീലമായി നിങ്ങളുടെ സ്വഭാവ ത്തിന്റെ ഭാഗമായി തീരും.

നമുക്ക് സ്വാതന്ത്ര്യം തന്നെയാണ് പരമാനന്ദം. പരാശ്രയം അത്യന്തം ദുഃഖവുമാണ്. അതു തന്നെയാണ് ജീവിതവും. പാരതന്ത്ര്യം അഭിമാനി കളായ മനുഷ്യർക്ക് മൃത്യുവിനെക്കാൾ ഭയാവഹമാണ്.

ഒരുവന് ബന്ധവും മോക്ഷവും അയാളെ തന്നെ ആശ്രയിച്ചിരിക്കു ന്നു. എന്നിട്ടും അറിഞ്ഞുകൊണ്ട് മുന്നറിയിപ്പുകൾ ഒന്നും വകവെക്കാ

തെ നമ്മുടെ മൂഢത്വം കൊണ്ട് മിഥ്യാ സങ്കല്പം കൊണ്ട് സൃഷ്ടിച്ച ബന്ധനത്തിൽ കുടുങ്ങി നാം കഠിനയാതനകൾ അനുഭവിക്കുന്നു. തൂണിൽ ചുറ്റിപ്പിടിച്ചിട്ട് വാങ്ങിച്ച മലര് തിന്നാൻ ശ്രമിക്കുന്ന വ്യർത്ഥമായ ശ്രമം പോലെയാണത്. ഒട്ടു തിന്നാനും വയ്യ കൈവിടാനും വയ്യ. വിട്ടാൽ മലര് പറന്നു പോകും. കൈക്കുമ്പിളിൽ വാങ്ങിച്ച പായസം കൈക്കുമ്പിലൂടെ ഒലിച്ചിറങ്ങുന്ന പായസത്തെ നക്കിത്തിന്നാൻ ശ്രമിച്ചാൽ എന്തായിരിക്കും ഫലം.

നമ്മൾ സദാ ജാഗരൂകരായിരിക്കണം.നമ്മൾ എത്രത്തോളം ആദ്ധ്യാത്മികോന്നതി പ്രാപിച്ചാലും ഇന്ദ്രിയ വിജയം നേടിയാലും ഒരു നിമിഷമെങ്കിലും മനസ്സിനെ വിശ്വസിക്കരുത്. എന്തെന്നാൽ വീഴ്ച പിന്നെയും സംഭവിച്ചേക്കാം. അമിത വിശ്വാസം ഉണ്ടാവാൻ പാടില്ല. ചിലപ്പോൾ നന്മയുടെ വേഷത്തിലും ചിലപ്പോൾ മിത്ര ഭാവത്തിലും ദയാ ഭാവത്തിലും തിന്മ നമ്മളെ മോഹിപ്പിച്ചു അതിൻെറ ശക്തി വലയത്തിൽ കുടുക്കാൻ ശ്രമിക്കും. കുറേ കാലത്തിനുശേഷം നമ്മൾ അറിയാതെ അതിൽ പെട്ട് നാശമടഞ്ഞതായി അനുഭവപ്പെടാം. പക്ഷേ നമ്മൾ ഇത് മനസ്സിലാക്കുമ്പോഴേക്കും നമ്മൾക്ക് അതിൽനിന്ന് നിന്ന് പിന്തിരിയാൻ അസാധ്യമായിരിക്കും.

പ്രാപഞ്ചിക ജീവിതത്തിൽ പല ദുഃഖങ്ങളും, പലതരം പീഡകളും, ബന്ധുക്കളുമായുള്ള രസക്ഷയങ്ങളും, തെറ്റിദ്ധാരണകളും, കലഹങ്ങളും തുടങ്ങി പലതും അനുഭവിക്കേണ്ടിവരും. എന്നാൽ അവയെക്കുറിച്ച് സദാ ചിന്തിച്ചും മാറത്തലച്ചും ദൗർബല്യത്തിന്നടിമപ്പെടരുത്.അത് നിഷ്ഫലമാണ്. മറിച്ച് അതിനെ കുറിച്ച് കൂടുതൽ ചിന്തിക്കുകയും അന്യരുമായി സംസാരിക്കുകയും ചെയ്യുന്നതുകൊണ്ട് അത്രത്തോളം അത് സങ്കീർണമാവുകയെയുള്ളൂ. ജീവിതത്തിൽ ശാന്തി പൂർണ്ണമായി നഷ്ടപ്പെട്ട് ജീവിതം അസഹ്യമായി തീരും. കഷ്ടതകൾ കഴിയുന്നതും സഹിക്കാൻ ശ്രമിക്കുക. പറയുന്തോറും വാക്കുകളേറും.

അന്യർ തന്നെ സ്നേഹിക്കണമെന്നോ തന്നിൽ പ്രത്യേകമായൊരു മമത വെച്ചിരിക്കണമെന്നോ ഒരിക്കലും ആഗ്രഹിക്കരുത്. ഒന്നിലും നമ്മൾ ചെന്ന് ഒട്ടിപ്പിടിക്കരുത്. ആരെങ്കിലും നമ്മളെ ഒട്ടിപ്പിടിക്കുവാനും അനുവദിക്കരുത്. സ്നേഹം കൊട്ടത്തേങ്ങ പോലെയായിരിക്കണം. ചിരട്ടയിൽ നിന്നും വിട്ടു നിൽക്കുകയും, ചിരട്ട ഒരാലംബമായിരിക്കുകയും ചെയ്യുന്നു. മധുര ഭാഷണം, ഭവ്യമായ പെരുമാറ്റം സഹിഷ്ണുത, സേവന ബുദ്ധി, സ്നേഹം ഇവ ക്രമേണ ജീവിതത്തിലെ എല്ലാ വിഷമങ്ങളേയും തരണം ചെയ്യുന്നു.

മനുഷ്യന്റെ ജീവിതം പ്രലോഭനങ്ങൾ നിറഞ്ഞതാണ്. കാമക്രോധാ

ദി ഷഡ് വികാരങ്ങൾ എപ്പോഴും ഉണർന്നിരിക്കുന്നു. തങ്ങളുടെ കെണിയിൽ കുടുക്കാൻ ചൂണ്ടയിട്ട് അവരെപ്പോഴും കാത്തിരിക്കുകയാണ്. അതുകൊണ്ട് നാമെപ്പോഴും ഉണർന്നിരിക്കണം. ഈ ഷഡ് വൈരികളെ നിരന്തരമായി പോരാടി നാം വിജയത്തിലേക്കെത്തിച്ചേരണം. കാമക്രോധാദി വികാരങ്ങൾ നമ്മെ അടിമപ്പെടുത്തുമ്പോൾ വിഷയസുഖങ്ങൾക്ക് പിന്നാലെ ഓടുന്നു. പ്രതിബന്ധം നേരിട്ട് കോപാന്ധന്മാരായി ആത്മനിയന്ത്രണം വിടുന്നു. ആകയാൽ ജീവിതത്തിൽ ആത്മ നിയന്ത്രണം അത്യാവശ്യമാണ്.

കൈവശമുള്ളതേ ത്യജിക്കുവാൻ സാധിക്കൂ. കൈവശം ഇല്ലാത്തത് എങ്ങനെ ത്യജിക്കാനാണ്.ഒരു സാധനം നാം ഉപേക്ഷിക്കണം എങ്കിൽ അത് സമ്പാദിക്കണം.സമ്പാദിക്കുവാനും ത്യജിക്കുവാനുമുള്ള ബുദ്ധിമുട്ടുകൾ നാം സഹിക്കുക തന്നെ വേണം.

നീക്കുപോക്ക് ഇല്ലാത്ത ഈ പ്രകൃതിനിയമം നമുക്ക് അജ്ഞാതമാണ്.നമ്മുടെ കഷ്ടാനുഭവങ്ങൾക്കുള്ള കാരണം നേരിട്ടറിയാൻ നാം അശക്തരാണ്.ആലോചിച്ച് അറിയാൻ നമ്മുടെ ക്ഷുദ്ര ബുദ്ധിക്ക് ആവുകയുമില്ല. എന്നിട്ടും എല്ലാം വിധി ആണെന്ന് നാം വിശ്വസിക്കുന്നു. അത് ഒരു തരത്തിൽ ഗുണകരമാണുതാനും.

ഏത് പരിതസ്ഥിതിയിലും നാം സത്യത്തെ വെടിയരുത്. ഒരായിരം കഷ്ടതകളും ദുഃഖങ്ങളും സഹിച്ചാലും സത്യത്തെ ബലി കഴിക്കരുത്. സത്യത്തിന്റെ പ്രഭാവം അമോഘമാണ്. പിതാവിന് സത്യ ദോഷം വരാതിരിക്കാൻ രാമൻ വനവാസം ചെയ്തു. പഞ്ചപാണ്ഡവന്മാർ ദ്രൗപതിയോടു കൂടി അജ്ഞാതവാസം ചെയ്തു. ഹരിശ്ചന്ദ്ര മഹാരാജാവ് സർവ്വതും ത്യജിച്ച് തെരുവിൽ ഭിക്ഷയെടുത്തു. സ്വജീവൻ കളഞ്ഞും സത്യത്തെ പരിപാലിക്കണം.

ജീവിതം എന്നത് മരണത്തിന്റെ പര്യായമാണ്. വരാൻ പോകുന്ന ജീവിതത്തിലേക്ക് എന്തെങ്കിലും കരുതി വെക്കാൻ ഇപ്പഴെ ശ്രമിക്കുക. ധനം വീട്ടിലിരിക്കും. പുത്രന്മാരും ബന്ധുക്കളും ശ്മശാനത്തിൽ വെച്ച് മടങ്ങിപ്പോകും. എന്നാൽ നാം ചെയ്തു വന്ന സുകൃതമായാലും ദുഷ്കൃതമായാലും പരലോകത്തേക്ക് പോകുന്നവന്റെ കൂടെപ്പോകുന്നു. ആകയാൽ പരമാവധി നാം സുകൃതം ചെയ്യുക.

അതാതു ദിവസം നാം ചെയ്തു വരേണ്ടുന്ന കാര്യങ്ങൾ അതാതു ദിവസം തന്നെ നാമോരോരുത്തരും ചെയ്ത് തീർക്കണം. പിന്നേക്കവെ നീക്കി വെക്കുകയാണെങ്കിൽ കുന്നുകളെപ്പോലെ കൂടിയെന്ന് വരാം.

സ്വാർത്ഥ ബോധം കൊണ്ട് അന്ധരായവരും, ഇന്ദ്രിയങ്ങൾക്ക് അടിമകളായവരും ആർജ്ജിക്കുന്ന സമ്പത്ത് അവരെ ലഹരി പിടിപ്പിക്കുന്നു.

അവർ എത്ര തന്നെ പുറംമോടിയും , സന്തോഷവും പ്രകടിപ്പിച്ചാലും ഉള്ളിൽ യഥാർത്ഥ സുഖമോ, സന്തോഷമോ ഉള്ളവരല്ല ക്ഷണികമായ സമയത്ത് മാത്രമേ അവർക്ക് വിഷയ സുഖങ്ങൾ ലഭിക്കുന്നുള്ളൂ. ലക്കും ലഗാനുമില്ലാതെ പ്രാപഞ്ചിക സുഖങ്ങളിൽ മുഴുകുന്നവന്റെ ജീവിതം വ്യർത്ഥതാ ബോധത്താൽ അസഹ്യമായി തീരും.ഇത് ചിലപ്പോൾ സ്വയം നാശത്തിനു തന്നെ കാരണമായി തീരും.

ത്യാഗമാണ് ജീവിതത്തിന്റെ പൊരുൾ. വാസ്തവത്തിൽ നാം അറിയാതെ തന്നെ പ്രതിനിമിഷം ത്യാഗം ചെയ്യുന്നുണ്ട്. ശ്വാസത്തെ ഉച്ഛ്വാസ രൂപത്തിൽ ത്യജിക്കുന്നു. ഭക്ഷണത്തിൽ നിന്നും ഹൃദയത്തിൽ സംഭവിക്കുന്ന രക്തം ധമനികളിലേക്കും സിരകളിലേക്കും വിട്ടു കൊടുക്കുന്നു. ഈ പ്രക്രിയ നിലച്ചാൽ ജീവനും നിശ്ചലമായി.

ത്യാഗം കൂടാതെ യഥാർത്ഥ ഭോഗസുഖവും ഐഹിക സുഖവും ഉണ്ടാവുകയില്ല. ത്യാഗം കൂടാതെയുള്ള സുഖാനുഭവമെല്ലാം ക്ലേശകരമാണ്. അതിൻെറ ഫലം ദുരിതവും. അന്യരിൽ നിന്നോ പ്രകൃതിയിൽ നിന്നോ കിട്ടുന്നതും വിദ്യയിൽ കൂടി ലഭിക്കുന്ന ജ്ഞാന വിജ്ഞാനങ്ങളും പരോപകാരത്തിനു ള്ളവയാണ്. പ്രത്യുപകാര ചിന്തയില്ലാതെ ദാനം അഥവാ ത്യാഗം ചെയ്യുക. തന്റെ കൈവശമുണ്ട് അത് അങ്ങ് കൊടുത്ത് അവസാനിപ്പിക്കുക അതിനുപിന്നിൽ ചിന്തിക്കരുത്.

സൂര്യനും ചന്ദ്രനും നക്ഷത്രങ്ങളും വെളിച്ചം തരുന്നു. ചൂട് തരുന്നു. വൃക്ഷങ്ങൾ ഫലങ്ങളും തണലുകളും തരുന്നു. പൂക്കൾ തേനും സൗരഭ്യ ങ്ങളും തരുന്നു. നദികൾ ദാഹം തീർക്കുന്നു. ഭൂമി എല്ലാ ജീവികൾക്കും ആഹാരവും സുഖ സാമഗ്രികളും കൊടുക്കുന്നു. കൊടുത്തു കൊണ്ടേയിരിക്കുന്നു. യാതൊരു പ്രതിഫലേച്ഛയുല്ലാതെ. മനുഷ്യൻ മരണവേളയിൽ പ്പോലും എന്റെതെന്ന് നിലവിളിച്ച് തന്നത്താൻ ദുരിതമനുഭവിക്കുന്നു. വലിവ് രോഗിയെപ്പോലെ. വൃദ്ധനായ വലിവ് രോഗിക്ക് നെയ്യ് ഉണ്ടാക്കാൻ വരണ്ട തേങ്ങ വേണമെന്ന് പറഞ്ഞ വൈദ്യരോട് മച്ചിൻ പുറത്ത് സൂക്ഷിച്ച വരണ്ട തേങ്ങ എടുക്കേണ്ട അത് അടുത്ത വർഷത്തേക്ക് മുളപ്പിക്കാൻ വെച്ചതാണെന്ന് വലിവോടു കൂടി വലിവ് രോഗി പറഞ്ഞ കഥ ഓർമ്മ വരികയാണ്.

ആധുനിക വിദ്യാഭ്യാസം വിരുദ്ധാശയങ്ങളുടെ സങ്കലനമാണ്. പലപ്പോഴും അവ നമുക്ക് മാനസീകമായ അജീർണ്ണതയാണ് നൽകുന്നത്. ജീവിതത്തിലെ സുവർണ്ണാവസരമായ യൗവനകാലത്തെ മാനസീകവും ശാരീരികവുമായ ശക്തിയെ ബലികഴിക്കാതെ പ്രായോഗിക ജീവിതത്തിന്ന് ഉപകരിക്കുന്ന രീതിയിൽ ആത്മവീര്യം വർദ്ധിപ്പിക്കുന്നതിന് വിദ്യ ഉപയോഗപ്പെടുത്തേണ്ടതാണ്.

മനോനിയന്ത്രണത്തിന് പ്രാണായാമം അത്യന്തം പ്രയോജനകരമാണ്. ഒരു പ്രത്യേക രീതിയിൽ ക്രമമായും ശാന്തമായും ശ്വാസോച്ഛ്വാസം ചെയ്യുന്നതിനാണ്, പ്രാണനെ നിയന്ത്രിക്കുന്നതിനാണ് പ്രാണായാമം എന്ന് പറയുന്നത്. പ്രാണായാമം ക്രമപ്രകാരം യഥാവിധി ദീർഘകാലം അഭ്യസിച്ചാൽ മനസ്സ് ശാന്തമാകും. ശരീരത്തിനും മനസ്സിനും അത് വരുത്തുന്ന പരിവർത്തനം അത്ഭുതാവഹമാണ്.ഇച്ഛാശക്തിയും ക്രിയാശക്തിയും വ്യക്തിപ്രഭാവവും നമുക്ക് വർദ്ധിപ്പിച്ചെടുക്കാൻ സാധിക്കും.

നമ്മുടെ ആയുസ്സിന്റെ കണക്ക് ശ്വാസോച്ഛ്വാസത്തിലൂടെയാണ്. സമാധാനത്തിൽ ശ്വസിക്കുന്ന ജന്തുക്കൾ അധികകാലം ജീവിക്കുന്നു. ദ്രുതഗതിയിൽ ശ്വാസോച്ഛ്വാസം ചെയ്യുന്നവർ അല്പായുസ്സുകളായിരിക്കും. പണ്ടുള്ളവർ പ്രകൃതിയോടിണങ്ങി ദീർഘായുഷ്മാന്മാരായി ജീവിതം നയിച്ചു. അവർ കരുത്തരായിരുന്നു. പരാഭിവൃദ്ധിക്ക് വേണ്ടി സ്വന്തം ശരീരം പോലും അവർ ത്യജിച്ചു. ഇന്നുള്ളവരോ പ്രകൃതിവിരുദ്ധവും അശക്തന്മാരുമാണ്. അവർ സ്വന്തം ശരീരം, അന്യ ശരീരംകൊണ്ട് ഈ ഗാത്രമാകുന്ന പിണ്ഡത്തെ തടിപ്പിക്കുന്നു.

ആമ വളരെ സാവധാനത്തിൽ ശ്വാസോച്ഛ്വാസം ചെയ്യുന്ന ജീവിയാണ്.ആകയാൽ പ്രകൃതിയുമായി വളരെ ഇണങ്ങിച്ചേരുന്ന ആ ജന്തു ദീർഘായുസ്സോടുകൂടി ജീവിക്കുന്നു.

ഉച്ഛ്വസിക്കുന്നത് ഊക്കോട് കൂടിയാവരുത്. ഉള്ളം കയ്യിൽ വെച്ച മലർ പൊടി പറന്ന് പോവാത്ത അത്ര സാവധാനത്തിലേ ഉച്ഛ്വസിക്കാവൂ.

ഒരു പുഴ ഒഴുകുന്നത് മാനുഷീക പ്രയത്നം കൊണ്ട് വേറെയാക്കാൻ പറ്റും, സപ്തസമുദ്രങ്ങളേയും വേണമെങ്കിൽ നീന്തിക്കടക്കാം. മല കൊണ്ട് പന്താടാം. ഇവകളെല്ലാം നമുക്ക് സാധിക്കാമെങ്കിലും, മനസ്സിനെ നിയന്ത്രിക്കുകയെന്നത് ഇവയേക്കാളേറെ വിഷമമാണ്.

മെല്ലെ മെല്ലെ കുതിരയെ കടിഞ്ഞാണിട്ട് നിയന്ത്രിച്ച് നിർത്തുന്നതുപോലെ മനസ്സിനെ നിയന്ത്രിക്കുക.

എനിക്കൊന്നിനും കഴിവില്ല. ഞാനൊന്നും ചെയ്യുകയില്ല. എന്നെക്കൊണ്ട് ഒന്നും ചെയ്യാൻ പറ്റുകയില്ല എന്നെല്ലാം പറയുന്നത് പൗരുഷമില്ലാത്ത ആണും പെണ്ണും കെട്ടവരാണ്. വായിലേക്ക് ഉരുട്ടിത്തന്നാൽ വിഴുങ്ങാം എന്ന് ചിന്തിക്കുന്ന പാരതന്ത്രരാണ് അവരുടെ ജീവിതം നരകവുമാണ്. സ്വാതന്ത്ര്യം സ്വർഗ്ഗം തന്നെയാണ്.

സ്വന്തം ശ്രേയസ്സിനും പര ശ്രേയസ്സിനും വേണ്ടി ചെയ്യുന്നതെല്ലാം ധർമ്മവും മറ്റുള്ളതെല്ലാം അധർമ്മവുമാണ്. തികഞ്ഞ ആത്മാർത്ഥത പാലിക്കുക.

ജീവിതം വെറും പാഴ്ഭൂമിയല്ല. അത് തരിശിടുകയോ വേണ്ടതുപോ

ലെ കൃഷിചെയ്യാതിരിക്കുകയോ ചെയ്താൽ അവിടെ വിഷച്ചെടികളും , ക്ഷുദ്ര ജന്തുക്കളും തഴച്ച് വളരും. മറിച്ച് വേണ്ടതുപോലെ ഉഴുത് മറിച്ച് പാകപ്പെടുത്തി ഉപയോഗിച്ചാൽ അതു തന്നെ വിവിധ വിഭവങ്ങൾ കൊണ്ട് സമൃദ്ധമായ ക്ഷേത്രവുമാക്കാം. ജീവിതം സുഖ സമ്പൂർണ്ണവും ശാന്തി സന്ദായകവും ധന്യ ധന്യവുമാക്കാം.

ഈ ലോകത്തിൽ ഒന്നും വിഫലമാവുകയില്ല. ഒരു വാക്കും, ഒരു പ്രവർത്തിയും, ഒരു ചിന്തയും, ഒരു ശക്തിയും കേവലം നിഷ്ഫലങ്ങളല്ല. അത് എപ്പോഴെങ്കിലും ഏതെങ്കിലും രീതിയിൽ ഫലമുളവാക്കും. ഫലം നല്ലതോ, ചീത്തയോ ആകുന്നത് വാസനയ്ക്ക് അനുസരിച്ചായിരിക്കും. അതുകൊണ്ട് ഉൽകർഷവും ശ്രേയസ്സും വേണമെന്ന് ആഗ്രഹിക്കുന്നവർ ദുഷിച്ച മാർഗ്ഗങ്ങളെ ഉപേക്ഷിച്ച് നേരായ മാർഗ്ഗങ്ങളെ സ്വീകരിക്കുക. സത്യം വദ, ധർമ്മം ചര.

സർവ്വ നാശകാരിയായ അധർമത്തിന്റെ വംശപരമ്പരയെ ഇങ്ങനെ വർണ്ണിച്ചിരിക്കുന്നു.

അധർമത്തിന്റെ പത്നിയാണ് അസത്യം. അവർക്ക് ഒരു പുത്രനും പുത്രിയും അഹന്തയെന്നും മോഹമെന്നും യഥാക്രമം അവരുടെ പേര്. അവർ തമ്മിൽ വിവാഹിതരായി അതിൽ ലോപമെന്ന മകനും ചതിയെന്ന മകളുമുണ്ടായി. അവരുടെ വൈവാഹിക ബന്ധത്തിൽ കോപവും അസൂയയും ജനിച്ചു. കലി അവരുടെ മകനും ദുർഭാഷണം അവരുടെ മകളുമാണ്. കലി ദുർഭാഷണം ദമ്പതികൾക്ക് ഭയമെന്ന മകളും മരണമെന്ന മകനും ജനിച്ചു. അവരുടെ മക്കളാകട്ടെ യാതനയും നരകവുമാണ്.

ഇക്കാലത്ത് സ്വാർത്ഥ ലോഭിയായ മനുഷ്യൻ മനുഷ്യനെ നിഷ്ക്കരുണം കൊല്ലുന്നു. ഒരു രാഷ്ട്രം മറ്റൊരു രാഷ്ട്രത്തെ നിർദ്ദയം നശിപ്പിക്കുന്നു. എല്ലാം ശുദ്ധമായ സ്വാർത്ഥ പൂരണത്തിനുവേണ്ടി. മനുഷ്യൻ മനുഷ്യനെ അപമാനിക്കുന്നു. മനുഷ്യത്വത്തെ ചവിട്ടിമെതിക്കുന്നു. അധികാര പ്രമത്തതയ്ക്കും അതിര് കേടിനും അതിരില്ല. പരസ്പരം കുത്സിതമായി പെരുമാറുന്നു. രക്ത ദാഹത്തിൽ മനുഷ്യർ ഹിംസ്ര സ്വഭാവികളായ കാട്ടുമൃഗങ്ങളെ കൂടി പിന്നിലാക്കുന്നു. പരിഷ്കൃതരെന്ന് സ്വയം അഭിമാനിക്കുന്ന ബലിഷ്ട രാഷ്ട്രങ്ങൾ സ്വരാജ്യ സ്നേഹത്തിന്റെയും , രാഷ്ട്രാഭിവൃദ്ധിയുടെയും ലോക സമാധാനത്തിന്റെയും പേരിൽ ശക്തി കുറഞ്ഞ പിന്നോക്ക ജനതയുടെ സർവ്വസ്വവും അപഹരിക്കുന്നു. സുഖഭോഗങ്ങൾ തേടിയുള്ള അവരുടെ യാത്ര സർവ്വ വിനാശത്തിന് കാരണമായി ഭവിക്കുന്നു.

നഗ്നരും ഏകാകികളുമായി നാം മാതൃ ഗർഭത്തിൽ നിന്നും വെളിയിൽ വന്നു. നാം തനിയെയാണ് ഈ ലോകം വിടേണ്ടവരും. ഒരു നിമി

ഷം പോലും വേർപെട്ട് ജീവിക്കാൻ വയ്യ എന്ന് കരുതി ഇരുന്ന ഏറ്റവും പ്രിയപ്പെട്ടവർ പോലും നമ്മെ അനുഗമിക്കുകയില്ല.

നമ്മുടെ ജീവനേക്കാൾ പ്രിയതരം എന്ന് നാം കരുതിയിരുന്ന സമ്പത്തുകൾ ഒന്നും നമുക്ക് കൂടെ കൊണ്ടുപോകാൻ കഴിയില്ല. പ്രസവിച്ച വീണയുടനെ ഉള്ള കുട്ടിയുടെ കരച്ചിൽ ജീവന്റെ ലക്ഷണമായിരുന്നു.അത് നാം സന്തോഷത്തോടെ സ്വാഗതം ചെയ്തു. നമ്മൾ ഇവിടം വിടുമ്പോൾ മറ്റുള്ളവർ കരയട്ടെ. നമ്മൾ ശാന്തരായി സമാധാനമായി ഇവിടം വിടുക. അന്തസത്ത യുടെ അടിത്തട്ടിൽ നിന്നും ഉണർന്ന് വന്ന് അഭൗമമായ ആനന്ദം നമ്മുടെ മുഖത്തിൽ കളിയാടി സന്തോഷത്തോടുകൂടി ഈ ലോകത്തോട് യാത്ര പറയുക.

ധീരനായ അലക്സാണ്ടർ ചക്രവർത്തിക്ക് ഒരു അന്ത്യാഭിലാഷമുണ്ടായിരുന്നു. തന്റെ ശവപ്പെട്ടിക്ക് രണ്ട് ദ്വാരം വേണമെന്നും ദ്വാരത്തിലൂടെ രണ്ട് കൈകളും പുറത്തിട്ട് നഗര പ്രദിക്ഷിണം നടത്തി തന്റെ പ്രജകളെ കാട്ടിക്കൊടുക്കണമെന്നായിരുന്നു അത്. സാമ്രാജ്യങ്ങൾ വെട്ടിപ്പിടിച്ച ധീരനായ അലക്സാണ്ടർ ചക്രവർത്തി പോലും വെറും കയ്യോടെയാണ് ഇവിടെ നിന്നും പോകുന്നതെന്നുള്ള ഉത്തമമായ ഒരു സന്ദേശമാണ് അദ്ദേഹം ലോകത്തിന് മുമ്പിൽ തുറന്ന് കാട്ടിക്കൊടുത്തത്.

രണ്ടു രാജ്യങ്ങൾ കൂടി വെട്ടി പിടിച്ചാൽ അലക്സാണ്ടർക്ക് ചക്രവർത്തി പദവിയിൽ എത്താം.അതിന് ഒരേയൊരു ദിവസം ആണ് ബാക്കി .വെട്ടിപ്പിടിക്കാനുള്ള എല്ലാ തന്ത്ര കുതന്ത്രങ്ങളും അണിയറയിൽ ആലോചിച്ചു കൊണ്ടിരിക്കുകയാണ് എല്ലാവരും. ആ സമയത്താണ് അലക്സാണ്ടർ രാജാവിൻെറ മാതാവ് അത്യാസന്നനിലയിൽ ആണെന്നും അലക്സാണ്ടറെ ഒന്ന് കാണണമെന്ന് ആഗ്രഹമുണ്ടെന്നും അറിയിച്ചത്. അലക്സാണ്ടർ ഗഹനമായ ആലോചനയിൽ മുഴുകി. ലൗകികമായ സ്വപ്നസുഖങ്ങളിൽ വശംവദനായ അലക്സാണ്ടർ രണ്ടാമതൊന്ന് ആലോചിച്ചില്ല. രാജ്യം വെട്ടിപ്പിടിക്കാൻ തന്നെ തീരുമാനിച്ചു. വിജയശ്രീലാളിതനായി ചക്രവർത്തിയായി മാറിയ അലക്സാണ്ടർ ചക്രവർത്തി സ്വന്തം വിജയഭേരി അറിയിക്കാൻ മാതൃ സന്നിധിയിലേക്ക് എത്തിയപ്പോഴേക്കും മാതാവ് സ്വപുത്രനെ കാണാതെ ഇഹലോകവാസം വെടിഞ്ഞിരുന്നു. ഇതിൽ നിന്നും മനംനൊന്ത് അലക്സാണ്ടർ ക്ഷണികമായ ഈ ലൗകിക സുഖങ്ങളും ഭോഗങ്ങളും രാജ്യവുമെല്ലാം വ്യർത്ഥമാണെന്നറിഞ്ഞ അലക്സാണ്ടർ ചക്രവർത്തി ഇക്കാര്യം ലോകത്തെ അറിയിക്കുക കൂടിയാണ് ഇതുവഴി ചെയ്തത്.

മനസ്സ് അലക്കി എടുത്ത വസ്ത്രം പോലെ തൂവെള്ളയാണ്. അത് നിർമ്മലമാണ്. ആ വസ്ത്രം ഏത് നിറത്തിൽ മുക്കുന്നുവോ ആ നിറം വസ്ത്രത്തിനു വന്നുചേരും. മനസ്സ് അസത്യത്തോട് വളരെനേരം ചേർന്നിരുന്നാൽ അതിൽ അസത്യത്തിന്റെ നിറം കലരും. ഞാൻ എന്റേത് എന്നിവ അജ്ഞാനത്തെ ഉളവാക്കുന്നു. മനസ്സിനെ അജ്ഞാനത്തിൽ നിന്നും മോചിപ്പിക്കുന്ന പവിത്രമായ നാമം അല്ലെങ്കിൽ ശബ്ദമാണ് മന്ത്രം. മന്ത്രം എന്ന വാക്കിന്റെ അർത്ഥം തന്നെ മനസ്സിനെ ത്രാണനം ചെയ്യുകയെന്നതാണ്. ഓരോ ഋതുക്കളും വരികയും പോവുകയും ചെയ്യുന്നു എന്നാൽ ആകാശം നിർബാധിതനായിരിക്കുന്നു. മഴ കൊണ്ട് തണുത്ത് വിറങ്ങലിച്ചാലും മഞ്ഞുകാലം മഞ്ഞുകൊണ്ട് മൂടിയാലും അത്യുഷ്ണം കൊണ്ട് ചുട്ടുപൊള്ളിയാലും ആകാശം ഒരു കൂസലുമില്ലാതെ അതിന്റെ തനിതവസ്ഥയിൽ നിലകൊള്ളുന്നു. അതുപോലെ അചഞ്ചലമായ മനസ്സിനെ ഭേദവിചാരങ്ങളൊന്നും ബാധിക്കുകയില്ല. കളകളാരവത്തോടു ചേരുമ്പോൾ അതിന്റെ കളകളാരവവും സംക്ഷുബ്ധതയും നിലയ്ക്കുന്നു.

അപക്വമനസ്സ് ശുദ്ധി ചെയ്യാത്ത സ്വർണ്ണം പോലെ കീടവും ചളിയും നിറഞ്ഞതാണ്. ആ സ്വർണ്ണം രസതന്ത്ര വിധിപ്രകാരം കഴുകി ഉരുക്കിയാൽ അത് പത്തര മാറ്റ് സ്വർണ്ണം ആയോ അതിലും വിലപിടിച്ച തങ്കമായോ മാറ്റാം. അതുപോലെ പക്വമല്ലാത്ത മനസ്സിനെ വിവേകമായ രസത്തിൽ കഴുകിയാൽ ശുദ്ധമാക്കി എടുക്കാൻ സാധിക്കും.

അപക്വ മനസ്സ് പാകമാകാത്ത കായ് പോലെയാണ്. പുളിക്കും ചവർക്കും അരുചി ഉണ്ടായിരിക്കും.അത് തിന്നാൽ പലവിധ രോഗങ്ങൾ ഉണ്ടാകും.ആ ഫലം നല്ലതുപോലെ പഴുത്താൽ അത് എത്ര മധുരമുള്ളതായിരിക്കും. പാകമായ മനസ്സും ഇതുപോലെ തന്നെയാണ്.

അപക്വമതികളായ ആളുകൾ രാജ്യത്തിനോ, ലോകത്തിന് തന്നെയോ, നന്മചെയ്യാനും, സേവനം അനുഷ്ഠിക്കാനും പുറപ്പെട്ടാൽ അവരുടെ ലക്ഷ്യം എത്ര വലുതാണെങ്കിലും ശ്രേഷ്ഠമാണെങ്കിലും ഒടുവിൽ ലോകത്തിന് നന്മയെക്കാൾ അധികം തിന്മപ്രദാനം ചെയ്യുന്നു. അവർക്ക് അധികകാലം ഉന്നത ആദർശത്തിൽ പിടിച്ചുനിൽക്കാൻ ആവില്ല. അവർ കഠിന ശ്രമം ചെയ്താലും പ്രലോഭനങ്ങൾക്ക് വഴിപ്പെട്ടുപോകുന്നു. പേരിനും പെരുമയ്ക്കും സ്ഥാനമാനങ്ങൾക്കും അധികാരത്തിനുമുള്ള ആശ അവരിൽ ശക്തിയായി വർദ്ധിക്കുന്നു. അതോടൊപ്പം അസൂയയും ഈർഷ്യയും സ്വാർത്ഥ ബോധവും ബലപ്പെട്ടു വരുന്നു. അവരുടെ പ്രവർത്തനങ്ങൾ എല്ലാം വ്യർത്ഥമായിത്തീരുന്നു.മാത്രമല്ല അവരുടെ ഉൾ വിഷം സമൂഹത്തിലേക്ക് പകർന്ന് അവർ സജ്ജനങ്ങളെ പോ

49

ലും ദുഷിപ്പിക്കുന്നു. പരോപകാരങ്ങളായ സ്ഥാപനങ്ങളെയും മത സംഘടനകളെയും ദുഷിപ്പിച്ചു ജനഹൃദയങ്ങളിൽ അവിശ്വാസം ജനിപ്പിക്കുന്നു. സ്വാർത്ഥ മോഹികളായ ഇത്തരത്തിലുള്ളവർ ലോക നശീകരണ സാധ്യതയുള്ള വിധ്വംസന പ്രവർത്തനങ്ങളിൽ ഏർപ്പെടുകയും, മറ്റുള്ളവരെ ഏർപ്പെടാൻ പ്രേരിപ്പിക്കുകയും ചെയ്യുന്നു.

നദിയുടെ ഗുണനിലവാരം അതിലെ ജലത്തിന്റെ ഗുണനിലവാരത്തെ ആശ്രയിച്ചിരിക്കുന്നത് പോലെ മനസ്സിന്റെ ഗുണനിലവാരം അതിൻെറ വിചാരങ്ങളെ ആശ്രയിച്ചിരിക്കും. ജലം ശുദ്ധമാണെങ്കിൽ അത് ഒഴുകുന്ന നദിയും ശുദ്ധമായിരിക്കും. ഒഴുക്കിനു വേഗത ഉണ്ടെങ്കിൽ നദിക്കും വേഗത ഉണ്ടായിരിക്കും. വിചാരങ്ങൾ നന്നായാൽ മനസ്സ് നന്നായി.വിചാരങ്ങൾക്ക് അസ്വസ്ഥത നേരിട്ടാൽ മനസ്സിനും അസ്വസ്ഥതയായി. ഒരു വ്യക്തിയുടെ വിചാരം എപ്രകാരമാണോ അതുപോലെയാണ് അയാളുടെ മനസ്സ്. മനസ്സ് എപ്രകാരമാണോ അപ്രകാരം ആയിരിക്കും മനുഷ്യൻ.

മനോനിയന്ത്രണം ആണ് പ്രധാനം. അതിന് കഴിവില്ലെങ്കിൽ മറ്റൊന്നു കൊണ്ടും പ്രയോജനമില്ല. മനസ്സിനെ ജയിച്ചാൽ ലോകത്തെ ജയിക്കാം.

ഫലമേകാത്ത കർമ്മങ്ങൾ ഇല്ല.ഒരു കർമ്മവും വ്യർത്ഥമോ കേവലം നഷ്ടപ്രായമോ ആവുകയില്ല. കർമ്മഫലം നല്ലതായാലും ചീത്തയായാലും എന്നെങ്കിലും ഉണ്ടായേ തീരൂ. അതിനാൽ എപ്പോഴും നാം സൽക്കർമ്മങ്ങളനുഷ്ഠിക്കണം. അങ്ങിനെ ചെയ്യുന്ന സൽക്കർമ്മങ്ങളുടെ ഫലം മുതൽക്കൂട്ടായി തീരുന്നു. അത് നമ്മുടെ പൂർവ്വാർജ്ജിത പാപങ്ങൾക്ക് പരിഹാരമായി ഭവിക്കുന്നു. പാപമാകുന്ന കടം പുണ്യമാകുന്ന ധനം കൊണ്ടു വീട്ടപ്പെടുന്നു.

പർവ്വതത്തിന്റെ ഉന്നതങ്ങളിൽ നിന്ന് ആശയാകുന്ന നദി ഒരു ചെറിയ അരുവിയായി ആരംഭിക്കുന്നു.ഇതിൽ ചെറിയ ചെറിയ കുമിളകളായി പഞ്ചഭൂതങ്ങൾ കാണപ്പെടുന്നു. താഴോട്ട് വരുന്ന ഇതിൻെറ വേഗത കാലക്രമേണ വർദ്ധിക്കുകയും ഇരുകരകൾക്കുമിടയിൽ ശക്തിയായി താഴോട്ടു ഒഴുകുകയും, ചിത്ത സംയമനം, ഇന്ദ്രീയ നിഗ്രഹണം, എന്നീ മനോവിചാരങ്ങളെ കുത്തിയൊലിപ്പിച്ച് കൊണ്ടുപോവുകയും ചെയ്യുന്നു. ഈ നദിയിൽ ദേഷ്യത്തിന്റെയും , കൗടില്യത്തിന്റെയും നീർച്ചുഴികൾ ധാരാളമായി കാണാം. ഗർവ്വെന്ന വികാരം ഭീകര മത്സ്യമായി ഇതിൽ നീന്തിത്തുടിക്കുന്നു. അസൂയയും സ്പർദ്ധയും ഈ നദിക്ക് വക്രഗതി വരുത്തുന്നു. അനിർവാര്യമായ കുടുംബ ജീവിതത്തിൽ വളവുകളും തിരിവുകളും ഉണ്ടാക്കുന്നു. കർമ്മമാകുന്ന ജലം തിങ്ങി നിറഞ്ഞിരിക്കുന്ന ഇതിന്റെ മുകൾ പരപ്പിലൂടെ ഇണങ്ങിയ ഇലകളും മറ്റു ചപ്പുചവറുക

ളും സുഖവും ദുഃഖവുമായി പൊങ്ങി നടക്കുന്നു. ഈ നദിയുടെ തിട്ട യിൽ രൂപം കൊണ്ടിരിക്കുന്ന ജഡിക സ്നേഹമാകുന്ന തുരുത്തിൽ കാമവികാരങ്ങളുടെ അലകൾ അടിച്ച് കയറുന്നു. അഹങ്കാരത്തിന്റെ ലീലാവിലാസങ്ങൾ കൊണ്ടുണ്ടാകുന്ന അറിവിന്റെയും, കുലത്തിന്റേയും ധനത്തിന്റെയും ഔദ്ധത്യം ഈ നദിയിൽ പതഞ്ഞ് പൊങ്ങുന്നു. അവിവേകവും, വിഭ്രമവും ധാർമ്മിക ധീരതയെ വെട്ടി വിഴുങ്ങി അജ്ഞതയുടെ നീർച്ചുഴികൾ നിയമിക്കപ്പെടുന്നു. ആഗ്രഹങ്ങളാകുന്ന ചെളിയിൽ പൂണ്ട് കിടക്കപ്പെടുന്നു. രജോഗുണത്തിന്റെ കളകളാരവം മുഴക്കിക്കൊണ്ട് യഥേഷ്ടം വിഹരിക്കുന്നു.

അത്യാഗ്രഹങ്ങൾ കൈവെടിഞ്ഞ് അഹങ്കാരത്തിന്റെ ഭാവം വലിച്ചെറിഞ്ഞ് ഇന്ദ്രിയ സുഖങ്ങളോടുള്ള മമത ഉപേക്ഷിച്ച് സംശയത്തിന്റെയും മായാമോഹത്തിന്റെയും ഒഴുക്കിൽപ്പെട്ടു ഉഴലാതെ വാസനാ ബന്ധങ്ങളുടെ വശീകരണ കൊടുങ്കാറ്റിൽ പെട്ട് ഉലയാതെ ഇതിൽ നിന്നെല്ലാം മറുകരയിൽ എത്താൻ നാം ശ്രമിക്കേണ്ടതാണ്. വിഷയാസക്തനായ ഒരു പുരുഷന് സുന്ദരിയായ സ്ത്രീയോടുള്ള അഭിനിവേശം നിയന്ത്രിക്കുന്നതിന് സാധിക്കാത്തത് പോലെ മനസ്സിന് മറുകരയിലെത്താൻ അസാദ്ധ്യമാണ്. എങ്കിലും നാം ശ്രമിച്ച് കൊണ്ടേയിരിക്കുക. ഉറപ്പായും നാം ഉദ്ദേശിക്കുന്ന ലക്ഷ്യത്തിലേക്ക് എത്തിച്ചേരുക തന്നെ ചെയ്യും.

ഒരാൾ ആയിരം പേരെ ആയിരം പ്രാവശ്യം യുദ്ധത്തിൽ ജയിച്ചാലും വേറൊരാൾ സ്വന്തം മനസ്സിന് മേൽ ജയം നേടുന്നുവെങ്കിൽ കൂടുതൽ ഉൽകൃഷ്ടനായ വിജയി രണ്ടാമത്തെ ആൾ തന്നെയാണ്.ലോകത്തിലെ ഏറ്റവും വിഷമം പിടിച്ച പണിയാണ് മനോനിയന്ത്രണം. ഒരു ധീരോദാത്തന് മാത്രമേ ഇത് സാധിക്കുകയുള്ളൂ. അതിനാൽ ഇടയ്ക്ക് നേരിടുന്ന പരാജയങ്ങളും പിഴവുകളും നാം ഒരിക്കലും കാര്യമാക്കേണ്ടതില്ല. പരാജയങ്ങൾ നമ്മെ കൂടുതൽ നിശ്ചയദാർഢ്യമുള്ളവരാക്കണം. ഇടതടവില്ലാതെ ബുദ്ധിപൂർവ്വമായി മുന്നോട്ട് പോകാനുള്ള ഉത്തേജനം നാം അതിൽ നിന്നും ആർജ്ജിക്കണം.

ഒരാൾക്ക് ക്ഷമയില്ലെങ്കിൽ യഥാർത്ഥ ജ്ഞാനത്തെ സാക്ഷാത്കരിക്കുവാൻ സാധിക്കില്ല. പരമമായ ജ്ഞാനം മാത്രമാണ് തത്ത്വവും സാരവും സത്യവും മറ്റെല്ലാം. ഈ കാണുന്ന പ്രപഞ്ചം അനിത്യവും അസാരവും വഞ്ചനാത്മകവുമാകയാൽ ഈ പ്രപഞ്ചം നാം ഉപേക്ഷിക്കപ്പെടേണ്ടതാണ്. ഈ പരമമായ ജ്ഞാനം ഉറയ്ക്കാൻ അതിയായ ക്ഷമയും സ്ഥിരോത്സാഹവും ആവശ്യമാണ്. അതിനുവേണ്ടിയാവണം നമ്മൾ ഓരോരുത്തരുടേയും ശ്രമം.

മനസ്സ് എന്നും ശാന്തവും ശുദ്ധവുമായിരിക്കണം. ഒരു തടാകത്തി

ലെ വെള്ളം ശാന്തവും സ്വച്ഛവുമായാൽ മാത്രമെ അതിൽ പ്രതിബിംബം കാണുകയുള്ളൂ. കണ്ണാടിയിൽ ചളി പുരണ്ടാൽ അതിൽ പ്രതിബിംബം കാണുകയില്ല. നിരന്തരമായ അഭ്യാസം മാത്രമാണ് മനഃശുദ്ധിക്കുള്ള ഉപായം കൃച്ഛ്ര സാദ്ധ്യമെന്നോ അസാദ്ധ്യമെന്നോ തോന്നുന്നത് പോലും നിത്യാഭ്യാസം കൊണ്ട് സുസാധ്യമാകും. നിത്യാഭ്യാസി ആനയെയെടുക്കുന്നത് പോലെ. യാതൊന്ന് കൃത്യമായി അഭ്യസിക്കുന്നുവോ അത് ക്രമേണ നമ്മുടെ സഹജസ്വഭാവമായിത്തീരുന്നു.

വിപരീതചിന്തകൾ വിഷം പോലെ വർജ്ജിക്കണം. മനസ്സംഘർഷത്തിൽ എന്നും ഉടലെടുക്കുന്ന മാനസീകരോഗങ്ങളും ശരീരക്ലേശങ്ങളും നിയന്ത്രിത മനസ്സോടു കൂടിയ ഒരാളെ അലട്ടുകയില്ല.

അസൂയ, വെറുപ്പ്, ക്രോധം, ഭയം, കണ്ണുകടി, മദം, കാമം, ലോഭം, അഹങ്കാരം, പ്രലോഭനം എന്നീ അഴുക്കുകൾ മനസ്സിൽ നമുക്ക് എപ്പോഴും അസ്വസ്ഥതയും അലട്ടും ഉണ്ടാക്കുന്നു. ഇവ ആസക്തിയും വിദ്വേഷവും മനസ്സിൽ കുത്തിനിറച്ച് മനസ്സിന്റെ ശാന്തതയെ കവർന്നെടുക്കുന്നു. ഈ അഴുക്കുകളെ നമുക്ക് വേരോടെ പിഴുതെടുത്ത് ദുരീകരിക്കുവാൻ സാധിച്ചാൽ മനസ്സ് നിർമ്മലവും പരിശുദ്ധവുമായിത്തീരും.

നീ നിന്റെ വഴിപാട് ആരാധനാലയത്തിൽ കൊണ്ടുവരികയും, അതേസമയം നിന്റെ സഹോദരൻ നിന്നോട് ശത്രുതപാലിക്കുന്നു എന്ന് ഓർമ്മിക്കുകയും ചെയ്യുന്നുവെങ്കിൽ നിന്റെ ദാനവസ്തു ആരാധനാലയത്തിൽ വെച്ച് നീ നിന്റെ വഴിക്ക് പോവുക. നീ നിന്റെ സഹോദരനുമായി രമ്യതയിലെത്തുക എന്ന യേശുവചനം ശ്രദ്ധേയമാണ്.

ഒരിക്കലും അന്യരോട് വിദ്വേഷമോ ശത്രുതയോ അരുത്. തെറ്റായ ഒരു മാനസിക പ്രവണതയും മനസ്സിൽ വെച്ച് കൊണ്ട് നടക്കരുത്. അനാസക്തിയും, താഴ്മയും, ക്ഷമാപണ ബുദ്ധിയും ഉണ്ടായാൽ മനുഷ്യബന്ധങ്ങൾ നേരെയാക്കിയെടുക്കാൻ സാധിക്കും. മറ്റുള്ളവരുടെ തെറ്റുകൾക്ക് മാപ്പു നൽകുകയെന്നത് ഒരു തപസ്യയാണ്.

നാം എന്നും മനനം ചെയ്യേണ്ടുന്ന കാര്യങ്ങൾ ഇവകളാണ്.

ഒരു ദിവസം വാർദ്ധക്യം എന്നെ കടന്നാക്രമിക്കും.

ഒരു ദിവസം ഏതെങ്കിലും രോഗം പിടിപെടുമെന്നുള്ളത് ഒഴിച്ചുകൂടാൻ വയ്യാത്ത കാര്യമാണ്.

ഒരു ദിവസം എനിക്ക് മരണം സുനിശ്ചിതമാണ്.

എനിക്ക് പ്രിയപ്പെട്ടതായി ഞാൻ കണക്കാക്കുന്ന എല്ലാ വസ്തുക്കളും മാറ്റത്തിനും വേർപാടിനും വിധേയമാവും.

എന്റെ കർമ്മങ്ങളുടെ പരിണിത ഫലം തന്നെയാണ് ഞാൻ . ഇതി ചിന്ത്യം മുഹുർമുഹു. ഇവകൾ എപ്പോഴും ചിന്തിച്ച് കൊണ്ടേയിരിക്കുക.

ചിലപ്പോൾ നമുക്ക് നേരെ സമൂഹത്തിൽ നിന്ന് വളഞ്ഞ് തുടർച്ചയായി ആക്രമണങ്ങൾ നടന്നെന്ന് വരാം. അതിൽ നാം ഒരിക്കലും പതറരുത്. ഉയരങ്ങളിലേക്ക് പോകാൻ ശ്രമിക്കുന്നവർക്ക് മാത്രമെ ഉന്നതമായ ഉജ്ജ്വലമായ വിജയങ്ങൾ നേടാൻ സാധിക്കുകയുള്ളൂ. പരിഹാസ ശരങ്ങൾ വക വയ്ക്കാതെ ലക്ഷ്യത്തിലേക്ക് കുതിക്കൂ. ഉപദ്രവിക്കുന്ന വർക്ക് ഒന്ന് തൊടാൻ പോലുമാകാത്ത ഉയരത്തിലേക്ക് നമുക്ക് എത്താൻ സാധിക്കും.

ഒരിക്കൽ താഴ്ന്ന് പറന്ന ഒരു പരുന്തിന് മുകളിൽ ഒരു കാക്ക വന്നിരുന്ന് പരുന്തിനെ ആക്രമിക്കാൻ തുടങ്ങി. കാക്ക പരുന്തിന്റെ തലയിലും ദേഹമാസകലവും കൊത്തി ഉപദ്രവിക്കാൻ തുടങ്ങി. പരുന്തിന് അസഹനീയമായ വേദന അനുഭവപ്പെട്ടുവെങ്കിലും പരുന്ത് കാക്കയെ കുടഞ്ഞിടാനോ തിരിച്ച് ആക്രമിക്കാനോ മുതിർന്നില്ല. പരുന്ത് കാക്കയേയും വഹിച്ച് കൊണ്ട് പതിനായിരം അടി ഉയരത്തിലേക്ക് പറന്നു. അവിടെയെത്തിയപ്പോൾ കാക്കയ്ക്ക് പ്രാണ വായു ലഭിക്കാതെ അത് സ്വയം താഴേക്ക് വീണു. ഒരു പക്ഷേ പരുന്ത് പറന്നുയരാതെ തിരിച്ച് കാക്കയെ ആക്രമിക്കാൻ തുനിഞ്ഞിരുന്നെങ്കിലോ മറ്റ് കാക്കകളെല്ലാം ഒരുമിച്ചെത്തി ആ പരുന്തിനെ ആക്രമിച്ച് വീഴ്ത്തിയേനെ.

സ്വന്തം കർമ്മഫലം തനിക്ക് തന്നെ ബാധയായിത്തീരുമെന്നുള്ള ബോധം നമ്മെ ദുർവ്വാക്കുകളിൽ നിന്നും ദുഃഷ് ചിന്തകളിൽ നിന്നും ദുഷ്പ്രവൃത്തികളിൽ നിന്നും പിന്തിരിയുവാനോ അഥവാ അവകൾക്ക് കടിഞ്ഞാണിടുവാനോ സഹായിക്കും.

നന്മയിലായിരിക്കണം നമ്മുടെ ആഹ്ലാദം, നന്മയിൽ നാം ആനന്ദം കൊള്ളുമ്പോൾ നാം അറിയാതെ തന്നെ നന്മ നമ്മുടെ അഭിവാജ്യ ഘടകമായിത്തീരുന്നു. നന്മയും മറ്റു ഗുണങ്ങളും നാം ഉൾക്കൊള്ളുന്നു. നന്മ എന്നെന്നും നമുക്ക് മന:ശാന്തിയുളവാക്കിത്തരുന്നു.

യുവാക്കളുടെ മനസ്സുകൾ വെള്ളച്ചാട്ടം പോലെയാണ്. കുന്നിൽ മുകളിൽ നിന്ന് താഴേക്ക് കുതിച്ച് ചാടുന്ന ഒട്ടേറെ ജലം ശക്തിയായി താഴേക്ക് വരുന്നു. ഒരു ലക്ഷ്യവുമില്ലാതെ ഒഴുകിപ്പരന്ന് കടലിലേക്ക് ലയിക്കുന്നു. നേരെ മറിച്ച് അതിന് കുറുകെ അണകെട്ടിയാലോ? എന്തെല്ലാം മഹാ പ്രയോജനങ്ങളാണുണ്ടാവുക. അതുപോലെ യുവാക്കളുടെ മനസ്സിന്റെ ഊർജ്ജം പാഴായിപ്പോകാതെ നിർത്തി പ്രത്യേക കാര്യങ്ങളിൽ നിയന്ത്രിച്ച് കേന്ദ്രീകരിച്ച് വിനിയോഗിച്ചാൽ അനന്തമായ പ്രയോജനങ്ങളായിരിക്കും ഉണ്ടാവുക. കല, സാഹിത്യം, ശാസ്ത്രം, നവനിർമ്മാണം തുടങ്ങി എല്ലാ മേഖലകളിലും വ്യക്തിയും രാഷ്ട്രവും മുന്നേറുകയാവും ഫലം. അങ്ങിനെ നമ്മുടെ സംസ്കാരം അത്യുന്നതാവസ്ഥയെ പ്രാ

പിക്കുകയും ചെയ്യും.

ധ്യാനമാണ് മനോനിയന്ത്രണത്തിന് ഫലപ്രദമായ മാർഗ്ഗം. ധ്യാന വും മനോനിയന്ത്രണവും കൈകോർത്ത് കൊണ്ടു പോകേണ്ട പ്രക്രിയ കളാണ്. ധ്യാനിക്കാതെ മനസ്സിനെ നിയന്ത്രിക്കാൻ സാധിക്കയില്ല. മന സ്സിനെ നിയന്ത്രിക്കാതെ ധ്യാനിക്കാനും സാധ്യമല്ല.

പുസ്തകങ്ങൾ വായിച്ച് പുസ്തകജ്ഞാനമുണ്ടാകേണ്ടത് അത്യാവ ശ്യമാണ്. സത്യാന്വേഷികൾ സ്വസ്ഥ മനസ്സോടെ പുസ്തകങ്ങൾ വായി ക്കുന്നു. മസ്തകജ്ഞാനത്തോടു കൂടിയ പുസ്തകജ്ഞാനമാണ് നാം നേടിയെടുക്കേണ്ടത്. അല്ലാതെ പുസ്തകം വായിച്ച് തള്ളുന്നത് ശരിയ ല്ല. മസ്തകജ്ഞാനത്തോടെ പുസ്തകം പഠിച്ച് സിദ്ധിയുണ്ടായവർക്കേ ശരിയായ ശാസ്ത്രാവബോധം ഉണ്ടാവുകയുള്ളൂ. അപ്രകാരം ഉള്ളവർ ക്ക് മാത്രമേ ഉത്തമ ശാസ്ത്ര ഗ്രന്ഥങ്ങൾ രചിച്ചെടുക്കുവാൻ സാധ്യമാ വുകയുള്ളൂ.

പുസ്തകത്തിലുള്ള വിദ്യയും പരന്മാരുടെ കൈവശമുള്ള ധനവും അന്തര ദേശത്ത് വസിക്കുന്ന പുത്രനും നമുക്ക് പേരിനുമാത്രം ആകു ന്നു. പ്രയോജനത്തിനായുണ്ടാവുകയില്ല. പ്രായോഗികമാക്കാൻ സാധി ക്കുകയില്ല. ആകയാൽ വിശ്വസിക്കാൻ പറ്റാവുന്ന ബന്ധുജനങ്ങളെയും അയൽവാസികളെയും നാം അറിഞ്ഞ് സ്നേഹിക്കുകയും അവരോട് അടുപ്പം പുലർത്തുകയും വേണം. അവർ മാത്രമെ നമുക്ക് സഹായ ത്തിനായി ഉണ്ടാവുകയുള്ളൂ. ദൂരെയുള്ള ബന്ധുവിനേക്കാൾ അടുത്തു ള്ള ശത്രു ആയിരിക്കും നമുക്ക് തുണയായി എത്തുക.

ഇനിയും ഒരുപാട് പഠിച്ച് കാര്യങ്ങൾ വശത്താക്കാൻ ഉണ്ട് അഥവാ അറിയേണ്ടതുണ്ട് എന്ന ചിന്ത നമ്മെ എപ്പോഴും വിജയത്തിലേക്ക് നയി ക്കും. മറിച്ച് എനിക്കെല്ലാമറിയാം എന്ന ബോധം നമ്മെ പൂർണ്ണ പരാജ യത്തിലേക്കും കൊണ്ടുചെന്നെത്തിക്കും.

രോഗം, കടം , ശത്രു ഇവ മൂന്നിനെയും ഒരിക്കലും വിലകുറച്ച് കാ ണരുത്.മനസ്സ്, പ്രവർത്തി , അത്യാർത്ഥി ഈ മൂന്ന് കാര്യങ്ങളെയും നിയന്ത്രിക്കാൻ ശ്രമിക്കുക.

അമ്പ് വില്ലിൽ നിന്നും, വാക്ക് നാവിൽ നിന്നും, ജീവൻ ശരീരത്തിൽ നിന്നും ഇവ മൂന്നും ഒരു പ്രാവശ്യം പോയി കഴിഞ്ഞാൽ തിരിച്ചു ലഭി ക്കുകയില്ല.

ദുർനടപ്പ് , മുൻ കോപം, അത്യാഗ്രഹം ഇവ മൂന്നിനെയും അടക്കി നിർത്തുക. ഇവ യഥാർത്ഥ ലക്ഷ്യത്തിൽ നിന്നും അകറ്റി കളയുന്നു.

ഗുരു, മാതാവ്, പിതാവ് ഇവർ മൂന്നുപേരെയും എന്നും ബഹുമാനി ക്കുക.

കുട്ടികൾ, ഭ്രാന്തന്മാർ, വിശക്കുന്നവർ ഇവരോട് എപ്പോഴും ദയ കാ ണിക്കുക.

സ്ത്രീ, സഹോദരൻ, സുഹൃത്ത് ഇവർ എപ്പോഴും നമുക്ക് സമയ വും സന്ദർഭവും മനസ്സിലാക്കിത്തരുന്നു.

സൗമ്യത, ദയ, ക്ഷമ ഇവ മൂന്നും എന്നും നമ്മുടെ ഹൃദയത്തിൽ ഉ ണ്ടാവണം.

സത്യം, ധർമ്മം, മരണം ഇവ എപ്പോഴും ഓർത്തു വെക്കണം.

ജനനം നമുക്ക് മറ്റുള്ളവരാൽ നൽകപ്പെട്ടതാണ്. പേര് അതും മറ്റാ രോ നമ്മെ അങ്ങനെ വിളിച്ചതാണ്.

വിദ്യ നമുക്ക് മറ്റുള്ളവരിൽ നിന്നും ലഭിച്ചതാണ്.

ധനം, വരുമാനം ഇവകളെല്ലാം നമുക്ക് മറ്റാരോ നൽകിയതാണ്.

ആദരവ് മറ്റുള്ളവരിൽ നിന്ന് ലഭിക്കേണ്ടതാണ്.

ആദ്യം നമ്മെ കുളിപ്പിച്ചത് മറ്റാരോ ആണ്.ഇനി നമ്മെ അവസാനം കുളിപ്പിക്കേണ്ടതും മറ്റാരോ ആണ്.

ആദ്യം നമ്മെ അണിയിച്ചൊരുക്കിയത് മറ്റാരോ ആണ്. അവസാനം നമ്മെ അണിയിച്ചൊരുക്കേണ്ടതും മറ്റു വല്ലവരും ഒക്കെയാണ്.

മരണാനന്തര ക്രിയകൾ മറ്റാരൊക്കെയോ ആയിരിക്കും നിർവഹി ക്കുക.

പിന്നെന്തിന് നാം മറ്റുള്ളവരെ വെറുക്കണം. പിന്നെ എന്തിനാണ് നാം അഹങ്കരിക്കുന്നത്.

സന്തോഷംകൊണ്ട് നാം ചിരിക്കുമ്പോൾ ഒന്നിച്ചുചേർന്ന് ചിരിക്കു വാൻ ധാരാളം ആളുകൾ ഉണ്ടാകാം. പക്ഷേ നാം സന്താപം കൊണ്ട് ക രയുമ്പോൾ നമുക്ക് നമ്മുടെ നിഴൽ മാത്രമേ ഉണ്ടാവുകയുള്ളൂ.

ആയതിനാൽ സഹജമായി അഥവാ ആകസ്മികമായി സംഭവിച്ചു പോവുന്ന കുറ്റങ്ങളും കുറവുകളും പരസ്പരം ക്ഷമിച്ചും പൊറുത്തും മറന്നും സ്നേഹിച്ച് മുന്നോട്ടുപോവുക.

ജീവിതത്തിൽ വെല്ലുവിളികൾ ഒരുതരത്തിൽ നല്ലതാണ്. രസകരവു മാണ്.അവയെ മറികടക്കുക എന്നതാണ് ജീവിതത്തെ ശുഭകരമാക്കു ന്നത്. അർത്ഥവത്താകുന്നത്.

നാം പോലും അറിയാതെ നമ്മളെ പിന്തുടർന്നു സ്നേഹിക്കുന്നവ രെ തിരിച്ചറിയുന്നിടത്താണ് നമ്മുടെ സന്തോഷം തുടങ്ങുന്നത്.

മനസ്സിൽ സ്നേഹം ഉണ്ടാകുമ്പോഴാണ് കാഴ്ചകൾ മനോഹരമായി തോന്നുന്നത്. നെഞ്ചോടുചേർത്ത സൗഹൃദങ്ങൾ ഉള്ളവരാണ് നല്ല ആ ശംസകൾ പങ്കുവെക്കുന്നത്.

ഏറ്റവും നല്ലത് മാത്രം കാണുന്ന കണ്ണുകൾ ക്ഷമിക്കുന്ന ഹൃദയം

തിന്മയെ മറക്കുന്ന മനസ്സ് ഒരിക്കലും വിശ്വാസം നഷ്ടപ്പെടാത്ത ആത്മാവ് എന്നിവ ലഭിക്കാൻ നാം എല്ലായ്പ്പോഴും പ്രാർത്ഥിക്കുക. ഒപ്പം മനസ്സ് ശുദ്ധീകരിക്കുക. എല്ലാം ക്രിയാത്മകമായി മനസ്സിലാക്കാനുള്ള മനോഭാവം നമുക്കുണ്ടെങ്കിൽ ജീവിതത്തിലെ ഓരോ നിമിഷവും നമ്മൾക്ക് ആസ്വദിക്കാം. അത് സന്താപമോ സന്തോഷമോ ആകട്ടെ.

എല്ലാം ശരിയായി എന്ന് വിശ്വസിച്ച് അധരങ്ങളിൽ പുഞ്ചിരിയും മനസ്സിൽ സന്തോഷവും നിറയുമ്പോൾ പെട്ടെന്ന് വീണ്ടും കൂപ്പുകുത്തി വീഴുന്ന അവസ്ഥ വീണ്ടും എഴുന്നേൽക്കാൻ നമുക്ക് പെട്ടെന്ന് സാധിച്ചെന്നുവരില്ല എന്നാലും ശ്രമം ഉപേക്ഷിക്കരുത്. നമ്മുടെ നല്ല നാളുകൾ അകലെയല്ല.

ഒരുവൻ ഒരുവളെ - മറിച്ചു മാകാം സ്നേഹിച്ചു കൊണ്ടിരിക്കുമ്പോൾ അഥവാ പ്രേമിച്ചു കൊണ്ടിരിക്കുമ്പോൾ അവളുടെ അഥവാ അവനിലെ എല്ലാ ദൗർബല്യങ്ങളും ദോഷങ്ങളും ഭ്രാന്തമായ അവരുടെ പദ്ധതികളൊന്നും പുരുഷനോ സ്ത്രീയോ അവരുടെ മതിമറന്ന പ്രേമത്തിൽ കണ്ടെന്നുവരില്ല. അവന് അവളോടും അവൾക്ക് അവനോടുമുള്ള ആവേശം ദോഷവശങ്ങളെ കാണാതെ നല്ല വശങ്ങളെ മാത്രം പെരുപ്പിച്ച് കാണാനിടയാക്കും. നിറം കറുത്തതാണെങ്കിലും അത് മുത്തിന്റെ നിറം ആണെന്ന് പറയും, പല്ലുകൾ വികൃതം ആണെങ്കിലും അവ മുല്ലമൊട്ടുകൾ പോലെ തോന്നിപ്പിക്കും. ഇങ്ങനെ രസമിശ്രണങ്ങൾ ചെയ്ത് പ്രേമ ഹർഷത്തിൽ എത്തുമ്പോൾ രണ്ടുപേരും വിവാഹിതരാകും. പിന്നീടാണ് പരസ്പരം ഇവർക്കുണ്ടായിരുന്ന വൈകൃതങ്ങളും വൈകല്യങ്ങളും തിരിച്ചറിയുന്നത്. ഇതോടെ ഇവരുടെ ജീവിതം തകർച്ചയെ നേരിടാൻ തുടങ്ങും. ശുഭകരമായ സന്തോഷകരമായ സ്വർഗ്ഗതുല്യമായ വിവാഹ ജീവിതത്തിനു വേണ്ടി നാം എപ്പോഴും നമ്മുടെ രണ്ടു കണ്ണുകളും പരിണയം ചെയ്യാൻ ഉറപ്പിക്കുന്നതിനു മുമ്പേ നന്നായി തുറക്കേണ്ടുന്നതാണ്.വിവാഹാനന്തരം നമ്മുടെ കണ്ണുകൾ പാതി അടഞ്ഞിരിക്കുകയും വേണം.പരസ്പര വിശ്വാസവും പൂർണ്ണ സഹകരണവും ക്ഷമയും ആണ് ദാമ്പത്യജീവിതത്തിന് ഏറ്റവും ആവശ്യം. പരസ്പരം പൊറുക്കാനും മറക്കാനും ഉള്ള മനസ്സ് എപ്പോഴും ഉണ്ടായിരിക്കണം.

ഒരു ദുരന്തവും ഒന്നിന്റെയും അവസാനമാകുന്നില്ല. എല്ലാം അവസാനിച്ചു എന്ന് തോന്നുന്നിടത്ത് നിന്നും വീണ്ടും തുടങ്ങും. അത് നമുക്ക് ശുഭകരവും ആനന്ദകരവും സ്വർഗ്ഗാനുഭൂതികരവും ആയിരിക്കും.

സംഗീതം മുതലായവയിൽ സാധാരണയിൽ കവിഞ്ഞ് പ്രാവീണ്യമുള്ള മനുഷ്യർ - തന്റെ വിദ്യയിൽ പൂർണ്ണമായും അലിഞ്ഞുചേർന്ന - അതിൽ പൂർണ്ണവിലാസന്മാരായ പണ്ഡിതന്മാർ എന്ത് വില കൊടുത്താ

ലും തന്റെ ശക്തി പ്രകടനം നടത്തുക തന്നെ ചെയ്യും.

ക്ഷണിക്കപ്പെട്ട പണ്ഡിത വരേണ്യന്മാരായ വാഗ്ഗേയന്മാരുടെ ഏഴ് ദിവസം നീണ്ടു നിൽക്കുന്ന ഒരു സംഗീത കച്ചേരി രാജാവ് നടത്തിവരികയായിരുന്നു. സംഗീത കച്ചേരിയുടെ ഒന്നാം ദിവസം പ്രഗൽഭനായ വാഗ്ഗേയന്റെ കച്ചേരി പൊടിപൊടിക്കുകയാണ്. സദസ്സിലുള്ള വിദ്വാന്മാരെല്ലാം അരങ്ങിലുള്ള കച്ചേരി ക്കാരനോടൊപ്പം ചേർന്ന് കച്ചേരി ആസ്വാദിക്കാൻ തുടങ്ങി. സദസ്സിന്റെ പ്രകടനം ശല്യമായി തോന്നിയ അരങ്ങിലുണ്ടായിരുന്ന കച്ചേരിക്കാരൻ രാജാവിനെക്കണ്ട് പരാതി ബോധിപ്പിച്ചു. രാജാവ് എഴുന്നള്ളി ആരും ചേർന്ന് പാടരുതെന്നും കൈ കൊണ്ട് താളം പിടിക്കുകയോ തലയനക്കുകയോ ചെയ്യരുതെന്നും ആജ്ഞാപിച്ചു. പിറ്റേ ദിവസവും ഇതു തന്നെ ആവർത്തിച്ചു. ഇതറിഞ്ഞ രാജൻ പിറ്റേ ദിവസം വന്ന് കൈ, തല, നാക്ക് എന്നിവ ചലിപ്പിക്കുന്നവരുടെ തല എടുക്കുമെന്ന് കർശനമായ സ്വരത്തിൽ താക്കീത് ചെയ്തു. മൂന്നാം ദിവസം കച്ചേരി ആരംഭിച്ചു. ഒപ്പം ചലിക്കണമെന്ന കഠിനമായ ദാഹം മനസ്സിലുണ്ടെങ്കിലും രാജാജ്ഞ വിദൂഷികളുടെ ആഗ്രഹത്തിന് കടിഞ്ഞാണിട്ടു. പക്ഷേ എത്ര നിയന്ത്രിച്ചിട്ടും സദസ്സിലുള്ള അഞ്ച് പേർക്ക് അവരുടെ കൈകളെയോ നാക്കിനെയോ നിയന്ത്രിക്കാൻ സാധിച്ചില്ല.

പിറ്റേദിവസം കച്ചേരി ആരംഭിക്കുന്നതിനു മുമ്പ് തന്നെ രാജാവ് സദസ്സിൽ എത്തി വിവരങ്ങൾ ആരാഞ്ഞു. അഞ്ചുപേർ മാത്രമേ രാജാജ്ഞ ലംഘിച്ചുള്ളൂവെന്നറിഞ്ഞ മഹാരാജൻ ഈ അഞ്ചുപേർ മാത്രം സദസ്സിൽ ഇരുന്നാൽ മതി എന്നും ബാക്കിയുള്ളവർ സദസ്സിൽ നിന്നും വെളിയിൽ പോകണമെന്നും ആജ്ഞാപിച്ചു.

തന്റെ ശിരസ്സ് നഷ്ടപ്പെട്ടാലും താൻ ആർജ്ജിച്ച വിദ്യയോടുള്ള അചഞ്ചലമായ ഭക്തിയും വിശ്വാസവും നാം എന്നെന്നും നിലനിർത്തേണ്ടതാണ്. വെച്ച് പുലർത്തേണ്ടുന്നതാണ്.

മറ്റൊരാളെ നാം വിദ്യ പഠിപ്പിക്കുമ്പോൾ പഠിപ്പിക്കുന്നവന് അതിനുള്ള അധികാരം ഉണ്ടായിരിക്കണം. അതില്ലെങ്കിൽ പഠിപ്പിക്കുന്നത് അപഹാസ്യമായി തീരും. അന്ധൻ അന്ധനെ നയിക്കുന്ന അതുപോലെ .

മരം ചെറുതായിരിക്കുമ്പോൾ അതിനുവേണ്ടി വേലി ആവശ്യമാണ്. മരം വലുതായി ബലം നേരിടുമ്പോൾ വേലി പൊളിച്ചു മാറ്റാം.ആനയെ കെട്ടിയാൽ പോലും മരത്തിന് ഒരു പോറലും ഏല്ക്കില്ല.

ബീജമായാൽ നമുക്ക് ബീജത്തെ മടിയിൽ വെച്ച് നടക്കാം. മരമായാലോ മടിയിൽ വെച്ച് നടക്കാൻ പറ്റില്ലല്ലോ.

നാം ഒരു ശത്രുവിനോട് വൈരാഗ്യം വെച്ച് പുലർത്തുന്നുവെന്നിരി

ക്കട്ടെ. ശത്രുവിന് യാതൊന്നും സംഭവിക്കുകയില്ല. മറിച്ച് നമ്മുടെ മനസ്സിൽ അവനോടുള്ള വൈരാഗ്യം കോപത്തിനും വ്യസനത്തിനും ഇടവരുത്തുന്നു. ശത്രുവിനെ സ്മരിച്ചാലും വിസ്മരിച്ചാലും ശത്രുവിന് ഒന്നും വരാനില്ല. ലാഭമോ നഷ്ടമോ സുഖമോ ദുഃഖമോ നന്മയോ തിന്മയോ വരുന്നത് നമുക്ക് മാത്രം. ഓർക്കുക നാം ആരോടും വൈരാഗ്യം വെച്ച് പുലർത്തരുത്. അത് നമുക്ക് തന്നെ ആപത്തായി പരിണമിക്കും. നമുക്ക് നാം തന്നെയാണ് ബന്ധുവും നാം തന്നെയാണ് ശത്രുവും. നമുക്ക് വേണ്ടുന്ന സ്വർഗ്ഗവും നരകവും പണിയുന്നത് നാം തന്നെയാണ്.

കുരങ്ങന്റെ വാൽ ഈർച്ചക്കാരന്റെ ആപ്പെടുത്ത് മരത്തിനിടയിൽ കുടുങ്ങിയത് പോലെ

നമുക്ക് നാമേ പണിവതു നാകം
നരകവുമതു പോലെ

വാഗ്ദാനം ചെയ്യുന്നയാൾ വാക്ക് തിരിച്ചെടുക്കുകയില്ല. വാഗ്ദാനം ആനയുടെ കൊമ്പുകൾ പോലെയാണ്. കൊമ്പുകൾ പുറത്തേക്ക് പോകുന്നു. അകത്തേക്ക് ഒരിക്കലും മടങ്ങുകയില്ല. അതുപോലെ മനുഷ്യർ വാഗ്ദാനം പാലിച്ചേ മതിയാകൂ. കനത്ത വില കൊടുത്തും ദശരഥൻ ചെയ്തതാണ്. കൊടുത്ത വാക്ക് പാലിച്ചു.

ഒരുവനും ധനത്തിൽ അഹങ്കരിക്കരുത്.ഞാൻ ധനികനാണെന്ന് ഞാൻ തന്നെ പറഞ്ഞാലോ? നമ്മളേക്കാൾ ധനികൻ വേറെയുണ്ടാകും. സന്ധ്യാസമയത്ത് പുറത്തേക്ക് വരുന്ന മിന്നാമിനുങ്ങ് താനാണ് ഈ ലോകത്തിൽ വെളിച്ചം വിതറുന്നതെന്ന് വിചാരിക്കുന്നു. പക്ഷേ ആകാശത്ത് വെളിച്ചം വിതറുന്നത് തങ്ങളാണെന്ന നക്ഷത്രങ്ങളുടെ അഹങ്കാരം ചന്ദ്രൻ ഉദിച്ചുയരുമ്പോൾ ലജ്ജിച്ച് തല താഴ്ത്തുന്നു. ഭൂമിയിലെ വെളിച്ചത്തിന് കാരണക്കാരൻ താനാണെന്ന ചന്ദ്രന്റെ ബോധം സൂര്യോദയത്തോടു കൂടി മങ്ങി മങ്ങി അദൃശ്യമായി തീരുന്നു. ഒരു ധനികൻ ഇങ്ങിനെ ചിന്തിച്ചാൽ അവർക്ക് ധനത്തിലുള്ള ഗർവ്വം ഇല്ലാതാകും.

നമുക്ക് അഹങ്കാരമുള്ളിടത്തോളം കാലം നമ്മുടെ അജ്ഞത നശിക്കുന്നില്ല. ബന്ധനങ്ങളിൽ നിന്ന് മോചനവും ലഭിക്കുന്നില്ല.

ധനം ആളെക്കൊല്ലിയാണെന്ന പാക്കനാരുടെ വാക്കുകൾ നാം എല്ലാ സമയവും ഓർക്കുന്നത് ജീവിതത്തിന് സമചിത്തത ലഭിക്കുവാൻ ഇടവരുത്തും.

നമുക്ക് ഒരു ഉറുപ്പിക ലഭിച്ചാൽ ഇരുപത്തിയഞ്ച് പൈസ സ്വകുടുംബ ജീവിതത്തിന് ഉപയോഗിക്കണം. ഇനിയൊരു ഇരുപത്തിയഞ്ച് പൈസ മാതൃപിതൃ കുടുംബാദികൾക്ക് വേണ്ടി നീക്കിവെക്കണം. പിന്നീട് ഒരു ഇരുപത്തിയഞ്ച് പൈസ ദാനധർമ്മാദികൾക്ക് ഉപയോഗപ്പെടുത്തണം.

ബാക്കിയുള്ള ഇരുപത്തിയഞ്ച് പൈസ മാത്രമെ നമുക്ക് സമ്പാദിക്കുവാൻ അവകാശമുള്ളൂ. അതെന്തിനാണെന്നുവെച്ചാൽ രോഗങ്ങളാകുന്ന ശത്രുക്കൾ വന്ന് നമ്മുടെ ദേഹത്തെ നശിപ്പിക്കുമ്പോൾ മറ്റുള്ളവരെ ബുദ്ധിമുട്ടിക്കാതെ ചികിത്സാ ചിലവിന് വേണ്ടിയിട്ടാണ് ഈ പ്രവണത പ്രായോഗികമാക്കാൻ എല്ലാവരും ശ്രദ്ധിക്കുന്നത് ജീവിത സാക്ഷാത്കാരത്തിന് ഗുണകരമാണ്.

തവളക്കുഞ്ഞ് വാൽമാക്രികളായി വാലില്ലിടത്തോളം കാലം വെള്ളത്തിൽ മാത്രം ജീവിക്കുന്നു. എന്നാൽ വാൽപോകുമ്പോഴെക്കും അത് കരയിൽ കയറി ചാടിച്ചാടി നടക്കുന്നു. അപ്പോൾ അതിന് കരയിലും വെള്ളത്തിലും ജീവിക്കാൻ കഴിയുന്നു.അതു പോലെ മനുഷ്യൻ അജ്ഞാതമാകുന്ന വാൽ കളയുമ്പോൾ സ്വതന്ത്രനായി നല്ലൊരു ഗൃഹസ്ഥനായി ജീവിക്കാൻ സാധിക്കും.

പ്രകാശത്തിന്റെ മഹിമ മനസ്സിലാക്കാൻ അന്ധകാരം കൂടിയേ തീരൂ. ദു:ഖമില്ലാതെ സന്തോഷം മനസ്സിലാക്കാൻ സാധിക്കുകയില്ല. വിശന്നിരിക്കുന്നവന് മാത്രമെ ഭക്ഷണത്തിന്റെ രുചി അറിയുകയുള്ളൂ. അഥവാ കഴിച്ചതിലുള്ള സുഖം ലഭിക്കുകയുള്ളൂ. തിന്മയെക്കുറിച്ചറിഞ്ഞാലെ നന്മയെക്കുറിച്ചുള്ള അറിവ് നേടാൻ സാധിക്കുകയുള്ളൂ. രാജഭോഗങ്ങൾ ത്യജിച്ച് ദരിദ്രനാരായണന്മാരുടെ ഇടയിലേക്കിറങ്ങിച്ചെന്ന ബുദ്ധദേവന്റെ കഥയോർക്കുക.

പ്രതീക്ഷയാണ് ജീവിതം.ശ്രമത്തിന്റെയും ശക്തിയുടെയും എല്ലാം ഉത്ഭവം പ്രതീക്ഷയിലാണ്. അതു കൈ വിട്ടാൽ മനുഷ്യൻ മനുഷ്യനല്ലാതായിത്തീരും. മരണ യാതനകൾ അനുഭവിക്കും. അന്ത്യശ്വാസം വരേയും പ്രതീക്ഷ കൈവിടാതിരിക്കുക.

രണ്ടോ മൂന്നോ നിലകളുള്ള സഞ്ചാരികളേയും വഹിച്ച് കൊണ്ടുള്ള വലിയ കപ്പലിൽ രണ്ടാമത്തേയോ മൂന്നാമത്തെയോ നിലയിൽ സഞ്ചാരികളെ ആസ്വാദക ലോകത്തേക്കെത്തിക്കുന്ന സംഗീത വിരുന്നൊരുക്കുന്ന ഓർക്കസ്ട്ര വിഭാഗം ഉണ്ടാകും.അവർ സദാ സമയവും ഓർക്കസ്ട്രയിൽ വ്യാപൃതരായിരിക്കും. കപ്പൽ മുങ്ങിത്താഴുമ്പോഴും മൂന്നാം നിലയിലുള്ള ഇവരുടെ അരികിലേക്ക് വെള്ളമെത്തിയാലും അവർ അവരുടെ കാര്യം ചെയ്തു കൊണ്ടേയിരിക്കും.മറ്റൊന്നും ശ്രദ്ധിക്കാതെ അതിൽ അവർ വ്യാപൃതരായിരിക്കും.

വിശ്വാസം അത്ഭുതങ്ങളായ ഫലങ്ങളെ ഉളവാക്കും.അസാധ്യമായതിനെ സാധിപ്പിക്കും.സംശയിക്കുന്ന മനസ്സ് കണങ്കാൽ ആഴമുള്ള വെള്ളത്തിൽ മുക്കി കൊല്ലും.

ദൂരെ നിന്ന് നോക്കുമ്പോൾ കടലിലെ വെള്ളം കറുപ്പ് നിറം കലർന്ന

തായി തോന്നാം. അടുത്തെത്തി വെള്ളം കോരിയെടുക്കുമ്പോൾ അതി
ന് ഒരു നിറവുമില്ല. ദൂരത്ത് നിന്ന് നോക്കുമ്പോൾ ആകാശത്തിന് നീല
നിറമുണ്ടെന്ന് തോന്നും. അടുത്തുള്ള ആകാശത്തിലേക്ക് നോക്കുക അ
തിന് ഒരു നിറവുമില്ല. അജ്ഞാനത്തെ ഉപേക്ഷിച്ച് ജ്ഞാനത്തിലേക്ക്
എത്തിച്ചേർന്നാൽ അതിന് ഒരു നിറവും ആകൃതിയും ഇല്ലെന്ന് മനസി
ലാകും.

എല്ലാവർക്കും ഉദ്യാനത്തോടാണ് അഭിനന്ദന മനോഭാവം ഉണ്ടാവു
ക. ഉദ്യാനത്തിന്റെ സൃഷ്ടാവിനെ അഥവാ ഉടമസ്ഥനെ ആരും കാര്യമാ
ക്കുന്നില്ല. ഓർക്കുന്നില്ല. ഉദ്യാനത്തിനാണോ ഉദ്യാനത്തിന്റെ സൃഷ്ടികർ
ത്താവിനാണോ കൂടുതൽ മഹിമ.

മറ്റുള്ളവർക്കു വേണ്ടി നമ്മൾ നമ്മുടെ നിസ്സാരമായ സ്വാർത്ഥം ത്യ
ജിച്ചാൽ നമ്മൾക്ക് നമ്മുടെ യഥാർത്ഥ ജ്ഞാനത്തെ കണ്ടെത്താൻ കഴി
യും. മറ്റുള്ളവരെ നമുക്ക് സ്വന്തമാക്കാനും കഴിയും. എത്ര മാത്രം ന
മ്മൾ നമ്മുടെ അഹന്തയെ കാത്തു സൂക്ഷിക്കുന്നുവോ അത്രമാത്രം ന
മ്മൾ നമ്മുടെ സത്യാത്മസ്വരൂപത്തെ നഷ്ടപ്പെടുത്തുകയും മറ്റുള്ളവരെ
അകറ്റുകയും ചെയ്യും.

നാം കണ്ടു കൊണ്ടിരിക്കുന്ന ആളുകളെ പെട്ടെന്ന് കണ്ടില്ലെന്ന് വരു
ത്തുന്നു. മൂന്ന് നാലു ദിവസം കൊണ്ട് ഒരുവനെ തണ്ടിലേറ്റുന്നു. മാളിക
യുടെ മുകളിലിരിക്കുന്നവന്റെ തോളിൽ മാറാപ്പു കയറുന്നതും നാം കാ
ണുന്നു.

നാം ജനിക്കുന്നതും മരിക്കുന്നതും കൂടിയല്ല. വഴിപോക്കരായ നമ്മൾ
ഇങ്ങിനെ വഴി മധ്യേ കാണുന്ന സമയത്ത് എന്തിനാണ് മത്സരിക്കുന്നത്.

സ്ഥാനമാനങ്ങൾക്ക് വേണ്ടി കലഹിച്ച് നാണംകെട്ട് നടക്കാതെ വന്ദി
തന്മാരെ വന്ദിച്ച് ഉൽകൃഷ്ഠമായ പ്രവർത്തനങ്ങളിലേർപ്പെട്ട് മുന്നോട്ട് പോ
വുക. സ്വച്ഛന്ദമായ നിദ്ര നമുക്ക് എപ്പോഴും ലഭിക്കും.

നമ്മുടെ ക്ഷുദ്രമായ ഞാൻ (അഹങ്കാരം) ഇല്ലാതായാൽ മാത്രമേ യ
ഥാർത്ഥമായ ഞാൻ പ്രകാശിക്കൂ. വിഖ്യാതനായ ഒരു ഗുരുനാഥന്റെ സ
ന്നിധിയിൽ ഒരുവൻ വിദ്യ അഭ്യസിക്കുവാനായി ചെന്നു. കുറേ നാളു
കൾ ഗുരുനാഥനോട് ഒത്തുകൂടി. ഇന്ന് വിദ്യ ലഭിക്കും നാളെ ലഭിക്കും
എന്നുള്ള ആകാംക്ഷയിൽ വിദ്യാർത്ഥി ദിവസങ്ങളും മാസങ്ങളും തള്ളി
നീക്കി ക്ഷമ നശിച്ച വിദ്യാർത്ഥി ഒരു ദിവസം ഗുരുനാഥനോട് ഇങ്ങിനെ
ചോദിച്ചു ഞാൻ എപ്പോഴാണ് വിദ്യ അഭ്യസിക്കാൻ വരേണ്ടത്.

ഞാൻ ചത്തിട്ട് (മരിച്ചിട്ട്) വന്നാൽ മതിയെന്നായിരുന്നു ഗുരുനാഥ
ന്റെ ഉത്തരം. ഞാനെന്ന അഹങ്കാരം നശിക്കുമ്പോഴാണ് നമ്മൾ യഥാർ
ത്ഥ ജീവിതം ആരംഭിക്കുന്നത്. ആ ചെറിയ ഞാൻ നശിക്കുമ്പോഴാണ്

ക്ലേശങ്ങൾ തിരോഭവിക്കുന്നത്.

കുഞ്ഞുനാളിൽ കുട്ടികൾ നമ്മുടെ രാജാക്കന്മാരാണ്. അവർ വാശി പിടിച്ച് രോദനം ചെയ്ത് അവരുടെ ഇംഗിതങ്ങൾ സാധിക്കുന്നില്ലേ. എത്ര ദരിദ്ര നാരായണന്മാരാണെങ്കിലും കുട്ടികളുടെ ആവശ്യങ്ങൾ നാം എങ്ങിനെയെങ്കിലും സാധിച്ചു കൊടുക്കാറില്ലേ. വാശി പിടിച്ച് തളർന്ന് കിടന്നുറങ്ങാറുള്ള കുട്ടികൾ ഒരു കാലഘട്ടത്തിന്റെ കാഴ്ചകളായിരുന്നു. ഇന്ന് കുട്ടികളുടെ പിഞ്ചോമനകളുടെ കുട്ടി ക്കളികൾ കണ്ട് രസിക്കുന്ന എത്ര മാതാപിതാക്കളുണ്ട്. കരയുന്നതും വാശി പിടിക്കുന്നതും കുട്ടികളുടെ കിന്നാരം പറച്ചിലുകൾ കേൾക്കാനും കാണാനും മറ്റും എത്ര അച്ഛനമ്മമാരുണ്ട്. മാതൃവാത്സല്യത്തോടെ മുലയൂട്ടുന്ന എത്രമാതാക്കന്മാരുണ്ട്. പിന്നെങ്ങിനെയാണ് വാത്സ്യല്യങ്ങൾ ഒരു കുടുംബത്തിൽ നില നിൽക്കുക. എല്ലാ വാത്സ്യല്യങ്ങളുടെയും ഉറവിടം കുടുംബമാണ്. അവിടെയാണ് വാത്സ്യല്യത്തിന്റെ വിത്തിടേണ്ടത്. ആ വിത്താണ് പുറത്ത് നിന്നുള്ള പ്രതിരോധങ്ങളെ അതിജീവിച്ച് തഴച്ച് വളർന്ന് വലിയ മരമായി മാറേണ്ടത്. ഓർക്കുക കുഞ്ഞുനാളിലെ നമ്മുടെ കുടുംബമാണ് നമുക്ക് എല്ലാത്തിനും ഉത്തേജനം.

കുട്ടികളെ അവരുടെ ഇഷ്ടാനുസരണം വളരുന്നതിന് നമുക്ക് അവരെ ബാഹ്യമായി മാത്രമേ സഹായിക്കാനാകൂ. ജ്ഞാനം അവന്റെ ഉള്ളിൽ നിന്നും വരേണ്ടതാണ്. ഉള്ളിലെ ജ്ഞാനത്തെ ഉണർത്തുക മാത്രമാണ് ഒരു ഗുരുവിന്റേയോ മാതാപിതാക്കളുടെയോ ഉത്തരവാദിത്വം. കണ്ണും, കാതും കരചരണങ്ങളും ബുദ്ധിശക്തിയുമുപയോഗിച്ച് പ്രവൃത്തിക്കാനാവശ്യമായ പ്രചോദനമൊരുക്കൽ മാത്രമാണ് മാതാപിതാക്കളുടെ ധർമ്മം.

നമ്മുടെ കുഞ്ഞുങ്ങളുടെ മലമൂത്ര വിസർജനങ്ങൾ കുഞ്ഞുനാളിൽ അമൃത രസമെന്ന പോലെയല്ലേ മാതാപിതാക്കൾ സ്വീകരിച്ചത്. തന്റെ ഭക്ഷണത്തിൽ തന്നെ മൂത്രമൊഴിച്ചാലും ആ ഭക്ഷണം തന്നെ നാം പവിത്രമായി കണ്ട് ഭക്ഷിക്കുന്നില്ലേ.അവരുടെ മലമൂത്രത്തിൽ തന്നെ ഒന്നിച്ച് കിടന്നുറങ്ങാറില്ലേ.എന്നിട്ടും അതിനോട് അറപ്പോവെറുപ്പോ അനുഭപ്പെട്ടിരുന്നില്ല. എന്നിട്ട് പ്രായമേറികഴിഞ്ഞാൽ ശയ്യാ ലംബയായിരിക്കുന്ന മാതാപിതാക്കളുടെ വിസർജ്ജനങ്ങളോട് നാമെന്തിന് പുറം തിരിഞ്ഞ് നിൽക്കണം. നല്ല മനസ്സോടെ പ്രാർത്ഥനയോടെ നാമതേറ്റെടുക്കുക. അവരെ ശുശ്രൂഷിക്കുക.നല്ല രീതിയിൽ പെരുമാറുക. അവരോട് നല്ല വാക്കുകൾ മാത്രം സംസാരിക്കുക. നല്ല കണ്ണോടെ മാത്രം കാണുക. മാനവ സേവയാണ് യഥാർത്ഥമായ മാധവ സേവയെന്നോർക്കുക. നമുക്ക് പൂർണ്ണ മനഃസമാധാനം അമൃതോന്മാദം അതിൽ നിന്നും ലഭി

ക്കുന്നതായിരിക്കും.

പ്രായാധിക്ക്യത്തിന്റെ പ്രാരാബ്ധതയിൽ സ്വബോധം നഷ്ടപ്പെട്ട് വൃദ്ധ മാതാപിതാക്കൾ ചിലപ്പോൾ വാശി പിടിച്ചെന്ന് വരും. കഠോരമായ വാക്കുകളുച്ചെരിച്ചെന്ന് വരാം. മലമൂത്ര വിസർജനത്തിൽ തന്നെ കിടന്നെന്ന് വരാം. ആരും കാണാതെ മലം തന്നെ കൈകുമ്പിളിലാക്കി ഭക്ഷിച്ചെന്നും വരാം.

നമ്മൾ നമ്മുടെ കുഞ്ഞുനാളിലേക്കൊന്ന് തിരിഞ്ഞ് നോക്കി നല്ല ഹൃദയത്തോടെ പുഞ്ചിരിക്കുന്ന മുഖത്തോടെ ഇതെല്ലാം സ്വീകരിച്ച് അവർക്ക് വേണ്ട ശുശ്രൂഷകൾ ചെയ്ത് കൊടുക്കുവാനാണ് ശ്രമിക്കേണ്ടത്.മറിച്ച് ഒരു തരത്തിലും നാം അവരോട് മുഷിഞ്ഞ ഭാഷയിൽ സംസാരിക്കുവാനോ അവരെ കറുത്ത കണ്ണോടു കൂടി ദർശിക്കുവാനോ പാടില്ല. തികഞ്ഞ ആത്മാർത്ഥതയോടെ അവരോട് പെരുമാറുക. അവ നമുക്ക് നമ്മുടെ മനസ്സിന് സുഖം തരുന്നു.ഇതിനെല്ലാം പുറം തിരിഞ്ഞ് അവരെ പാപത്തിന്റെ പടുകുഴിയിലേക്ക് തള്ളിവിട്ടാൽ ദൈവം പോലും നമുക്ക് മാപ്പ് തരില്ല തീർച്ച.

ദൈവം നൽകിയ അനുഗ്രഹമാണ് കുടുംബം. മാതാപിതാക്കളാണ് കുടുംബത്തിന്റെ നെടുംതൂണ്.കുടുംബത്തിന്റെ ഐക്യമാണ് ആ കുടുംബത്തിന്റെ ഉയർച്ച. ഈ കുറഞ്ഞ കാലത്തെ ജീവിതം പരസ്പരം വിമർശിച്ചിട്ട് കളയാനുള്ളതല്ല.വിമർശിക്കുന്തോറും കുടുംബങ്ങളിൽ വാശിയും വൈരാഗ്യവും കൂടി വരുന്നു. തിരിച്ച് വരാത്ത ഈ ലോകത്ത് വിഡ്ഢികളാകാതെയുള്ള ഈ ജീവിതം സന്തോഷത്തിലാകണം. ഒരു ദിവസത്തെ ജീവിതം പോയാൽ അത് പോയത് തന്നെ.

പരസ്പരം സ്നേഹമില്ലാത്ത വീടുകളിൽ ഐശ്വര്യം ഉണ്ടാവുകയില്ല. അനുജൻ, ജ്യേഷ്ഠൻ, സഹോദരി,മാതാപിതാക്കൾ അതൊക്കെ ഓരോ ബന്ധങ്ങളാണ്.ഒരുമിച്ച് നിന്ന് കുടുംബത്തെ എങ്ങിനെ ഉയർത്താമെന്നാണ് നാം ഓരോരുത്തരും ചിന്തിക്കേണ്ടത്. എല്ലാവരേയും ഒരുമിപ്പിക്കാനുള്ള മനസ്സാണ് നമുക്കാവശ്യം.ഒരു വാക്ക് മതി ഒരു കുടുംബം ചിന്നി ചിതറാൻ.അയൽവാസികളുടെ ഇടയിൽ ഒരു കോമാളിയെപ്പോലെ ജീവിതം നയിക്കാൻ. മറ്റുള്ളവരുടെ മുമ്പിൽ ഒരു പരിഹാസ കഥാപാത്രമായി മാറാതിരിക്കാൻ, അവർ ഒളിഞ്ഞും തെളിഞ്ഞും ചിരിക്കാൻ ഉള്ള അവസരം നാം കൊടുക്കാതിരിക്കുക.

ഒരു കുടുംബത്തെ ഉന്നതിയിലേക്ക് എത്തിക്കുന്നതും താഴ്ചയിലേക്ക് നയിക്കുന്നതും ആ കുടുംബ വ്യക്തികളുടെ സ്വഭാവമനുസരിച്ചായിരിക്കും.

നമ്മൾ കുടുംബത്തിലെ വ്യക്തികളെ കുറ്റപ്പെടുത്തുന്നതിന് പകരം സമാധാനിപ്പിക്കുക. അനുജന്റെ ഭാഗത്ത് നിന്നും ജ്യേഷ്ഠന്റെ ഭാഗത്ത് നിന്നും ചിന്തിക്കുക. സഹോദരിമാതാ പിതാക്കൾ ഇവരെയൊക്കെ കുറ്റപ്പെടുത്തുന്നതിന് പകരം അവരുടെ ഭാഗത്ത് നിന്ന് കൂടി ഒന്ന് ഇരുന്ന് ചിന്തിക്കുക.

കുടുംബത്തിലെ ഓരോ വ്യക്തികളെ കുറിച്ചും പഠിച്ച് മനസ്സിലാക്കി വെക്കുക.പുഞ്ചിരിച്ച് കൊണ്ട് മാത്രമെ പെരുമാറാവു. ഞാനാണ് ശരി എന്റെ ചിന്തയാണ് ശരി എന്ന മനോഭാവം പൂർണ്ണമായും മാറ്റിയെടുക്കുക. ആരെയും ഒറ്റപ്പെടുത്തി കുറ്റപ്പെടുത്തരുത്. എല്ലാവരും ആഗ്രഹിക്കുന്നത് കുടുംബത്തിലെ സമാധാനമാണ്. എന്തെങ്കിലും കുറച്ച് ലാഭങ്ങൾക്ക് വേണ്ടി കുടുംബ ബന്ധം തകർക്കരുത്. കുടുംബങ്ങൾ ചിന്നി ചിതറാനുള്ള അവസരങ്ങൾ ഉണ്ടാവരുത്.

ഓരോരുത്തർക്കും ഓരോ പദവിയുണ്ട്. മാതാവ്, പിതാവ്, ജ്യേഷ്ഠൻ എന്നിവ ഓരോ പദവിയാണ്.

അനിയൻ, ഭാര്യ, സഹോദരി എന്നിവരെല്ലാം ഓരോ പദവികളാണ്. ജ്യേഷ്ഠ പത്നി അമ്മയുടെ സ്ഥാനത്താണ്. മൂത്തവരെ മൂത്തവരായും ഇളയവരെ ഇളയവരായും അതാത് സ്ഥാനം കൊടുത്ത് നാമെന്നും കാണണം.കുടുംബ ബന്ധം തകരുന്ന ഒരു സംസാരവും അണിയറയിൽ നടക്കരുത്.

വീട്ടിലെ മരുമക്കളെ സ്വന്തം മക്കളായി ഭർത്താവിന്റെ മാതാപിതാക്കൾ കാണണം.കാരണം നമ്മുടെ പെൺമക്കളേയും മറ്റു വീടുകളിലേക്ക് കെട്ടിച്ച് വിട്ടിട്ടുണ്ടാകാം.എല്ലാവരും സ്ത്രീകളാണെന്ന ബഹുമാനം അവർക്ക് എപ്പോഴും നൽകണം.

അയൽവാസികളെ നാമെന്നും പരിഗണിക്കണം. ദുഷ്ട മനസ്സോടെ അവർ നമ്മോടു മിണ്ടിയില്ലെങ്കിലും നമ്മൾ മിണ്ടി തുടങ്ങണം. നമ്മുടെ വീട്ടിലുണ്ടാകുന്ന എല്ലാ സന്തോഷങ്ങളിലും അവരെ കൂടി പരമാവധി ഉൾകൊള്ളിക്കാൻ ശ്രമിക്കണം. നിന്നെപ്പോലെ നിന്റെ അയൽക്കാരനെയും സ്നേഹിക്കുകയെന്ന യേശു വചനം ശ്രദ്ധിക്കുക.

അനുദിനം മാറി കൊണ്ടിരിക്കുന്ന ഈ പ്രപഞ്ചത്തിൽ സുഖവും ദുഃഖവും, ഭാഗ്യവും നിർഭാഗ്യവും, ഭോഗവും രോഗവും, സംയോഗവും വിയോഗവും, ക്ഷേമവും ക്ഷാമവും, കനകവും കലഹവും സഹവർത്തികളാണ്. നിഴൽ പോലെ ഒന്ന് മറ്റൊന്നിനെ പിന്തുടർന്ന് കൊണ്ടേയിരിക്കും. ഇത് നാം എന്നും അറിയുന്നു. അനുഭവിക്കുന്നു. എന്നിട്ടും ബന്ധിതന്മാരായി മനുഷ്യർ ഈ സുഖഭോഗങ്ങളിൽ മോഹിതരായി ഈ ലോകത്ത് കിടന്നുഴലുന്നു. ഇന്ദ്രീയ വിഷയങ്ങളിൽ നിന്നും ലഭിക്കുന്ന സുഖങ്ങളു

ടെ സദ്യോലാഭമാണ് മനുഷ്യനെ നശിപ്പിക്കുന്നത്.

നാമമാത്രമായ ഒരു തരി സുഖം മതി അതുവരെ അനുഭവിച്ച കോടാനുകോടി വേദനകളും ദുഃഖങ്ങളും മനുഷ്യന് മറക്കാൻ. വീണ്ടും വീണ്ടും ഉള്ള അനുഭവങ്ങളിൽ നിന്ന് പാഠം പഠിക്കാത്ത ഒരാളുടെ ദുരിതം തീർക്കാൻ ആർക്കും കഴിയില്ല. ഉറങ്ങുന്നവനെ വിളിച്ചുണർത്താം ഉറക്കം നടിച്ച് കിടക്കുന്നവനെ വിളിച്ചുണർത്താൻ സാധിക്കുകയില്ലല്ലോ? അന്തമില്ലാത്ത ദുഃഖങ്ങൾ അനുഭവിക്കാൻ ഇടയാകാത്ത ദുഃഖ രഹിതമായ നിലയെ പ്രാപിക്കുന്നതിന് ശരിയായ കർമ്മ പദ്ധതികൾ കൈകൊണ്ടേ മനുജ ജന്മം സഫലമാകൂ.

നല്ല മാറ്റങ്ങളെയും നല്ല ചിന്തകളെയും നാം സ്വീകരിക്കുക.പഴകി ദ്രവിച്ച ചിന്തകളെ ഒഴിവാക്കുക. പുതിയ ചിന്തയിലേക്കുള്ള പുതിയ മനുഷ്യനാവുക. മാറ്റങ്ങൾ നമ്മുടെ ചിന്തയിൽ നിന്നും കടന്ന് വരട്ടെ.

സ്വന്തം സഹോദരിമാരുടെ നഗ്നത വിറ്റ് നവ മാധ്യമങ്ങളിലൂടെ കാശാക്കുന്ന, അതിൽ മനോസുഖം കണ്ടെത്തുന്ന സഹോദരങ്ങൾ, സ്വന്തം മക്കളെ പീഡിപ്പിച്ച് ഗർഭിണിയാക്കുന്ന പിതാക്കന്മാർ സ്വന്തം മക്കളെ സ്വകാമുകന്മാർക്ക് കാഴ്ചവെക്കുന്ന മാതാക്കന്മാർ, ഭാര്യമാരെ വിൽക്കുന്ന ഭർത്താക്കന്മാർ, പരസ്പരം വെട്ടിക്കൊല്ലുന്ന സഹോദരങ്ങൾ, ഭാര്യയെയും മക്കളേയും കൊലപ്പെടുത്തി സ്വയം ആത്മഹത്യയിലേക്ക് ഒതുങ്ങുന്ന ഭർത്താക്കന്മാർ മക്കളോടൊപ്പം മരണം വരിക്കുന്ന മാതാക്കൾ - മാതാപിതാക്കളെ വഴിയോരത്തിൽ ഉപക്ഷിക്കുന്ന മക്കൾ ആത്മാർത്ഥമായി സ്നേഹിക്കുന്ന സ്വന്തം സ്നേഹിരന്മാരെ എങ്ങിനെ വഞ്ചിക്കാമെന്ന് ചിന്തിക്കുന്ന സ്നേഹിതർ.

ഇന്ദ്രീയനിഗ്രഹങ്ങളില്ലാതെ കാമ രോഗത്തിന് അടിമപ്പെട്ട് പിഞ്ചുകുഞ്ഞുങ്ങളെ പോലും പിച്ചിചീന്തുന്ന കാമവെറിയന്മാർ. എന്നിട്ട് കാണാതാവുന്ന കുട്ടികളേയും മറ്റും അന്വേഷിക്കാൻ മുന്നിട്ടിറങ്ങുന്ന നരാധമന്മാർ. എവിടെ നോക്കിയാലും കാപട്യങ്ങളും വഞ്ചനകളും മാത്രം. സ്നേഹത്തിന്റെയും സാഹോദര്യത്തിന്റയും സത്യത്തിന്റെയും ധർമ്മത്തിന്റെയും കണിക പോലും കാണാനില്ലാതെ ദുഃഖിതനായി ധർമ്മം വനത്തിലേക്ക് യാത്രയായിരിക്കുന്നു.

കഷ്ടം കലിയുഗത്തിന്റെ ധർമ്മമല്ലാതെ മറ്റെന്തു പറയാൻ. തെറ്റ് ചെയ്തവരേയും തെറ്റ് ചെയ്യാത്തവരേയും ഒരു പോലെ ചെന്നായ്ക്കളെപോലെ നടുറോഡിൽ തേജോവധം ചെയ്യുന്ന നിയമപാലകന്മാർ.

കുട്ടി കുരങ്ങന്മാരെകാണ്ട് ചൂട് ചോറ് വാരിക്കുന്ന നേതാക്കന്മാർ തലങ്ങും വിലങ്ങും ലക്കും ലഗാനുമില്ലാതെ നെട്ടോട്ടമോടുന്ന രാജ്യപാലകർ.

ഒരു കരണമില്ലാതെ അഥവാ നിസ്സാര കാരണങ്ങളെ കൊണ്ട് ജീവിതമെന്തെന്ന് മനസ്സിലാക്കാത്ത കൗമാരത്തിലേക്ക് കാലെടുത്ത് വെക്കുന്ന ആത്മഹത്യ ചെയ്യപ്പെടുന്ന കുട്ടികൾ.

ഒരു ലക്ഷ്യവുമില്ലാതെ അതിവേഗതയിൽ ഗതാഗത നിയമത്തിന്റെ അതിർ രേഖകൾ ലംഘിച്ച് വാഹനങ്ങളെടുത്ത് നിരത്തിലൂടെ സഞ്ചരിച്ച് ജീവൻ പൊലിയുന്ന അഥവാ വൈകല്യങ്ങൾ സംഭവിച്ച് കിടപ്പ് രോഗികളായി മാറിയ എത്രയെത്ര യുവത്വങ്ങൾ. ഇത്രയും ഇന്ന് വർത്തമാന ലോകത്തിന്റെ നേർക്കാഴ്ചകളാണ്. അല്പമൊന്ന് ചിന്തിച്ച് ജീവിതമാകുന്ന നന്ദന വനത്തിലേക്ക് ഇറങ്ങിച്ചെന്നാൽ നാമെല്ലാം ഭാഗ്യവന്മാരാകില്ലെ.

ചെറിയൊരു ധൈര്യം സംഭരിച്ച് മനസ്സ് നിറയെ കാപട്യങ്ങളും വഞ്ചനകളും കൊണ്ട് നടന്ന് അറിവും വിവരവുമില്ലാത്ത പാമരന്മാർ അവരുടെ എല്ലാ അടവുകളും ഉപയോഗിച്ച് വാക്ചാതുര്യങ്ങളാൽ വശീകരിക്കപ്പെട്ട് ഉന്നതശ്രേണികളിൽ വിരാജിക്കുന്ന പണ്ഡിത വരേണ്യന്മാരെയും അധികാരക്കസേരയിലിരിക്കുന്നവരേയും വഞ്ചിക്കപ്പെടുന്ന ലോകക്കാഴ്ച നമ്മളെ ഇന്ന് ഭയപ്പെടുത്തുകയാണ്. ആശ്ചര്യപ്പെടുത്തുകയാണ്. അവരുടെ കപടനാടകങ്ങൾ കണ്ടറിയാൻ നാം വളരെ വൈകിപ്പോകുന്നു.അറിയപ്പെടുമ്പോഴേക്കും നാം അതിൽ മുങ്ങിത്താണ് ജീവച്ഛവമായി മാറുന്നു.

ഇത്തരം വഞ്ചകന്മാരെ കാപട്യക്കാരെ മനസ്സിലാക്കാൻ ലോകത്തിന് നന്നേ പാടുപെടേണ്ടിവരും. മന്നവനായാലും, യാചകനായാലും, പണ്ഡിതനായാലും, പാമരനായാലും ഒടുവിൽ നാം വഞ്ചിതന്മാരുടെ നടുവിൽ എത്തിച്ചേരുന്നു.

പ്രബുദ്ധന്മാരുടെയും സ്ഥിതി ഇതുതന്നെ. ആക്ഷേപിക്കുന്നവരും ആക്ഷേപിക്കപ്പെടുന്നവരും തിരിച്ചറിയേണ്ട സത്യം ഇതുതന്നെയാണ്.

നമ്മുടെ ജീവിതവും മരണവും ഈ പ്രപഞ്ചത്തെ ആശ്രയിച്ചിരിക്കുന്നു എന്നു വിചാരിച്ച് നമ്മുടെ അവകാശങ്ങളേയും താല്പര്യങ്ങളേയും രക്ഷിക്കാനുള്ള ശ്രമത്തിൽ പലവിധത്തിലുള്ള ബുദ്ധിമുട്ടുകളും, കഷ്ടതകളും നാം സ്വയം സൃഷ്ടിക്കുകയാണ്. അതിൽ നാം സ്വയം അസന്തുഷ്ടരാകുന്നു എന്ന് മാത്രമല്ല ഒരു മടിയുമില്ലാതെ മറ്റുള്ളവർക്ക് നാശനഷ്ടങ്ങൾ വരുത്തുകയും ചെയ്യുന്നു. രാപകൽ തൻകാര്യം നേടാനായി ജീവിതസമരം ജയിക്കാനായി സ്വന്തം ജീവനെ ബലികഴിച്ചും മറ്റുള്ളവരുടെ ജീവനെ എടുത്തും മറ്റുള്ളവരുടെ മേക്കിട്ട് കയറിയും നാം സ്വയം ക്ഷീണിതന്മാരായി ഭവിക്കുന്നു. 'അയ്യോ എനിക്ക് മരിക്കാൻ കൂടി (ചാവാൻ കൂടി) സമയമില്ലല്ലോ' എന്ന് ചിലർ പറയും. കാലിന്മേൽ ഉ

റുമ്പ് കയറിപ്പറ്റാൻ കൂടി സമയമില്ലാതെ കഠിനാധ്വാനം ചെയ്യുന്നു എന്ന് മറ്റു ചിലർ. എന്നിട്ട് എന്ത് പ്രയോജനം. ഈ ലഹരികളിൽ പെട്ട് വട്ടം കറങ്ങി ഭവിഷ്യത്തുകളെക്കുറിച്ച് ചിന്തിക്കാതെ മൂഢന്മാരായി മരണമാകുന്ന ഗാഢ നിദ്രയിലേക്ക് വിലീനമാകുന്നു.

എത്രയോ മഹത്വത്തിലേക്ക് എത്തേണ്ടുന്ന യുവത്വത്തെ ലഹരി പദാർത്ഥങ്ങൾക്ക് അടിമപ്പെടുത്തി അവരുടെ സിദ്ധിയും ബുദ്ധിയും പൂർണ്ണമായും നഷ്ടപ്പെടുത്തി മാനസിക രോഗങ്ങളിലേക്ക് വലിച്ചിഴക്കപ്പെട്ട് മനോ സുഖവും ധന സുഖവും കണ്ടെത്തുന്ന ലഹരി മാഫിയാ സംഘങ്ങൾ. നിയമം പാലിച്ച് നിയമത്തെ സംരക്ഷിക്കപ്പെടേണ്ടുന്ന ചില നിയമപാലകർ തന്നെ അതിന് കൂട്ട് നിൽക്കുന്നു.

ഉന്നത വിദ്യാഭ്യാസത്തിനായി കലാലയങ്ങളിലേക്കയക്കുന്ന നമ്മുടെ പിഞ്ചോമനകൾ ലഹരി മാഫിയാ സംഘങ്ങളുടെ പിടിയിൽപ്പെട്ട് ജീവിതം നഷ്ടപ്പെടുന്നത് തിരിച്ചറിയാൻ നാം ഒരു പാട് കഷ്ടപ്പെടേണ്ടി വരുന്നു.

നിയമം വഴി അവരെ സ്വജീവിതത്തിലേക്ക് തിരിച്ച് കൊണ്ട് വരാൻ പ്രയാസമാണെങ്കിലും അവരെ വേറിട്ട് കാണാതെ മാന്യമായ പെരുമാറ്റത്തിലൂടെ ഉപദേശത്തിലൂടെ സൗഹൃദത്തിലൂടെ രക്ഷിതാക്കൾക്ക് തിരിച്ച് അവരെ നേരായ മാർഗ്ഗത്തിലേക്ക് നയിക്കാൻ സാധിക്കും.അവരോടുള്ള ദേഷ്യവും വെറുപ്പും ഒഴിവാക്കുക.

അവൾക്ക് എന്നോട് സ്നേഹമുണ്ടെന്നതും. ഞാൻ അവളെ പ്രേമിക്കുന്നു അഥവാ സ്നേഹിക്കുന്നു എന്നതും വെറും സ്വപ്നം മാത്രമാണ്. ചില സമയങ്ങളിൽ നമുക്ക് പ്രേമനൈരാശ്യം വരികയും അവ കൊടും ക്രൂരമായ അരുംകൊലയിൽ എത്തിച്ചേർന്നെന്നും വരാം. നടു റോഡോ കലാലയങ്ങളോ പുരുഷന്റെയോ സ്ത്രീയുടെയോ ഗൃഹമോ ഇതിന് യാതൊരു തടസ്സവുമാവില്ല. പ്രേമനൈരാശ്യം മൂലം വെട്ടി കൊലപ്പെടുത്തിയെന്നോ വെടി വച്ച് കൊന്നെന്നോ, പെട്രോൾ ഒഴിച്ച് തീക്കൊളുത്തി കൊലപ്പെടുത്തി സ്വയം ആത്മഹത്യ ചെയ്തതെന്നോ കേൾക്കന്നത് ഇന്ന് സർവ്വസാധാരണമായിരിക്കുന്നു. ഇത് വാർത്താമാധ്യമങ്ങളിൽ എന്നെന്നും വാർത്തകളായി നിറഞ്ഞുനിൽക്കുന്നു അതവർ ആഘോഷിക്കുന്നു. ഇതിനെതിരെ ബോധവൽക്കരണവും അവബോധവും അത്യന്താപേക്ഷിതമാണ്. സമൂഹം ഉണർന്നു പ്രവർത്തിക്കേണ്ട സമയം അതിക്രമിച്ചിരിക്കുന്നു.

ഞാൻ ശരീരം ആണ് എന്ന ബോധമാണ് എല്ലാ അനർത്ഥങ്ങളുടെയും തായ് വേര്.സർവ്വ ഭയങ്ങളും തെറ്റുകളും ദുർവാസനകളും അതിൽ

നിന്നാണ് ഉത്ഭവിക്കുന്നത്. ശരീരത്തിന്റെ പോഷണ ലാളനകൾക്കായി എന്ത് പാപവും ചെയ്യാൻ മനുഷ്യൻ മടിക്കുന്നില്ല. കളവ് ചതി വഞ്ചന പരദ്രോഹം എന്ന് വേണ്ട വളരെ നിസ്സാര കാര്യങ്ങൾക്കുപോലും കൊലപാതകം വരെ നടത്തുന്നു. കാമിനിയും കാഞ്ചനവും അവന്റെ ആരാധനാപാത്രമായി ഭവിക്കുന്നു. ഫലമോ സുഖം മോഹിച്ച് ദുഃഖത്തെ ആലിംഗനം ചെയ്യുന്നു. ദേഹരക്ഷണത്തെ കാംക്ഷിച്ച് മരണത്തെ സ്വയം വരിക്കുന്നു.

മലം,മൂത്രം,കഫം, രക്തം, കൊഴുപ്പ്, മജ്ജ,മാംസം മുതലായ മലിന വസ്തുക്കളുടെ സഞ്ചയമാണ് നമ്മുടെ ഈ ശരീരം. ഇത് അനിത്യമാണ്. നാശത്തെ പ്രാപിക്കുന്നതാണ്. ഇങ്ങനെയുള്ള വസ്തുക്കളുടെ കൂട്ടിൽ പെട്ട് നാം പെടാപ്പാട് പെടുകയാണ്. ഈ ശരീരത്തോടാണ് നാം മമത കാണിക്കുന്നത് എന്ന് ഓരോ നിമിഷവും നാം ഓർക്കേണ്ടതാണ്. ശരീരത്തിന് വേണ്ടിയുള്ള ലാളന പോഷണകൾ ആവശ്യമാണ് താനും.

ആഹാര വിഹാരാദികളിൽ മിതത്വവും ശ്രമവും ശീലിക്കണം. ഭക്ഷണം തീഷ്ണമല്ലാത്തതും പോഷകാംശമുള്ളതും എളുപ്പത്തിൽ ദഹിക്കുന്നതുമായിരിക്കണം. അമിതഭക്ഷണം അരുത്. ഭക്ഷണം നാവിനെ തൃപ്തിപ്പെടുത്താൻ മാത്രമല്ല ശരീരത്തിലെ ആരോഗ്യത്തിനും അതിനെ പ്രവർത്തനമാക്കാനും വേണ്ടിയാണ്. ശുദ്ധവായു ശ്വസിക്കുന്നതും ലഘുവ്യായാമങ്ങൾ ചെയ്യുന്നതും നല്ലതാണ്. ഇവ നമ്മുടെ പ്രതിഭയും ശക്തിയും ആയിരം മടങ്ങ് വർദ്ധിക്കും. മനോ നിയന്ത്രണത്തിന് ഇടവരുത്തുകയും ചെയ്യും.

ആഹാരം മരുന്നല്ല. മരുന്ന് ആഹാരവും അല്ല.

ധ്യാനവും പ്രാണായാമവും ശാരീരിക സുഖത്തിന് അനിർവ്വാര്യവുമാണ്.

മൂർച്ചയുള്ള ചോദ്യങ്ങൾക്ക് മാത്രമേ തീർച്ചയുള്ള ഉത്തരങ്ങൾ ലഭിക്കുകയുള്ളൂ.

പശു പലനിറമാണ് പാൽ ഒരു നിറമാണ്.

നാളെയെക്കുറിച്ച് കലഹിച്ച് ശക്തി നശിപ്പിക്കുന്നവർ ഇന്ന് നേടേണ്ടവയും നാളെ നേടേണ്ടവയും കളഞ്ഞ് കുളിക്കും. ശക്തിക്ഷയം മാത്രമായിരിക്കും അവർക്ക് ലാഭം.

നമ്മുടെ വിജ്ഞാനതൃഷ്ണയും വിശകലന കുശലതയും ഊഹാപോഹ വിചക്ഷണതയും ഗവേഷണ ചാതുരിയും ശാസ്ത്ര പഠനവും ധിഷണാ വർദ്ധകങ്ങൾ തന്നെയാണ്. ലോകോപകാരങ്ങളായ പല കണ്ടുപിടിത്തങ്ങളും അവകൊണ്ട് നമുക്ക് നേടിയെടുക്കാൻ സാധിക്കും. എന്നാൽ അജ്ഞാന വിജ്ഞാനങ്ങൾ തന്നെ സ്വാർത്ഥമതികളും ഭൗതി

കവാദികളും ആയ മനുഷ്യരുടെയോ രാഷ്ട്രത്തിന്റെയോ കയ്യിൽ കിട്ടിയാൽ സർവ്വനാശ കാരണങ്ങളായി ഭവിക്കുന്നു. ഈ സുന്ദരമായ ലോകത്തെ ഭയങ്കര നരകമാക്കി തീർക്കുന്നു.

കൂട്ടിയുരുമ്മിയാൽ വിറകിൽ നിന്ന് അഗ്നിയും, തൈരു കലക്കിയാൽ വെണ്ണയും, എള്ള് ആട്ടിയാൽ എണ്ണയും, ഭൂമി കഴിച്ചാൽ ഭൂമിയിൽനിന്ന് വെള്ളവും ലഭിക്കുന്നു. അതുപോലെ നാം ആത്മാർത്ഥമായി ശ്രമിച്ചാൽ നമുക്ക് വശ്യസുന്ദരമായ ആത്മജ്ഞാനത്തെ കണ്ടെത്താൻ അനായാസേന സാധിക്കുക തന്നെ ചെയ്യും.

നമ്മളെ ഞെട്ടിപ്പിക്കുന്ന വാർത്തകളാണ് എന്നും കലാലയങ്ങളിൽ നിന്നും യുവാക്കളിൽ നിന്നും പുറത്തുവരുന്നത്. സഹപാഠികളായ നീചന്മാർ കാമുകിമാരായ പെൺകുട്ടികളെ നിസ്സാര കാരണങ്ങളെ കൊണ്ട് തമ്മിലടിച്ച് കഴുത്തറുത്ത് കൊലപ്പെടുത്തി എന്ന വാർത്ത സമീപമായി കേൾക്കേണ്ടിവന്നു. ലോകത്തിൽ പ്രത്യേകിച്ച് കേരളത്തിൽ ഇത്തരത്തിലുള്ള കുറ്റകൃത്യങ്ങൾ വർദ്ധിച്ചു വരികയാണ്.

ഇത്തരം കുട്ടികളെ കയറൂരി വിടുന്ന മാതാപിതാക്കളും അവർക്ക് കൂട്ടു നിൽക്കുന്ന ചങ്ങാതിമാരും ആധുനിക സമൂഹ്യ മാധ്യമങ്ങളും ഒക്കെ ഇതിന് ഒരു തരത്തിൽ കാരണക്കാരാണ്. ആഡംബര ജീവിതവും വഴിപിഴച്ച കൂട്ടുകെട്ടും, വി ല്ലത്തരവും കുട്ടികളിൽ ഇന്ന് വർദ്ധിച്ചുവരികയാണ്. എന്ത് തെറ്റ് ചെയ്താലും മക്കളെ ശിക്ഷിക്കാനോ ഉപദേശിക്കാനോ മാതാപിതാക്കൾ പോലും തയ്യാറാകുന്നില്ല. തന്റെ വിദ്യാർത്ഥികൾ തെറ്റ് ചെയ്താൽ അവരെ ശിക്ഷിക്കുവാനുള്ള അധികാരമൊ അവകാശമോ ഗുരുനാഥന്മാർക്കില്ല. നോക്കി നിൽക്കുന്നവർക്ക് ഇത് ക്രൂരമായ വിനോദമാണ്. ഇതിനിടയിൽ ജീവൻ നഷ്ടപ്പെടുന്ന പാവം കുട്ടികൾ അവരുടെ മാതാപിതാക്കൾ ആരറിയുന്നു അവരുടെ വേദന .

ഇനിയെങ്കിലും നമ്മുടെ ചെറു തലമുറയെ കയറൂരി വിടാതെ അവരുടെ ചലനങ്ങൾ അവരറിയാതെ ശ്രദ്ധിക്കാൻ മാതാപിതാക്കളും രക്ഷിതാക്കളും തയ്യാറാകണം. കലാലയങ്ങളിലും വിദ്യാലയങ്ങളിലും അവർ എന്തു ചെയ്യുന്നു എന്നറിയാൻ നമ്മുടെ വിലയേറിയ സമയം നമ്മൾ ചെലവഴിക്കുന്നത് നന്ന്. കൈ വിട്ടു പോയിട്ട് കരഞ്ഞിട്ട് കാര്യമില്ല.

കൊലപാതകമോ ആത്മഹത്യയോ ഇതിന് ഒരു ഉപാധിയല്ല. പോംവഴിയല്ല. മന:സംയനമാണ് ഇത്തരം കാര്യങ്ങൾക്ക് ആവശ്യം വിവേചനത്തോടെ വിട്ടുവീഴ്ച്ചയോടെ കൃത്യങ്ങളെ നേരിട്ട് വിജയത്തിലേക്കെത്താനുള്ള മാർഗ്ഗം കണ്ടെത്തണം.

ഒരച്ഛൻ തന്റെ മകനോട് രണ്ടു നോട്ടുപുസ്തകങ്ങൾ എടുത്ത് കൈയ്യിൽ കൊടുത്ത് ഇങ്ങനെ പറഞ്ഞു. നീ പള്ളിയിൽ കയറുന്നവരെയും

പള്ളിയിൽ നിന്ന് ഇറങ്ങി വരുന്നവരെയും ഈ രണ്ടു പുസ്തകത്തിൽ കൃത്യമായി രേഖപ്പെടുത്തണം. അച്ഛന്റെ ഉദ്ദേശം എന്താണെന്ന് മനസ്സി ലായില്ലെങ്കിലും മകൻ അത് അനുസരിക്കാൻ തന്നെ തീരുമാനിച്ചു.എ ല്ലാം കഴിഞ്ഞ് വീട്ടിൽ തിരിച്ചെത്തിയ മകൻ രണ്ടു നോട്ടുബുക്കുകളും അച്ഛന്റെ കയ്യിൽ തിരിച്ചേല്പിച്ചു. നോട്ട് ബുക്ക് വാങ്ങി അച്ഛൻ പരിശോ ധിക്കുന്നു. അങ്ങോട്ട് കയറിയവർ ഏതാണ്ട് 523 പേരും ഇറങ്ങിയവർ 100 പേരും. ഇതെന്തേ ഇങ്ങനെ കയറിയവർ എല്ലാം ഇറങ്ങി പോയി ല്ലേ.അല്ല അവരെല്ലാം ഇപ്പോഴും പള്ളിയിൽ പ്രാർഥനയിലാണോ.മകൻ വളരെ നിസ്സാരമായി പറയുകയാണ്. അങ്ങോട്ട് കയറിയവർ ഓരോരു ത്തരായി പോയതുകൊണ്ട് എണ്ണാൻ എളുപ്പമായിരുന്നു. ഇറങ്ങിയവർ കൂട്ടമായി ഇറങ്ങിയതിനാൽ കൃത്യമായി എണ്ണാൻ സാധിച്ചില്ല. അപ്പോൾ അച്ഛൻ മകനോട് പറയുകയാണ്. ഇങ്ങനെയാണ് എന്റെ കയ്യിൽ വരു ന്ന പണത്തിന്റെ കണക്കും. ശമ്പളം വാങ്ങി ഞാൻ ഇവിടെ എത്തു മ്പോൾ നിങ്ങളുടെ ഓരോരുത്തരുടെയും ആവശ്യങ്ങൾ വീടിന്റെ ചില വുകൾ രോഗിയായ അച്ഛനമ്മമാരുടെ മരുന്നിന്റെ ചിലവുകൾ മറ്റു ചികി ത്സാ ചിലവുകൾ ഇതൊക്കെ കഴിഞ്ഞ് എന്റെ കയ്യിൽ യാതൊന്നും മി ച്ചം വെക്കാൻ കഴിയുന്നില്ല. ഇങ്ങോട്ട് കൊണ്ട് വരുമ്പോൾ കൃത്യമായ കണക്കുണ്ട്. ചിലവാക്കി കഴിയുമ്പോൾ അത് എങ്ങനെ ചിലവായി എ ന്ന് എനിക്ക് തന്നെ പറയാൻ പറ്റുന്നില്ല. സ്വന്തമായി ഉണ്ണാതെയും ഉടു ക്കാതെയും മരുന്നു പോലും വാങ്ങാതെയാണ് കുട്ടികളെ കഷ്ടപ്പെട്ടു വ ളർത്തുന്നത്.നമ്മുടെ കഷ്ടപ്പാടുകളും ബുദ്ധിമുട്ടുകളും കുട്ടികളെ അറി യിക്കുന്നതിൽ യാതൊരു തെറ്റുമില്ല. ഏറ്റവും ലളിതമായ കാര്യങ്ങൾ പോലും മാറ്റിവെച്ച് അവർക്ക് വേണ്ടുന്നതെല്ലാം നൽകി അവരെ സ ന്തോഷിപ്പിക്കാമെന്ന് കരുതുകയും വേണ്ട. അവരും ബുദ്ധിമുട്ടുകളും കഷ്ടതകളും അറിഞ്ഞ് വളരട്ടെ. ബുദ്ധിമുട്ട് അറിഞ്ഞു വളരാൻ നാം ന മ്മുടെ കുട്ടികളെ അനുവദിക്കാറില്ല എന്നതല്ലേ ശരി.നമുക്ക് കിട്ടാതെ പോയ സുഖങ്ങളും സന്തോഷങ്ങളും സൗകര്യങ്ങളും ഒക്കെ നാം കുട്ടി കൾക്ക് വേണ്ടി ഒരുക്കി കൊടുക്കുമ്പോൾ ഒരു കാര്യം ശ്രദ്ധിക്കണം. ബുദ്ധിമുട്ടുകളും കഷ്ടപ്പാടുകളും വേദനകളും അറിഞ്ഞു വരുമ്പോൾ അല്ലേ അവർക്ക് ഇടയ്ക്ക് ലഭിക്കുന്ന സന്തോഷം അനുഗ്രഹമാവുക യുള്ളൂ.

ആവലാതി പെട്ടിട്ടോ കരഞ്ഞിട്ടോ ആത്മനിന്ദ ചെയ്തിട്ടോ ഒരു പ്ര യോജനവുമില്ല.ഞാൻ നിർഭാഗ്യവാനാണ്. അയോഗ്യനാണ്. ദുർബല നാ ണ്.ഇത്തരം വാക്കുകൾ എല്ലാം പാടെ ഉപേക്ഷിക്കുക. നഷ്ടപ്പെട്ടവയൊ

ന്നും നമുക്ക് ഉള്ളവയല്ല എന്ന് ഓർക്കുക.നമുക്കുള്ളവയെതിരിച്ചു പിടി ക്കുവാൻ തീവ്രമായി യത്നിക്കുക. കഴിഞ്ഞതെല്ലാം നമ്മൾ മറക്കുക. വരാനിരിക്കുന്ന അതിനെ കുറിച്ച് ചിന്തിക്കുക. ഉണർച്ചയോടെ മുന്നോ ട്ടുപോവുക. നടന്നു നീങ്ങും തോറും വഴി ചുരുങ്ങും.

ഇടതടവില്ലാതെ ഒരു വീരനെ പോലെ പൊരുതുക. ഒരിക്കലും പിൻ തിരിഞ്ഞുനോക്കാതെ മുന്നോട്ടുപോവുക. ഇടയ്ക്ക് ഉണ്ടാകുന്ന ക്ഷീണ ത്തെയോ കടുത്ത വിഷമത്തെയോ അല്പം പോലും കൂട്ടാക്കരുത്.തോൽ വിയുടെ ചിന്തപോലും മനസ്സിൽ കടക്കാൻ അനുവദിക്കരുത്.നമ്മുടെ ന ല്ല ലക്ഷ്യങ്ങളെ നമുക്ക് സാക്ഷാത്കരിക്കാൻ തീർച്ചയായും സാധിക്കും.

നല്ല ഒരു ലേഖനമെഴുതിയ ആൾക്ക് തന്റെ കലാസൃഷ്ടിയെ മറ്റുള്ള വരെ കാണിക്കുവാനും, അതിലുള്ള ആനന്ദത്തെ പങ്കെടുവാനും തിടു ക്കമുണ്ടാകും. ഒരു ചിത്രകാരൻ തന്റെ കലാ രചനകളെ കലാ ചാതുരി കളെ മറ്റുള്ളവർക്ക് കാട്ടികൊടുത്ത് ആസ്വദിക്കുവാൻ നിർബന്ധിക്കും. ഗായകന്മാർ തങ്ങളുടെ ഗാന ലഹരിയിൽ ഉന്മത്തനായി നമ്മുടെ സമയ ത്തെ അപഹരിക്കും. ഒരു സാഹിത്യകാരൻ നമ്മെ പിടിച്ചിരുത്തി അയാ ളുടെ കലാസൃഷ്ടി വായിച്ച് കേൾപ്പിക്കും.

ആർക്കമിഡീസ് തന്റെ പ്രിൻസിപ്പൾ കണ്ടുപിടിച്ച് നഗ്നത പോലും മറന്ന് തെരുവ് വീഥിയിലൂടെ കിട്ടിപ്പോയി കിട്ടിപ്പോയി എന്ന് പറഞ്ഞു കൊണ്ട് ഓടിയിരുന്നു പോലും.

ഒരു യഥാർത്ഥ കവിയോ, ചിത്രകാരനോ, ഗായകനോ, ശാസ്ത്രകാ രനോ തന്റെ മഹത്തായ കലാസൃഷ്ടിയുടെ കർത്താവാണെന്ന് അഭിമാ നിക്കുകയില്ല. അവകാശപ്പെടുകയുമില്ല. വ്യക്തിത്വം നിശ്ശേഷം കലാപര മോൽകൃഷ്ടതയെ പ്രാപിക്കും. ഒരു സൃഷ്ടിയുടെ രസചാതുര്യം അതി നെ വ്യാഖ്യാനം ചെയ്യുന്നതനുസരിച്ചിരിക്കും. വ്യാഖ്യാതാവിനാണ് കൂ ടുതൽ അറിവ് ഉണ്ടാവുക. സൃഷ്ടാവിന് അതിനെക്കുറിച്ച് അറിവ് ഉണ്ടാ വുകയില്ല.

ഒരു വാഹനത്തിൽ ബസ്സിൽ യാത്ര ചെയ്യുകയായിരുന്ന ഒരാളുടെ നേരെ ഒരു വൃക്ഷ ശിഖരം വരുന്നത് അദ്ദേഹം കണ്ടു .അത് അദ്ദേഹ ത്തിന്റെ മനസ്സിൽ പതിച്ചു. മനസ്സ് ബുദ്ധിക്ക് നിർദ്ദേശം കൊടുത്തു. പ ക്ഷേ ബുദ്ധി കൊടുത്ത നിർദേശം സ്വീകരിക്കുവാൻ പ്രധാന ഇന്ദ്രീയ മായ കണ്ണ് അല്പം വൈകിപ്പോയി. വൃക്ഷ ശിഖരം കണ്ണിൽ പതിച്ചു ക ണ്ണിന് മുറിവേറ്റു. മുറിവുമായി ആശുപത്രിയിൽ എത്തുമ്പോഴേക്കും അ ദ്ദേഹത്തിന്റെ ഒരു കണ്ണിന്റെ കാഴ്ച പൂർണമായും നഷ്ടപ്പെട്ടിരുന്നു. ആ ശുപത്രിയിൽ സന്ദർശിക്കാനെത്തിയ ബന്ധു അദ്ദേഹത്തോട് ഇങ്ങിനെ പറഞ്ഞു. ദൈവാധീനം ഒരു കണ്ണ് മാത്രമല്ലെ നഷ്ടപ്പെട്ടിട്ടുള്ളൂ. പ്രധാന

അവയവമായ ഒരു കണ്ണ് നഷ്ടപ്പെട്ടിട്ടും സന്ദർശകൻ വിധിയിൽ വിശ്വാസം കൊള്ളുകയാണ്. ഇത് മൂഢത്വമെന്നല്ലാതെ മറ്റെന്തു പറയാൻ.

അക്ഷരം പഠിക്കുന്നതോ വാക്ക് പഠിക്കുന്നതോ അർത്ഥം പഠിക്കുന്നതോ അത് പരീക്ഷിക്കുന്നതോ വിജയിക്കുന്നതോ ആണ് വിദ്യാഭ്യാസം എന്ന് ധരിക്കുന്നത് തെറ്റി.വോളിനോമിയലും, സൈനും, കോസ്സും, റൂട്ടും ഉറക്കമിളച്ചിരുന്ന് പഠിച്ചത് പ്രായോഗിക ജീവിതത്തിൽ നമുക്ക് എപ്പോഴെങ്കിലും ഇതൊരു ആവശ്യമായി തോന്നിയിട്ടുണ്ടോ? ഒരിക്കലുമില്ല. ട്രിബിൾ എം.എ എടുത്ത് ഉന്നത വിജയം നേടിയ വ്യക്തിക്ക് ചിലപ്പോൾ ആ രാജ്യത്തെ പ്രസിഡന്റിനെയോ പ്രധാനമന്ത്രിയെയോ അറിഞ്ഞെന്ന് വരില്ല.

വിശാലമായ പറമ്പുള്ള തിരുമേനി അദ്ദേഹത്തിന്റെ തൊടിയിൽ നിറയെ പച്ചക്കറി നട്ടു.പച്ചക്കറികൾ വളർന്ന് വലുതായി. ഒരു ദിവസം പ്രഭാതത്തിൽ തോട്ടത്തിലെത്തിയ തിരുമേനി കണ്ടത് അടുത്ത വീട്ടിലെ പശുവന്ന് കൃഷികൾ മുഴുവൻ തിന്ന് നശിപ്പിക്കുന്ന രംഗമാണ്. തിരുമേനി ഒരു വടിയെടുത്ത് പശുവിനെ അടിക്കാൻ ചെന്നു. പക്ഷേ പശുവിനെ മർദ്ദിക്കാൻ തിരുമേനിക്ക് തോന്നിയില്ല. പശുവിന്റെ ദേഹത്ത് എവിടെ നോക്കിയാലും മർമ്മങ്ങളാണ്. തിരുമേനിയുടെ ശ്രദ്ധയിൽ പെട്ടത്.അദ്ദേഹത്തിന് പ്രയാസമായി തിരിച്ച് ഇല്ലത്തേക്ക് ചെന്നു. ഭൃത്യനായ രാമനെ വിളിച്ച് തൊടിയിൽ പശു കയറി വിളവ് നശിപ്പിക്കുന്നുവെന്നും ഒന്ന് അതിനെ തൊടിയിൽ നിന്നും പുറത്താക്കണമെന്നും നിർദ്ദേശിച്ചു.രാമൻ കേൾക്കേണ്ട താമസം വേലിയിൽ നിന്നും ഒരു കമ്പ്പൊട്ടിച്ചെടുത്ത് പശുവിനെ തലങ്ങും വിലങ്ങും അടിച്ചോടിച്ചു. ഇതാണ് പ്രായോഗിക വിദ്യ. ഇതാണ് മൂല്യാധിഷ്ഠിത വിദ്യാഭ്യാസം.

പിതാവിന്റെ മഹിമ പറഞ്ഞു കൊടുക്കാത്ത പിതാക്കന്മാർ.

ഞാൻ ഗുരുനാഥനാണ് എന്ന് പറഞ്ഞു കൊടുക്കാത്ത ഗുരുനാഥന്മാർ.

കൺകണ്ട ദൈവമാണ് മാതാവ് എന്ന് പറഞ്ഞ് കൊടുക്കാൻ മാതാവിന് അറിയാതെ വന്നത്. ഇതൊന്നും ഗുരുത്ദ്രോഷം കൊണ്ടല്ല.മറിച്ച് നമ്മുടെ വിദ്യാഭ്യാസത്തിൽ ഇല്ലാതെ പോയത് കൊണ്ടാണ്. ഈ രീതിയിൽ പഠിപ്പിക്കാത്തത് കൊണ്ടാണ്.

നമ്മുടെ വരവ് എത്രയായാലും ഓരോ മാസവും നാം അല്പമെങ്കിലും മിച്ചം വെക്കണം. അത് അത്യാവശ്യമാണ്. അത് നമുക്ക് ഭാവിയിലേക്ക് വളരെയേറെ പ്രയോജനപ്പെടും. ആരോഗ്യം, ശമ്പളം, തൊഴിൽ, സമ്പത്ത്, ബന്ധുമിത്രാദികളൊന്നുംതന്നെ നമുക്ക് ശാശ്വതമല്ല.

രോഗങ്ങൾ, പീഡകൾ, ആപത്തുകൾ, കഷ്ടതകൾ, ബാധ്യതകൾ,

ഉൽകണ്ഠ ഇവകളെല്ലാം സർവ്വസാധാരണമാണ് താനും. വാർദ്ധക്യ ത്തിൽ നമ്മുടെ പ്രവർത്തനശേഷി അവശതകൾ പിടിപ്പെട്ട് കുറഞ്ഞ് വ രും അപ്പോൾ വല്ല സമ്പാദ്യവുമുണ്ടെങ്കിൽ കഷ്ടപ്പെടാതേയും ദു:ഖിക്കാ തെയും ജീവിക്കാം. അങ്ങിനെ പരിശ്രമമില്ലാതെ ശാന്തമായി ബാക്കി കാലം കഴിഞ്ഞ് കൂടാം. ഗവൺമെന്റ് ജോലിയിൽ നിന്ന് വിരമിച്ച ചിലർ ഇങ്ങിനെ പറയുന്നത് കേൾക്കാം. എനിക്ക് ജീവിക്കാനുള്ളത് സർക്കാർ തരുന്നുണ്ട്. അവരുടെ ത്യാഗപൂർണ്ണമായ കർമ്മ കാലഘട്ടങ്ങളിൽ അ വരുടെ ജീവനാശത്തിൽ നിന്നും സർക്കാർ പിടിച്ച് വെച്ച ഒരംശമാണി തെന്ന ആത്മാഭിമാനം ആ വാക്കുകളിൽ പ്രകടമാണ്.

അനേകം യാത്ര ചെയ്ത് ക്ഷീണിച്ച അതിബുദ്ധിമാനും സമർത്ഥ നും പ്രശസ്തനുമായ ഒരു പണ്ഡിതൻ യാത്രക്കിടയിൽ ദാഹിച്ച് വല ഞ്ഞ് ചുറ്റും വെള്ളമന്വേഷിച്ചു.

അകലെയല്ലാതെ ഒരു സ്ത്രീ കിണറ്റിൽ നിന്നും വെള്ളമെടുക്കുന്ന ത് കണ്ട അദ്ദേഹം ആ സ്ത്രീയുടെ പക്കൽ ചെന്ന് കുറച്ച് വെള്ളം ചോ ദിച്ചു അവൾ വെള്ളം കൊടുക്കാമെന്ന് സമ്മതിച്ചു.അതിന് മുമ്പ് ഒന്ന് പ രിചയപ്പെടുത്തുവെന്ന് അവൾ പണ്ഡിതനോട് ആവശ്യപ്പെട്ടു.

അദ്ദേഹം കരുതി ഒരു ഗ്രാമീണ യുവതി മഹാ പണ്ഡിതനായ എ ന്നെ അറിയണമെന്നില്ല. അതു കൊണ്ട് തന്നെ ആ യുവതിയോട് അദ്ദേ ഹം ഇങ്ങിനെ പറഞ്ഞു. ഞാൻ ഒരു വഴിയാത്രക്കാരൻ മാത്രം.

യുവതി: ഈ ലോകത്തിൽ ആകെ രണ്ട് യാത്രക്കാരെയുള്ളൂ. സൂര്യ നും ചന്ദ്രനും. രണ്ടും നിത്യമായി കൃത്യമായി ഉദിക്കുകയും അസ്തമി ക്കുകയും ചെയ്യുന്നു. ചെയ്തുകൊണ്ടിരിക്കുന്നു. യുവതി പുഞ്ചിരി തൂ കി കൊണ്ട് പറഞ്ഞു. അപ്പോൾ പിന്നെ താങ്കളാരാണ്.

എങ്കിൽ ഞാനൊരു അഥിതിയാണ് യാത്രക്കാരൻ പറഞ്ഞു.

സമ്പത്തും യുവത്വവുമാണ് ഈ ഭൂമിയിലെ രണ്ടേ രണ്ട് അതിഥി കൾ.രണ്ടും ശാശ്വതമല്ല. അത് കൊണ്ട് അവയെ മാത്രം നമുക്ക് അതി ഥികൾ എന്ന് വിളിക്കാം.

യാത്രക്കാരൻ: എങ്കിൽ ഞാൻ സഹനശീലനായ ഒരു വ്യക്തിയാണെ ന്ന് കരുതിക്കോളൂ.

യുവതി: ഈ ഭൂമിയിൽ സഹനശീലരായി രണ്ടു പേരെയുള്ളൂ. ഒന്നാ മത്തേത് ഭൂമിയും രണ്ടാമത്തേത് വൃക്ഷവുമാണ്. നമ്മൾ ഭൂമിയെ എത്ര ചവുട്ടിയാലും വൃക്ഷത്തിൽ എത്ര കല്ലെറിഞ്ഞാലും അവ സഹിക്കുന്നു മാത്രമല്ല. നമ്മളെ നിലനിർത്തുവാനുള്ള ധാന്യവും ഫലങ്ങളും അവ ന മുക്ക് തരുകയും ചെയ്യുന്നു.

പണ്ഡിതൻ ആകെ അമ്പരന്നു. അദ്ദേഹം ഇപ്രകാരം പറഞ്ഞു. ഞാൻ

ഒരു മർക്കടമുഷ്ടിക്കാരനാണ് ദുർവാശിക്കാരനാണ്.

യുവതി: അങ്ങിനെ ദുഃശ്ശാഠ്യമുള്ള രണ്ട് വ്യക്തികളേയുള്ളൂ.നഖവും മുടിയും രണ്ടും എത്ര വെട്ടിയാലും വളർന്ന് കൊണ്ടേയിരിക്കും.

ഇത്രയും കേട്ട് ശാന്തത കൈവിടാതിരുന്ന പണ്ഡിതന് ദേഷ്യം വന്നു. എന്നിട്ട് അദ്ദേഹം ഇങ്ങിനെ പറഞ്ഞു. എങ്കിൽ ഞാനൊരു വിഢിയാണ്.

അപ്പോൾ ഉറക്കെ ചിരിച്ച് കൊണ്ടവൾ പറഞ്ഞു. ഈ ലോകത്ത് രണ്ട് വിഢ്ഢികൾ മാത്രമെയുള്ളൂ. അറിവില്ലാതെ തിരിച്ചറിവില്ലാതെ വകതിരിവില്ലാതെ ഭരിക്കുന്ന രാജാവും ഇതുപോലൊരു നിർഗുണനായ രാജാവിന് സ്തുതി പാടുന്ന പ്രജകളും പണ്ഡിതന് ബോധ്യമായി ബുദ്ധിയിലും സാമർത്ഥ്യത്തിലും പാണ്ഡിത്യത്തിലും ഇവൾ എന്നേക്കാൾ എത്രയോ മുന്നിലാണെന്ന്.

ബുദ്ധിശക്തിയും പാണ്ഡിത്യവും സാമർത്ഥ്യവുമുണ്ടെങ്കിലും നാം നമ്മെ തന്നെ തിരിച്ചറിയണം. ആ സമയത്ത് മാത്രമെ നാമൊരു മനുഷ്യരാകൂ. ആത്മജ്ഞാനമില്ലാത്തവൻ ഒരിക്കലും മനുഷ്യത്വത്തിന്റെ പരമകാഷ്ഠ പ്രാപിക്കുകയില്ല.

നമ്മൾ മക്കളെ സ്നേഹിച്ചോളൂ. ലാളിച്ചോളൂ. ഉപദേശിച്ചോളൂ. പക്ഷേ നമ്മൾ ഒരുപക്ഷേ നല്ല ഉദ്ദേശത്തോടെ ഉപദേശിക്കുന്ന കാര്യങ്ങൾ – നമ്മൾ ഓർക്കാതെ – നമ്മൾ അവരെ ഉപദേശിക്കുന്നതിന്നിടയിൽ കുട്ടികളുടെ മനസ്സിനെ വേദനിപ്പിക്കുകയും അവരുടെ ഭാവിയെ ദോഷകരമായി ബാധിക്കുകയും ചെയ്യാതെ വളരെ ശ്രദ്ധയോടുകൂടിയായിരിക്കണം ഉപദേശിക്കുന്നത്.

കുട്ടികൾ സ്കൂളിൽ പോയി തുടങ്ങുമ്പോൾ മാതാപിതാക്കൾ അവരുടെ കളി സമയം ചുരുക്കും. മുതിർന്ന ക്ലാസുകളിലെത്തിക്കഴിഞ്ഞാൽ അവർക്ക്എന്തെങ്കിലും കളികളിൽ അല്പസമയം മുഴുകാൻ അനുവദിക്കാതെ പഠിത്തത്തിൽ ശ്രദ്ധിക്കുകഎന്ന ഉപദേശമായിരിക്കും എപ്പോഴും നൽകുക. അതിന്റെ ഫലമായി കുട്ടികളുടെ മനസ്സിൽ മാനസിക സംഘർഷങ്ങൾ വളർന്ന് വരികയും അത് പല ഗുരുതരമായ വൈകാരിക പ്രശ്നങ്ങൾക്ക് ഇടയാക്കുകയും ചെയ്യും. ആകയാൽ നാം എപ്പോഴും നമ്മുടെ കുട്ടികളുടെ പഠനവും, കളിയും, വിനോദങ്ങളും സംതുലനപ്പെടുത്തി കൊണ്ടുപോവുകയാണ് വേണ്ടത്.

ചെറിയവായിൽ വലിയവർത്തമാനം പറയുന്ന കുട്ടികളുണ്ട്. അവർ മറ്റുള്ളവരുടെ ശ്രദ്ധയെ പെട്ടെന്ന് ആകർഷിക്കും. അതിഷ്ടപ്പെടുന്ന മാതാപിതാക്കൾ നിനക്കിഷ്ടമുള്ളത് പറഞ്ഞോളൂ എന്ന സ്വാതന്ത്ര്യവും കുട്ടികൾക്ക് നൽകിയിട്ടുണ്ടാവും. എന്നാൽ ചില ആളുകൾക്ക് ഓവർ

സ്മാർട്ടായി സംസാരിക്കുന്ന കുട്ടികളോട് താല്പര്യം തോന്നാറില്ല. എ ന്നാൽ സ്കൂളുകളിൽ നടക്കുന്ന ഒരു സംവാദത്തിലോ, ചർച്ചയിലോ പ ങ്കെടുത്ത് നന്നായി സംസാരിക്കുന്ന കുട്ടികളെ എല്ലാവരും ഇഷ്ടപ്പെടു കയും ചെയ്യുന്നു. അതുകൊണ്ട് സ്മാർട്ടായി സംസാരിക്കേണ്ടത് എവി ടെയാണെന്ന് നമ്മുടെ കുട്ടികൾക്ക് ബോദ്ധ്യപ്പെടുത്തിക്കൊടുക്കണം. എ ന്ത് പറയണം, ആരോട് പറയണം, എങ്ങനെ പറയണം, ഏതവസരത്തിൽ പറയണം എന്ന് മക്കളോട് പറഞ്ഞ് കൊടുക്കണം. കുട്ടികൾ അവരുടെ മനസ്സിൽ തോന്നുന്നതൊക്കെ കാണുന്നവരോട് വിളിച്ചു പറഞ്ഞാൽ അ ത് ദോഷകരമായി ബാധിക്കുന്നത് മാതാപിതാക്കളെ ആയിരിക്കും. അ വസര രഹിതമായ വാക്ക് ആപത്തിനെ വിളിച്ച് വരുത്തും.

മക്കൾ ആരാകണമെന്ന് എല്ലാ മാതാപിതാക്കൾക്കും ആഗ്രഹമുണ്ടാ കും. അതിനായി വളരെ ചെറുപ്പത്തിലേ പരിശീലനം നൽകുന്നവരുണ്ട്. എപ്പോഴും പഠിക്കുക, നല്ല മാർക്ക് വാങ്ങുക, നല്ല ഗ്രേഡ് വാങ്ങുക എ ങ്കിലേ ഭാവിയിൽ നമുക്ക് നല്ല നിലയിലേക്കെത്താൻ സാധിക്കൂ എന്ന് നിരന്തരമായി പറയുന്ന മാതാപിതാക്കൾ മക്കളെ മാനസികമായി പീ ഡിപ്പിക്കുകയാണ് ചെയ്യുന്നത്. ഈ പീഡനം അവരിൽ മാനസികമായി സമ്മർദ്ധങ്ങൾ വളർത്താനെ ഉപകരിക്കൂ. എല്ലാ മാതാപിതാക്കളും ത ങ്ങളുടെ മക്കൾ ഉയർന്ന നിലയിൽ കാണാൻ മാത്രമേ ആഗ്രഹിക്കൂ. മാ താപിതാക്കളുടെ ഭാഗത്ത് നിന്ന് നോക്കിയാൽ അത് ശരിയാണ് താനും. ആകയാൽ യഥാർത്ഥത്തിൽ നമ്മൾ ചെയ്യേണ്ടത് മക്കളുടെ തൊട്ടു മു ന്നിലുള്ള മത്സരങ്ങളും പരീക്ഷകളും നന്നായി മുന്നേറാൻ അവർക്ക് വേണ്ട പ്രചോദനം നൽകുകയെന്നതാണ്. ആ പ്രചോദനം ഉയർന്ന ക്ലാ സുകളിലെത്തുംതോറും നാം കൂട്ടി കൂട്ടി വരികയും വേണം. അങ്ങനെ വരുമ്പോൾ കുട്ടികളുടെ മനസ്സിൽ സ്വയം തോന്നൽ ഉണ്ടാകും. തന്റെ മാതാപിതാക്കളുടെ ആഗ്രഹം പോലെ ഭാവിയിൽ എനിക്ക് സാധിക്ക ണം എന്ന ലക്ഷ്യം കുട്ടികളിൽ താനെ വളർന്ന് വരും. ആ ഒരു പ്രചോ ദനമാണ് നാം കുട്ടികളിൽ വളർത്തിയെടുക്കേണ്ടത്.

ഒരേപോലെയാകുവാൻ രണ്ട് കുട്ടികൾക്ക് ഒരിക്കലും സാധ്യമല്ല. മ റ്റു കുട്ടികളുടെ കഴിവുകളെ സ്വന്തം മക്കളുടെ കഴിവുകളുമായി താരത മ്യപ്പെടുത്തി സംസാരിക്കുന്ന മാതാപിതാക്കൾ ഇന്ന് സുലഭമാണ്. അ ങ്ങിനെയുള്ള മാതാപിതാക്കൾ ആദ്യം മനസ്സിലാക്കേണ്ടത് ഈ കാര്യ മാണ്. നമ്മൾ സത്യത്തിൽ ചെയ്യുന്നത് സ്വന്തം മക്കളെ പ്രോത്സാഹിപ്പി ക്കുക സദുദ്ദേശത്തോടുകൂടിയായിരിക്കും. പക്ഷേ ഫലം വിപരീതമായി രിക്കും പലപ്പോഴും ഉണ്ടാകുന്നത്. തന്റെ കഴിവിനെ മറ്റൊരു കുട്ടിയുടേ തുമായി താരതമ്യപ്പെടുത്തി കുറച്ച് കാണിക്കുമ്പോൾ അത് കുട്ടികളു

ടെ ആത്മാഭിമാനത്തിന് ക്ഷതമേൽപ്പിക്കുകയും അവരുടെ മനസ്സിനെ നിരുത്സാഹപ്പെടുത്തുകയുമാണ് ചെയ്യുന്നത് എന്ന് നാം ഓർക്കുന്നത് നന്നായിരിക്കും.

തങ്ങളുടെ മക്കൾ എപ്പോഴും മറ്റുള്ളവരേക്കാൾ ഉന്നതിയിൽ നിൽ ക്കണം എന്നാണ് എല്ലാ മാതാപിതാക്കളുടേയും ആഗ്രഹം. അത് കൊ ണ്ട് മക്കൾ പാഠ്യേതരവിഷയങ്ങളിലും മറ്റും എപ്പോഴും എന്തെങ്കിലു മൊക്കെ പഠിച്ച് കൊണ്ടിരിക്കണമെന്ന് പല മാതാപിതാക്കളും ആഗ്ര ഹിക്കുന്നു.അതിനായി കുട്ടികൾക്ക് നിർബന്ധിതമായ അവസരങ്ങൾ ഒ രുക്കുകയും ചെയ്യുന്നു. അങ്ങിനെ അവധിദിവസങ്ങളിലെ സമയം പോ ലും മറ്റുപല കാര്യങ്ങൾക്കും വേണ്ടി പഠിക്കാനായി ചിലവഴിക്കുമ്പോൾ കൂട്ടുകാരോടൊത്ത് കളിക്കാനോ, കുളിക്കാനോ, സുഖമായി ഒന്ന് ഉറ ങ്ങുവാനോ, കഥാപുസ്തകങ്ങൾ വായിക്കാനോ, സിനിമ കാണാനോ, എന്തിനേറെ മര്യാദയ്ക്ക് ഒന്ന് സ്വപ്നം കാണാനോ പോലും സമയം കിട്ടാത്ത വിധം കുട്ടികളുടെ ജീവിതം തിരക്കേറിയതായി മാറുന്നു. മാ താപിതാക്കൾ എപ്പോഴും അവർക്ക് ഇഷ്ടപ്പെട്ട മേഖലകളിലാണ് പരി ശീലനം നൽകേണ്ടത്. ഞെക്കിപ്പഴുപ്പിക്കുന്നതിനേക്കാൾ നല്ലത് താനെ പഴുക്കുന്നതല്ലേ.

പഠിത്തത്തിലായാലും പാഠ്യേതര മത്സരങ്ങളിലായാലും നമ്മുടെ കു ട്ടിയായിരിക്കണം ഒന്നാമനാകേണ്ടത് എന്ന രീതിയിലാണ് മിക്ക മാതാ പിതാക്കളും മക്കൾക്ക് പ്രചോദനം നൽകുന്നത്. സ്നേഹിക്കാനും, മറ്റു ള്ളവരോട് അനുകമ്പയോടെ പെരുമാറാനും ആരും മക്കളെ പഠിപ്പിച്ച് കൊടുക്കുന്നില്ല. എപ്പോഴും എവിടേയും വിജയിക്കണം എന്ന മനോഭാ വം മാത്രം മക്കളിൽ വളർത്തിയെടുക്കാനാണ് മിക്കവരും ശ്രമിക്കുന്നത്. നഷ്ടങ്ങളേയും പരാജയങ്ങളേയും എങ്ങിനെ അഭിമുഖീകരിക്കണമെ ന്ന് കൂടി കുട്ടികൾക്ക് പറഞ്ഞ് മനസ്സിലാക്കിക്കൊടുക്കണം. എപ്പോഴും അനുകൂലസാഹചര്യം മാത്രമല്ലല്ലോ നേരിടേണ്ടിവരിക. പ്രതികൂലവും ഉണ്ടാകാം. പ്രതികൂല അനുഭവങ്ങളിൽ പോലും മാതാപിതാക്കൾ ഞ ങ്ങളെ പിന്തുണക്കുന്നില്ലല്ലോ എന്ന മാനസിക സമ്മർദ്ദം കുട്ടികളിൽ വ ളർന്ന് വരും. ചിലപ്പോൾ അത്തരം മാനസിക സമ്മർദ്ദങ്ങൾ ആത്മഹ ത്യയിലേക്ക് നയിച്ചെന്നും വരും. ഇന്ന് കുട്ടികൾക്കിടയിൽ വളർന്ന് വരു ന്ന ആത്മഹത്യകൾക്ക് ഒരു കാരണം ഇതായികൂടെന്നില്ല. ആകയാൽ എല്ലാ സാഹചര്യങ്ങളേയും നേരിടാനുള്ള ധൈര്യം മാതാപിതാക്കളിൽ നിന്നാണ് കുട്ടികൾക്ക് ലഭിക്കേണ്ടത്.

മക്കളുടെ പരാജയങ്ങൾക്കും സ്വഭാവദൂഷ്യങ്ങൾക്കുമെല്ലാം കൂട്ടുകെ ട്ടിനെ പഴിക്കുകയാണ് സാധാരണയായി എല്ലാ മാതാപിതാക്കളും ചെ

യ്യുന്നത്. മക്കളുടെ സുഹൃത്തുക്കളിൽ ആരൊക്കെയാണ് നല്ലതെന്ന് പലപ്പോഴും മാതാപിതാക്കൾ തന്നെ സ്വയം തീരുമാനിക്കുന്നു. എത്ര നല്ല കുട്ടിയായാലും പഠനത്തിൽ അല്പം അവൻ പിന്നോട്ടാണെങ്കിൽ അവനുമായി അധികം കൂട്ടുവേണ്ടെന്ന് പല മാതാപിതാക്കളും മക്കളെ ഉപദേശിക്കാറുണ്ട്. നല്ല സുഹൃത്തുക്കളുടെ അളവുകോൽ മക്കൾക്ക് നന്നായറിയാം. അതനുസരിച്ച് മാത്രമെ അവർ കൂട്ട് ചേരുകയുള്ളൂ. ഇനി അത്രമാത്രം മോശപ്പെട്ട സ്വഭാവമുള്ള സുഹൃത്തുക്കൾ നമ്മുടെ മക്കൾക്കുണ്ടെങ്കിൽ അങ്ങിനെയുള്ള സൗഹൃദത്തിൽ നിന്നും പിന്തിരിപ്പിക്കാൻ മാതാപിതാക്കൾ വേണ്ടത് ചെയ്യുകയും വേണം. അത് അവരുടെ ഉത്തരവാദിത്വമാണ് താനും.

സൽസ്വഭാവികളായ നല്ല കുട്ടികളെ നല്ല രീതിയിൽ മാതാപിതാക്കൾ വളർത്തിയെടുത്താൽ അവർ സമൂഹത്തിനും, നമ്മുടെ രാജ്യത്തിന് തന്നെയും മുതൽ കൂട്ടായിരിക്കും.

കുട്ടിയുടെ താൽപ്പര്യവും കഴിവും കണക്കിലെടുക്കാതെ നമ്മുടെ സാമൂഹിക അന്തസ്സ് കാണിക്കാനുള്ള ഒരു ഉപകരണമായി മക്കളെ ഒരിക്കലും മാറ്റരുത്. സ്നേഹം സഹാനുഭൂതി, വിശ്വസ്തത എന്നിവ മാതാപിതാക്കൾ ജീവിതത്തിൽ അനുവർത്തിച്ച് അത് അവർക്ക് കാണിച്ച് കൊടുക്കണം. ചെറുപ്പം മുതൽ കുഞ്ഞുങ്ങളിൽ ഇച്ഛാശക്തിവളർത്തിക്കൊണ്ട് വരിക. എങ്കിൽ ലോകത്തെ കാൽച്ചുവട്ടിലാക്കാൻ അവന് നിശ്ചയമായും കഴിയും.

അതു കൊണ്ട് കുട്ടികളെ ആദ്യം മനുഷ്യരാകാൻ പഠിപ്പിക്കണം. സ്വയം തിരിച്ചറിവിലൂടെ മാത്രമെ അവർ നന്മയുള്ളവരാകൂ. പണം കൊണ്ട് സമ്പന്നരാകാനും മറ്റുള്ളവരെ തോൽപ്പിച്ച് മുന്നേറാനും മാത്രം പഠിപ്പിക്കുമ്പോൾ അവർ സാർത്ഥരും മനുഷ്യർക്ക് പ്രയോജനമില്ലാത്തവരും ആയി മാറും.പരസ്പരം അറിഞ്ഞ് സ്നേഹിക്കാനും സഹോദര്യങ്ങൾ നിലനിർത്താനും പരസ്പര വിശ്വാസങ്ങൾ വളർത്തിയെടുക്കുവാനുള്ള വിദ്യ കൂടി പഠിപ്പിക്കുന്ന സ്നേഹാലയങ്ങളായിരിക്കട്ടെ നമ്മുടെ വിദ്യാലയങ്ങൾ കലാലയങ്ങൾ. ഒരിക്കലും കലാലയങ്ങളെകലാ പാലയങ്ങളാക്കി മാറ്റരുത്. പണ്ഡിതനും പാമരനും കുചേലനും കുബേരനും ഒന്നാണെന്നതിരിച്ചറിവുണ്ടാക്കേണ്ടതും നമ്മുടെ കലാലയങ്ങളിൽ വെച്ചാണ്.

അറിവ് ജീവിതത്തിൽ പ്രായോഗികമാക്കുക പലപ്പോഴും ബുദ്ധിമുട്ടാണ്. ജ്ഞാനത്തിന് വേണ്ടി ശ്രമിക്കുന്നവർക്കെ അത് സാധിക്കുകയുള്ളൂ. ഈ ശ്രമം മഹത്താണ്. ജ്ഞാനം ഉപയോഗിച്ച് കൊണ്ടുള്ള ജീവിത നവീകരണത്തിനും വികാസത്തിനും ബോധപൂർവ്വമായ ശ്രമം വേ

ണം. വ്യക്തിക്കും സമൂഹത്തിനും സംസ്കാരത്തിന്റെ ഉദാത്തങ്ങളിലേക്ക് പരണമിക്കുവാൻ ഇതുവഴിയെ സാധിക്കുകയുള്ളൂ. ഇതിന് വേണ്ടി ശ്രമിച്ചില്ലെങ്കിൽ ഒരാളുടെ അറിവും ജീവിത രീതിയും തമ്മിൽ പൊരുത്തമുണ്ടാകില്ല.

പണ്ഡിതന്മാർ പലപ്പോഴും അവരുടെ തെറ്റുകൾ മനസ്സിലാക്കുവാനും തിരുത്തുവാനും വിസ്സമ്മതിക്കും. സ്വന്തം വീക്ഷണത്തിൽ പാളിച്ചകളുണ്ടെന്നറിഞ്ഞാലും അതിന് അവർ പുതിയ വ്യാഖ്യാനങ്ങളും ആശയങ്ങളുടെ വളച്ചൊടിക്കലുകളും നടത്തി നമ്മെ ഭ്രമണ ലോകത്തേക്ക് കൊണ്ട് ചെന്നെത്തിക്കുന്നു. സ്വയം തിരുത്തലുകളിലൂടെയുള്ള ഉദ്ധാരണമാണ് മനുഷ്യന്റെ ഏറ്റവും മഹത്തായ കഴിവ്.

മനുഷ്യൻ സ്വയം കാണുന്നതും മറ്റുള്ളവരെ കാണുന്നതും മനുഷ്യരായിട്ടല്ല. ജാതിക്കാരും മതക്കാരും വർഗ്ഗങ്ങളും ദേശക്കാരും മറ്റുമായ പരിമിതവർഗ്ഗങ്ങളായിട്ടാണ് ഈ ഇരുപത്തൊന്നാം നൂറ്റാണ്ടിന്റെ അന്ത്യയാമത്തിലും പ്രസക്തമായി കൊണ്ടിരിക്കുന്ന ലോകത്തെ നൊമ്പരപ്പെടുത്തുന്ന അഭ്യുതയ കാംക്ഷികളെ ആകാംക്ഷാ ഭരിതരാകുന്ന ഭരണകൂടങ്ങളെ ആകുലപ്പെടുത്തുന്ന ഒരു ദുഃഖകരമായ സത്യമാണിത്. ഇങ്ങിനെയുള്ള പ്രവണതകളെ ലോകത്ത് നിന്ന് തന്നെ തുടച്ച് നീക്കപ്പെടേണ്ട സമയം അതിക്രമിച്ചിരിക്കുന്നു.

അറിവ് സമൂഹത്തിന്റെ എല്ലാ തലത്തിലേക്കും പ്രാപിച്ച് കൊണ്ടിരിക്കുന്നു .ഈ അവസരം ബുദ്ധിപൂർവ്വം ഉപയോഗിച്ച് പ്രജ്ഞാനത്തിന്റെ വികാസത്തിലൂടെ ജീർണിച്ച പാരമ്പര്യങ്ങളെ ഉപേക്ഷിച്ച് മുന്നേറുക. പഴയ ആചാരമാണെന്ന് കരുതി എല്ലാ ആചാരങ്ങളും അംഗീകരിക്കണമെന്നില്ല. ശ്രുതിയും യുക്തിയും വേണ്ട വിധം ആലോചിച്ച് കാലദേശാവസ്ഥകൾക്കനുസരിച്ച് പ്രവർത്തിക്കുക. നമുക്ക് വിജയം സുനിശ്ചിതമാണ്.

നാം ഇവിടേക്ക് - ഭൂമിയിലേക്ക് വന്നതിന് ശക്തമായ ഉദ്ദേശങ്ങളുണ്ട്. മാതൃഋണം, പിതൃഋണം, ഭാര്യാഋണം, സന്താനഋണം, സഹോദരഋണം എന്നീ ഋണങ്ങളാണ് നമ്മുടെ ജനനോദ്ദേശ്യവും ലക്ഷ്യവും. ഇത് തീർന്നാൽ നമുക്കും ഋണ വിമോചനം ലഭിക്കും.

പ്രശസ്തനായ ഒരു പിതാവ് പത്ത് വയസ്സ് വരെ എല്ലാ ആഘോഷങ്ങളിലും മകന്റെ കൈയ്യും പിടിച്ച് യാത്ര പോവുക പതിവാണ്. ആ സന്ദർഭങ്ങളിൽ പിതാവിനെ പുകഴ്ത്തുന്നത് കേട്ട് മകൻ അഭിമാനിക്കും.ഈ അച്ഛനെന്തൊരു മഹാനാണ്.പന്ത്രണ്ട് വയസ്സിന് ശേഷം അച്ഛൻകുറേശ്ശെ മകന്റെ വിദ്യാഭ്യാസ കാര്യത്തിൽ ശ്രദ്ധ ചെലുത്താൻ തുടങ്ങി.ആ സന്ദർഭങ്ങളിൽ മകന് അച്ഛനോടുള്ള സ്നേഹവാത്സല്യങ്ങൾ കുറയു

വാൻ തുടങ്ങി. പതിനഞ്ച് വയസ്സ് കഴിയുന്ന കാലഘട്ടം. പത്താം ക്ലാസ് വിദ്യാഭ്യാസം മുതൽ തന്നെ വിദ്യാഭ്യാസത്തിന്റെ കാര്യത്തിൽ പിതാവ് കർശനമാക്കാൻ തുടങ്ങി.കർശന നിയന്ത്രണം തുടങ്ങിയതോടെ അച്ഛ നോടുള്ള വെറുപ്പിന്റെ ആഴവും മകന് കൂടി വന്നു. ഡിഗ്രി ക്ലാസ്സുമുതൽ മകന്റെ വിദ്യാഭ്യാസം പൂർണ്ണമായും അച്ഛന്റെ മേൽനോട്ടത്തിലായി. ഹോ ഈ അച്ഛൻ എന്തൊരു ക്രൂരനാണ് നിന്ന് തിരിയാൻ പോലും അനുവദി ക്കുന്നില്ല. എന്നുള്ള മനോഭാവം മകനിലുടലെടുത്തു. വാത്സല്യനിധിയാ യ പിതാവ് മകന് ക്രൂരനായി മാറി. പിതാവിന്റെ കർശന നിയന്ത്രണ ത്തിലൂടെ മകൻ ഉന്നത ക്ലാസ്സുകളിൽ ഉന്നതമായ വിജയം നേടി നല്ലൊ രു ജോലിയിൽ പ്രവേശിച്ചു.വിവാഹവും നടന്ന് സന്താന പ്രാപ്തിയും ഉ ണ്ടായി. സന്താനത്തിന് രണ്ട് മൂന്ന് വയസ്സ് കഴിഞ്ഞു.മൂന്ന് വയസ്സ് കഴി ഞ്ഞ ഒരു സന്താനത്തെ വളർത്തുവാൻ പെടുന്ന പാട് മകന് പറഞ്ഞറി യിക്കാൻ വയ്യാത്തതായിരുന്നു. ഈ സന്ദർഭത്തിലാണ് അച്ഛന്റെ ത്യാഗ ത്തെക്കുറിച്ച് മകന് ഓർമ്മ വരുന്നത്. ഒരു കുട്ടിയെത്തന്നെ വളർത്താൻ ഞാൻ എത്ര പാടു പെടുന്നു. നമ്മളെ അഞ്ച് പേരെ വളർത്തിയ അച്ഛൻ എന്തൊരു മഹാനാണ്.

സ്വപത്നിയുടെ പ്രേരണയാൽ മാറിത്താമസിച്ച് വന്ന മകന് പിതാ വിന്റെ ത്യാഗത്തെക്കുറിച്ച് തിരിച്ചറിവ് വരുമ്പോഴേക്കും വേർപ്പെട്ട് നിന്ന മകന്റെ ദുഃഖം സഹിക്കാൻ വയ്യാതെ ആ പിതാവ് മകനെ വിട്ട് പോയിരി ക്കുന്നു. എന്തൊരു ദു:ഖകരമായ അവസ്ഥയാണിത്.

ഇങ്ങിനെ എത്ര എത്ര ഉദാഹരണങ്ങളാണ് നമ്മുടെ മുന്നിലുള്ളത്. ഉന്നത വിദ്യാഭ്യാസം നേടി വീട്ടിലേക്കെത്തിയ മകൻ ഒരു ജോലിയും ചെയ്യാതെ ഞാൻ അഭ്യസ്ഥവിദ്യനാണെന്ന അഹങ്കാര ഭാവത്തിൽ മുറി യിൽ കതകടച്ച് എപ്പോഴും മൊബൈലിൽ കണ്ണും നട്ട് ഒറ്റ ഇരിപ്പാണ്.ഇ ത് കണ്ട് മടുത്ത പിതാവ് മകനെ എന്നും ശകാരിക്കും. മുറിയിൽ പ്രകാ ശിക്കുന്ന ലൈറ്റും ഫേനും ഓഫ് ചെയ്യില്ല. തുറന്നിട്ട ഗെയിറ്റ് അടക്കില്ല. തോട്ടത്തിൽ തുറന്നിട്ട പൈപ്പിൽ നിന്നും എത്ര വെള്ളം പാഴായിപ്പോ യാലും അത് കൺമുൻപിൽ കണ്ടാലും പൈപ്പ് അടച്ച് വെക്കില്ല. അച്ഛ ന്റെ ശകാരങ്ങൾ കേട്ട് മടുത്ത മകൻ ക്രമേണ ഇതെല്ലാം അനുസരി ക്കാൻ തുടങ്ങി. തുറന്നിട്ട ഗെയിറ്റ് അടക്കാനും പാഴായിപ്പോകുന്ന ജല ത്തിന്റെ പൈപ്പ് അടച്ച് വെയ്ക്കാനും വൈദ്യുതി വിളക്കും ഫേനും ഓ ഫാക്കി വൈദ്യുതി ലാഭിക്കാനും തുടങ്ങി. അങ്ങിനെ ഒരു ദിവസം പട്ട ണത്തിൽ നിന്നും ഒരു കമ്പനിയിൽ ജോലിയാവശ്യത്തിന് ഒരു ഇന്റർ വ്യൂ ലെറ്റർ വന്നു. മകൻ തീരുമാനിച്ചു എന്ത് കഷ്ടതയുണ്ടെങ്കിലും ശ മ്പളം എത്ര കുറവാണെങ്കിലും ഈ ജോലി എങ്ങിനെയെങ്കിലും തര

പ്പെടുത്തി ഈ അച്ഛന്റെ ശകാരവർഷത്തിൽ നിന്നും രക്ഷപ്പെടണം.

അങ്ങിനെ മകൻ പട്ടണത്തിലേക്ക് ഇന്റർവ്യൂവിന് പുറപ്പെട്ടു. ബസ്സ് പിടിച്ച് ഇന്റർവ്യൂ സ്ഥലത്തെത്തുമ്പോഴേക്കും നേരം അൽപ്പം വൈകിയിരുന്നു. അവൻ നേരെ കമ്പനിയുടെ ഗെയിറ്റ് കടന്നു. ഗെയിറ്റ് പാടെ തുറന്നിട്ടിരിക്കുന്നു സെക്യൂരിറ്റിയെയും കാണാനില്ല. അപ്പോൾ അവന്റെ കാതുകളിൽ അച്ഛന്റെ വാക്കുകൾ മുഴങ്ങി 'ഗെയിറ്റ് അടക്കെടാ.' അവൻ വേഗം ചെന്ന് സാവധാനത്തിൽ ഗെയിറ്റ് അടച്ച് താഴിട്ടു.

കുറച്ച് അകലെയാണ് അവൻ കണ്ടത്. തുറന്നിട്ട പൈപ്പിൽ നിന്നും സീൽക്കാര ശബ്ദത്തോടെ വെള്ളം ചീറ്റുന്നത്. അവൻ പിതാവിനെ ഓർത്തു വേഗം ചെന്ന് പൈപ്പ് ഓഫ് ചെയ്തു.

കുറച്ച് കൂടി മുമ്പിലെത്തി ഗോവണിക്കരികിലെത്തിയ അവന് ഒന്നാമത്തെ നിലയിലാണ് ഇൻററർവ്യൂവെന്ന് മനസ്സിലായി ഗോവണിപ്പടികൾ താണ്ടി ഇന്റർവ്യൂ നടക്കുന്ന ഹോളിന് മുമ്പിലെത്തി. പ്രവേശന കവാടത്തിന് മുമ്പിൽ സ്വാഗതം എന്നെഴുതിയ ചവുട്ടി തലതിരിച്ചിട്ടതായി അവന്റെ ശ്രദ്ധയിൽപ്പെട്ടു. അവൻ അത് നേരെയാക്കിവെച്ച് സാവധാനം ഹോളിനുള്ളിലേക്ക് പ്രവേശിച്ചു. ഹോളിനുള്ളിൽ ഒരു ഭാഗത്ത് പത്തിരുന്നൂറ് പേർ ഇന്റർവ്യൂ കഴിഞ്ഞ് ഇരിപ്പുണ്ട്. കുറേ പേർ ഇന്റർവ്യൂവിന്റെ ഊഴവും കാത്തിരിപ്പുണ്ട്. അവൻ ഉറപ്പിച്ചു ഈ ജോലി എനിക്ക് ലഭിക്കില്ലെന്ന്. കാരണം ഞാൻ അവസാനക്കാരനാണ്. പക്ഷേ അവൻ ശ്രദ്ധിച്ചു ഉദ്യോഗാർത്ഥികൾ ഒരു ഭാഗത്ത് ഇരിക്കുന്നുണ്ടെങ്കിലും ഹാളിൽ മുഴുവൻ ലൈറ്റും ഫാനും പ്രവർത്തിച്ചു കൊണ്ട് ഇരിക്കുന്നു. അച്ഛന്റെ വാക്കുകൾ അവന്റെ മനസ്സിലേക്ക് ഓടിയെത്തി .ആവശ്യമില്ലാത്ത ഫാനുകളും ലൈറ്റുകളും അവൻ ഓഫ് ചെയ്തു. അവന്റെ ഊഴവും കാത്തിരുന്നു. അവൻ ഇന്റർവ്യൂ ചെയ്യുന്ന റൂമിലെത്തി ഭവ്യതയോടെ നിന്നു. സെലക്ഷൻ കമ്മറ്റി ഒന്നടങ്കം ഇരിക്കാൻ പറഞ്ഞു. അവൻ ഇരുന്നു. അവരെല്ലാവരും ഒരേ സ്വരത്തിൽ പറഞ്ഞു.ഈ ഉദ്യോഗത്തിന് താങ്കളെ തിരഞ്ഞെടുത്തിരിക്കുന്നു. അവന് അതിശയമായി.അവന്റെ യാതൊരു യോഗ്യതാ കടലാസുകളും അവർ പരിശോധിച്ചില്ല. എന്നിട്ടും എന്നെ തിരഞ്ഞെടുത്തിരിക്കുന്നു. വിശ്വസിക്കാൻ വയ്യാതെ അന്ധാളിച്ച് നിൽക്കുന്ന അവനോട് സമിതിയിലെ ഒരംഗം ഇങ്ങിനെ പറഞ്ഞു. ഉദ്യോഗാർത്ഥികളുടെ എല്ലാവരുടെയും പ്രവർത്തനങ്ങൾ ഞങ്ങൾ ക്യാമറയിലൂടെ നിരീക്ഷിക്കുകയായിരുന്നു. താങ്കളുടെ പ്രവർത്തനങ്ങൾ ഞങ്ങൾക്ക് വളരെയേറെ ഇഷ്ടപ്പെട്ടു. മറ്റൊരാളും ചെയ്യാത്ത അവരാരും തന്നെ ശ്രദ്ധിക്കപ്പെടാത്ത പ്രവർത്തനങ്ങളാണ് താങ്കൾ ചെയ്തിരിക്കുന്നത്.

താൻ വെറുപ്പക്കട്ട പിതാവിന് നിറകണ്ണുകളോടെ ഒരായിരം കൂപ്പു

കൈ അവൻ അർപ്പിച്ചു. മൂത്തവരുടെ വാക്കിനും മുതുനെല്ലിക്കയ്ക്കും ആദ്യം ചവർപ്പ് അനുഭവപ്പെടും പിന്നീടവ മധുരിക്കും.

ഉന്നതമായ വിദ്യാഭ്യാസം നേടി. ഉദ്യോഗസ്ഥനായ ഒരുവൻ. വളരെ യേറെ കഷ്ടതകൾ അനുഭവിച്ച് മകന് വിദ്യാഭ്യാസം നേടി കൊടുത്ത് ഉദ്യോഗം നേടുവാൻ പാടുപെട്ട ഒരമ്മ. അമ്മയും മകനും കൂടി ഒന്നിച്ച് സന്തോഷമായി ജീവിച്ചു വരുന്നു. മകൻ നല്ല ഒരു വീടുണ്ടാക്കി. വീട് മുറ്റത്ത് ഒരു കാറും മകനോട് മാതാവ് വളരെ സ്നേഹപൂർവ്വം വിവാഹിതനാകാൻ ആവശ്യപ്പെട്ടു. വിനീതനായ മകൻ വിവാഹിതനായി. ഭാര്യ ഗർഭവതിയുമായി.

മാതാവ് എന്നും നിലം തുടക്കുകയും തുണിയലക്കുകയും പതിവാണ്.

ഉദ്യോഗസ്ഥയായ ഭാര്യ ഓഫീസിൽ നിന്നും വരുന്ന സമയം തുണികൾ കീറി കഷണങ്ങളാക്കി കഴുകി കൊണ്ടിരിക്കുന്ന മാതാവിനെയാണ് കണ്ടത്. ഒന്ന് രണ്ട് ദിവസം അവൾ മാതാവിന്റെ ഈ പ്രവർത്തനങ്ങൾ കണ്ട് ക്ഷമിച്ചു.മൂന്നാം ദിവസവും ഇതേ പ്രവർത്തനം ആവർത്തിക്കുന്ന മാതാവിനെ കണ്ട് ഭാര്യ ഭർത്താവിനോട് ഇങ്ങിനെ പറഞ്ഞു. ഹേ മനുഷ്യ നിങ്ങളുടെ അമ്മയ്ക്ക് ഭ്രാന്താണ്. നിങ്ങളുടെ അമ്മയെ സഹിക്കാൻ എനിക്ക് വയ്യ. നമ്മുടെ ഇടയിലേക്ക് ഒരാൾ കൂടി വരാൻ പോവുകയാണ്. ഇതൊന്നും ഈ തള്ളയ്ക്ക് ഒട്ട് ബോധ്യവുമില്ല.

ഞാൻ ഓഫീസിൽ നിന്ന് വരുന്നതിന് മുമ്പായി തള്ളയെ വല്ല വൃദ്ധമന്ദിരത്തിലോ മറ്റൊ കൊണ്ട് വിടണം. കലിതുള്ളി അവൾ ഓഫീസിലേക്ക് പോയി.

വാത്സല്യനിധിയായ അമ്മയെ സ്നേഹവാനായ ആ മകന് കൈവിടാൻ മനസ് വന്നില്ല. ഓഫീസിൽ നിന്നെത്തിയ ഭാര്യ ഗൃഹത്തിൽ മാതാവിനെ കണ്ട് ഗർഭിണിയാണെന്ന മനോഭാവവും കൂടി മാറ്റി വെച്ച് ദേഷ്യം കൊണ്ട് ആർത്ത് അട്ടഹസിച്ചു. കുളിക്കാതെ വസ്ത്രം മാറാതെ ജലപാനം കഴിക്കാതെ കതകടച്ച് കട്ടിലിൽ കിടപ്പായി. മാതൃസ്നേഹത്തിന്റെയും ഭാര്യയോടുള്ള കടപ്പാടിനുമിടയിൽ ഇതികർത്തവ്യഥാ മൂഢനായി മകൻ ഇരുന്നു പോയി. ക്ഷീണിതനായ മകൻ അങ്ങിനെ മയങ്ങിപ്പോയി.നേരം പുലർന്നു. ഒരു തുണി സഞ്ചിയുമായി മുമ്പിൽ നിൽക്കുന്ന മാതാവിനെ കണ്ട് മകൻ ഞെട്ടി ഉണർന്നു. വാ മകനെ നമുക്ക് പോകാം. എന്ന് പറയുന്ന മാതാവിന്റെ വാക്കുകൾ കേട്ട് മകൻ പൊട്ടിക്കരഞ്ഞ് പോയി. അമ്മയുടെ കൈയ്യിൽ നിന്നും സഞ്ചി വാങ്ങി കാറിൽ കയറി വൃദ്ധമന്ദിരം ലക്ഷ്യമാക്കി അവർ പോയി. വൃദ്ധ മന്ദിരത്തിലെത്തി ഉപചാരങ്ങൾ കഴിഞ്ഞ് അമ്മയെ അവിടുത്തെ രക്ഷിതാക്കളെ ഏൽപ്പിച്ച് മകൻ മടങ്ങി. ഉമ്മറത്ത് നിന്ന് അമ്മ മകനെ കൈ വീശി യാത്ര

യാക്കി.

മാസങ്ങൾക്ക് ശേഷം ഭാര്യയെ പ്രസവത്തിനായി ആശുപത്രിയിലാ ക്കി. ഭാര്യ പ്രസവിച്ചു. അമ്മ ആഗ്രഹിച്ചതു പോലെ ലക്ഷണമൊത്ത ന ല്ല ഒരാൺകുഞ്ഞ്. മകന് വളരെയേറെ സന്തോഷമായി. ഈ സമയത്താ ണ് പലേ തിരക്കിനിടയിൽ മാതാവിനെ വിളിച്ചില്ലല്ലോ എന്ന ദുഃഖസ ത്യം മകൻ ഓർത്തത്. പെട്ടെന്ന് കാറെടുത്ത് ഈസന്തോഷ വാർത്ത അറിയിക്കുവാനായി മകൻ വൃദ്ധമന്ദിരത്തിലേക്ക് പുറപ്പെട്ടു. അമ്മയെ നടത്തിപ്പുകാരോട് അന്വേഷിച്ചു. നടത്തിപ്പുകാർ പറഞ്ഞു. അമ്മ ഒരാഴ് ച മുമ്പേ മരിച്ചു പോയെന്ന്. താങ്കളെ ഫോൺ വഴി ബന്ധപ്പെടാൻ ശ്രമി ച്ചെങ്കിലും സാധിച്ചില്ല.

അധികമാളുകളും വ്യാജ ഫോൺ നമ്പറാണ് ഇവിടെ തരാറ് പതി വ്. അതിലൊരുവനായിരിക്കും താങ്കളെന്ന് കരുതി ഒരു അനാഥ ശവമാ യി ഞങ്ങളത് അടക്കം ചെയ്തു. ദുഃഖാർത്ഥനായ മകൻ തിരിച്ച് കാറി ന്നരികിലേക്ക് നടന്നു. നടത്തിപ്പുകാരിലൊരാൾ മകനെ തിരികെ വിളി ച്ചു. ഒരു പൊതിയും ഒരു കവറും ഏൽപ്പിച്ചു. പൊതിയഴിച്ച് നോക്കി അ തിൽ മാതാവിന്റെ ആഭരണങ്ങളായിരുന്നു. കവർ പൊട്ടിച്ച് ആ മകൻ കാറിൽ ചാരി നിന്ന് എഴുത്ത് വായിച്ചു. എഴുത്തിലെഴുതിയ വാചകങ്ങ ളിതായിരുന്നു.

മോനെ നിന്റെ ഭാര്യ ഒരു പൊട്ടിപ്പെണ്ണാണ്. അവൾ പാവമാണ് അ വൾക്ക് ഒന്നും തന്നെ അറിഞ്ഞു കൂടാ. ഈ പൊതിയിലുള്ള ആഭരണ ങ്ങളെല്ലാം നീ അവൾക്ക് കൊടുക്കണം. അവൾ പ്രസവത്തെ കുറിച്ചും മറ്റും ഒന്നും അറിയാത്തവളായതുകൊണ്ട് കുട്ടിക്ക് വേണ്ടുന്ന തുണിക ളെല്ലാം തന്നെ കീറി അലക്കി ഉണക്കി ഞാൻ എന്റെ അലമരയിൽ അടു ക്കി വച്ചിട്ടുണ്ട്. നീ അവളോട് പറയണം അതെല്ലാം കുട്ടിക്ക് വേണ്ടി ഉപ യോഗപ്പെടുത്തണമെന്ന്. എഴുത്ത് വായിച്ച മകൻ വിയർത്ത് വിഷണ്ണ നായി ബോധ ശൂന്യനായി ആ നിലത്ത് ഇരുന്ന് പോയി. ഇതാണ് ഇന്ന ത്തെ ലോകം. അവരുടെ തന്നെ പൂർണ്ണമായ നമ്മൾ മാതാപിതാക്കളെ ഒരിക്കലും കഷ്ടപ്പെടുത്തരുത്. അത് നാം വരും തലമുറയ്ക്ക് കൊടുക്കു ന്ന ശാപത്തിന്റെ നിക്ഷേപമാണ്. തനിയാവർത്തനം സംഭവിക്കാതിരി ക്കുവാൻ നാം ശ്രദ്ധിക്കുക... സൂക്ഷിച്ച് പ്രവർത്തിക്കുക.

സ്വന്തമെന്ന പദത്തിന് എന്തർത്ഥമാണുള്ളത്. ബന്ധമെന്ന പദത്തി നും ഒരർത്ഥവുമില്ല. ബന്ധങ്ങളും സ്വന്തങ്ങളും വെറും ജലരേഖകൾ മാത്രമാണ്.

കടലിൽ നിന്നും വരുന്ന തിരകൾ തീരത്തെ പുണരുവാൻ അടുക്കു മ്പോൾ തീരം തിരകളെ പുറന്തള്ളുകയാണ്. തിരകൾ തീരത്തിന് സ്വ

ന്തമാകുന്നില്ല.

ആകാശം മേഘങ്ങളെ തന്റേതാണെന്ന് കരുതി മാറോടടുപ്പിക്കുവാൻ ശ്രമിക്കുമ്പോൾ മേഘം പിടഞ്ഞോടുകയാണ്. സ്വന്തമെന്ന് കരുതിയ മേഘങ്ങൾ മാനത്തിനും സ്വന്തമല്ല.

പൂവിന് തന്റെ പ്രിയപ്പെട്ട കാമുകനെന്ന് കരുതി പൂന്തേൻ നുകരുവാൻ അനുവദിച്ച വണ്ട് സ്വന്തമല്ല.

കാടിന് ഒരിക്കലും കാറ്റ് സ്വന്തമല്ല. ദൃഷ്ടാവിന് ദൃശ്യം സ്വന്തമല്ല.

നമ്മുടെ അധരത്തിൽ പുഞ്ചിരി വിടരുന്നു.അത് ഉടനെ കൊഴിഞ്ഞ് പോവുകയും ചെയ്യുന്നു. അതിനാൽ പുഞ്ചിരി അധരത്തിന് സ്വന്തമല്ല.

അതുപോലെ നമ്മൾ മനംനൊന്ത് കരയുമ്പോൾ കണ്ണിൽ കൂടി കണ്ണുനീർ മുത്തുകൾ വരുന്നു.അത് കണ്ണിനും സ്വന്തമല്ല. പിന്നെന്താണ് നമുക്ക് സ്വന്തമായിട്ടുള്ളത്. ഒന്നുമില്ല. എല്ലാം സ്വന്തമെന്ന് കരുതി എപ്പോഴും സ്നേഹം പങ്കിടുക. അവ നമുക്കും ലോകത്തിനും നന്മ മാത്രമെ ചെയ്യുകയുള്ളൂ.

ഒരാൾക്കും സ്വന്തമായിട്ടാരുമില്ലാത്തതും സ്വന്തം ഉടമസ്ഥത പോലും ആർക്കും അവകാശപ്പെടാൻ വയ്യാത്തതുമാണ് ഈ ലോകം. അത്രയ്ക്ക് ക്ഷണപ്രഭാ ചഞ്ചലമാന്ന് ഈ ലോക ജീവിതം.

ഇവിടെ ബന്ധുക്കളാരാണ്.ശത്രുക്കളാരാണ്. നമ്മുടെ അരികിൽ അരങ്ങ് തകർക്കുന്ന ബന്ധുക്കൾ നമുക്ക് അണിയറയിൽ ശത്രുക്കളായിരിക്കും. പുറത്ത് നമുക്ക് പുഞ്ചിരിയുടെ പൂമാലകളുമായി അരികിലെത്തുന്നവരുടെ ഉള്ളിൽ കുടിപ്പകയുടെ തീജ്ജ്വാലകളായിരിക്കും. ഇവിടെ സ്നേഹം സ്വർണ്ണമാണ്. പ്രണയവും പരിണയവും വ്യാപാരമാണ്. ഇവിടെ ജ്യേഷ്ഠനില്ല. അനുജനില്ല. അച്ഛനില്ല.മകനില്ല. ഭാര്യയില്ല. ഭർത്താവില്ല. എല്ലാം പണം നടത്തുന്ന ഇന്ദ്രജാലങ്ങളാണ്.ധനം എത്ര നമ്മുടെ കൈവശമുണ്ടെങ്കിലും ഒരാൾക്കും തൃപ്തിവരില്ല. പത്ത് കിട്ടി കഴിഞ്ഞാൽ നൂറ് കിട്ടണമെന്നും നൂറ് സഹസ്രമാകണമെന്നും കരുതുന്നു. ആയിരം പണം നമ്മുടെ കയ്യിലുണ്ടായിരുന്നാലും മനസ്സിന് ഒരിക്കലും അത് മതിവരില്ല.

അന്നം വയറ് നിറഞ്ഞാൽ നാം മതിയെന്ന് പറയും. പക്ഷേ ധനം എത്ര കിട്ടിയാലും നമുക്ക് മതിയാകില്ല. പിന്നെയും പിന്നെയും ധനം വേണമെന്ന് ആഗ്രഹിക്കും. പണം ബ്രഹ്മം പണം വിഷ്ണു പണമേ വോ മഹേശ്വര .

പണം സാക്ഷാൽ പരബ്രഹ്മത സ്മൈ ശ്രീ പണമെ നമഃ എന്നാണ് ഇന്ന് എല്ലാവരുടെയും മന്ത്രം.

പണവും സ്വാധീനവും ഉണ്ടെങ്കിൽ മനുഷ്യന് എന്തും വിജയിക്കാം

എന്നത് വെറും വ്യാമോഹം മാത്രമാണ്.

മുഖം മനസ്സിന്റെ കണ്ണാടിയാണെന്ന് പഴമക്കാർ പറയുന്നു. മനസ്സിനെ മറക്കുന്നതാണ് മുഖമെന്ന് പുതുമക്കാർ പറയുന്നു.

തനിക്ക് തന്നെ ബന്ധുവായിരിക്കുന്നവൻ ലോകത്തിന് ബന്ധുവാണ്. ലോകം മുഴുവനും അയാൾക്ക് ബന്ധുവുമായിരിക്കും.

ഇത് നരിയും കുറുക്കനും ചെന്നായ്ക്കളും സിംഹവുമൊക്കെ വാഴുന്ന കാലമാണ്. തിന്നാൻ വേണ്ടിയും കൊല്ലും. കൊല്ലാൻ വേണ്ടിയും കൊല്ലും.

വിധി അഥവാ ഭാഗ്യം എല്ലാം നേടിത്തരും എന്ന് കരുതി അലസമായി ഇരിക്കുന്ന പക്ഷം എന്തെങ്കിലും ഒന്ന് ചെയ്യാനോ വല്ലതും നമ്മുക്ക് നേടാനോ ഒരിക്കലും സാധിക്കുകയില്ല. ഈ മനോഗതി മനുഷ്യനെ അത്യന്തം നികൃഷ്ടനാക്കി മാറ്റും. നമുക്ക് തെറ്റുകൾ സംഭവിക്കുന്നതും നാം പരാജയപ്പെടുന്നതും നമ്മുടെ കുറ്റം കൊണ്ടാണ്. ദുർവിധിയേയും ദൗർഭാഗ്യത്തെയും ഗ്രഹചാരത്തേയും പഴിച്ചത് കൊണ്ട് ഒരു കാര്യവുമില്ല. നാം നമ്മുടെ പ്രയത്നം കൊണ്ട് വിധിയെ പരാജയപ്പെടുത്തുക. ഇരുട്ടിലുള്ള വസ്തുക്കളെ തിരിച്ചറിയുന്നതിന് നമുക്ക് വെളിച്ചം ആവശ്യമാണ്.അതു പോലെ നമ്മുടെ പൂർണ്ണ വിജയത്തിന് നമ്മുടെ അകകണ്ണ് കൂടി തുറന്ന് പ്രവർത്തിച്ച് വരണം. എങ്കിൽ മാത്രമെ നമുക്ക് യഥാർത്ഥ ജ്ഞാനത്തിലേക്ക് എത്താൻ സാധിക്കുകയുള്ളൂ.

വെളിച്ചമില്ലെങ്കിൽ ഇരുളും പകലും നിറഞ്ഞ് നിൽക്കുന്ന സന്ധ്യാസമയത്ത് വഴിയരികിൽ കിടക്കുന്ന കയറ് പാമ്പാണെന്ന് നാം തെറ്റിദ്ധരിച്ച് പോകും. വെളിച്ചം നമ്മുടെ ധാരണയെ മാറ്റിയെടുക്കുന്നു.

ഗ്രാമത്തിലെ ഒരു ഇടപ്രഭുവിന് എട്ട് കെട്ട് ഗൃഹം നിർമ്മിക്കാൻ അതിയായ മോഹം. പെരുന്തച്ചനെ വരുത്തി വീടിന്റെ നിർമ്മാണ പ്രവർത്തനവും ആരംഭിച്ചു. എട്ട് കെട്ടിന് ചുറ്റുമുള്ളവരാന്തയ്ക്ക് ചുറ്റും ധാരാളം മരത്തൂണുകളുണ്ട്. തൂണുകളെല്ലാം അച്ച് വെച്ച് മുറിച്ച് പെരുന്തച്ചനും സഹായികളും അടുക്കി വച്ചു. മുറിച്ച തൂണുകൾ വരാന്തയിൽ കൊണ്ട് വന്ന് ചേർക്കാൻ നോക്കിയെങ്കിലും മുകളിലുള്ള കെട്ടുമായി യോജിക്കാത്ത അവസ്ഥ വന്നു. കെട്ടും വരാന്തയുമായി തൂണുകൾ ബന്ധപ്പെടുന്നില്ല. നാളെ പ്രഭുവറിഞ്ഞാൽ തന്റെ തല പോകുമല്ലോ എന്ന് കരുതി പെരുന്തച്ചനും കൂട്ടരും വീട്ടിലേക്ക് യാത്രയായി.തച്ചന് കുളിയില്ല ഊണില്ല ഉറക്കമില്ല.തച്ചൻ ഉമ്മറത്തൂടെ അങ്ങോട്ടും ഇങ്ങോട്ടും തലതിരിഞ്ഞ നടത്തം തന്നെ. ഇതു കണ്ട തച്ചന്റെ ഭാര്യ കാര്യമന്വേഷിച്ചു. നിനക്കിതൊന്നും മനസ്സിലാകില്ലെന്ന് പറഞ്ഞ് തച്ചൻ മൗനമവലംബിച്ചു.പൊറുതിമുട്ടിയതച്ചൻ സഹികെട്ട് ഭാര്യയോട് കാര്യങ്ങൾ തുറന്ന് പറഞ്ഞു.

ഭാര്യ വളരെ എളുപ്പത്തിൽ അതിന് ഉത്തരം കണ്ടെത്തി. ഇതിനാണോ മനുഷ്യ നിങ്ങൾ ഇത്ര ആലോചിക്കുന്നത്. നമ്മൾ വലിയ കൊട്ടയിൽ ചുമടെടുത്ത് പോകുമ്പോൾ കൊട്ട തലയിൽ നേരെ നിർത്തുവാൻ വേണ്ടി അടിയിൽ ഒരു താങ്ങ് കൊടുക്കാറില്ലേ.അതു പോലെ അതിനടിയിൽ ഒരു മരകഷണം വെച്ച് കൊടുത്താൽ പോരെ തച്ചന് സന്തോഷമായി.

സ്നേഹം കൊണ്ടും വാത്സല്യം കൊണ്ടും കരുതൽ കൊണ്ടും സമർപ്പണം കൊണ്ടും ജീവിതത്തെ പുണ്യമാക്കി മാറ്റിയ ഒരു വാക്കാണ് അമ്മ. ലോകത്തിലെ എല്ലാ അമ്മമാരും അമ്മയെന്ന വാക്കിനെ മാനിച്ച് ജീവിതം മുന്നോട്ട് നയിക്കുക. മാതൃ ശിശു ബന്ധത്തെ അത് സ്നേഹം കൊണ്ട് സമ്പന്നമാക്കും.

ഉള്ളവന് അലങ്കാരമായും ഇല്ലാത്തവന് താങ്ങായും ഒരുമിച്ച് നിന്നാൽ വീഴാതേയും വളരാമെന്ന് നമുക്ക് പ്രകൃതിയിലുള്ള മുള കാണിച്ച് തരുന്നു.

ഒരു സാധാരണ മനുഷ്യൻ തന്റെചിന്താശക്തിയുടെ പത്ത് ശതമാനം പോലും തന്റെ ജീവിതകാലത്ത് ഉപയോഗിക്കാറില്ല. ഏകാഗ്രത ഇല്ലായ്മയാണ് ഇതിനുകാരണം. മനുഷ്യനും മൃഗങ്ങളും തമ്മിലുള്ള പ്രധാനവ്യത്യാസങ്ങളിലൊന്ന് ഏകാഗ്രതയുടെ ഏറ്റക്കുറച്ചിലുകളാണ്. ഏറ്റവുംതാഴ്ന്ന നിലയിലുള്ള ഒരു വ്യക്തിയെ ഒരു സമുന്നതനുമായി താരതമ്യപ്പെടുത്തി നോക്കൂ. അവർ തമ്മിലുള്ള വ്യത്യാസം ഏകാഗ്രതയിലുള്ളഏറ്റക്കുറച്ചിലുകളാണെന്ന് ബോധ്യപ്പെടും. ഏകാഗ്രതയാണ് വിജ്ഞാന ഭണ്ഡാകാരത്തിന്റെ താക്കോൽ.

നന്മയിൽ നിന്നെന്നപോലെത്തന്നെ തിന്മയിൽ നിന്നും നമുക്ക് ഏറെ പഠിക്കാനുണ്ട്. സ്വഭാവരൂപീകരണത്തിൽ നന്മയോടൊപ്പം തിന്മയും വലിയ പങ്കുവഹിക്കുന്നുണ്ട്. സുഖത്തേയും ദുഃഖത്തേയും നമ്മുടെ രണ്ട് വലിയ ഗുരുനാഥന്മാരായി കാണണം. മഹാന്മാരുടെ ജീവിതം നിരീക്ഷിച്ചാൽ അവരിൽ കൂടുതൽ പേർക്കും സുഖാനുഭവങ്ങളെക്കാൾ ദുഃഖാനുഭവങ്ങളും സുഭിക്ഷതയേക്കാൾ ദുർഭിക്ഷതയുമാണ് ജീവിതപാഠങ്ങൾ നൽകിയതെന്ന് കണ്ടെത്താനാവും. അവരുടെ ഉള്ളിലുള്ള മഹത്വത്തെ ജ്വലിപ്പിച്ചെടുത്തത് പ്രകാശിപ്പിച്ചത് പ്രശംസയേക്കാൾ പ്രഹരങ്ങളായിരുന്നുവെന്ന് മനസിലാക്കാൻ സാധിക്കും.

അലസനായ ഒരു യുവാവ് ഒരു ജോലിയും ചെയ്യാതെ മടിയനായി ജീവിക്കുകയായിരുന്നു. അതിനിടയിൽ അവന് ഒരുപായംതോന്നി. ദൈവത്തെ പ്രത്യക്ഷപ്പെടുത്തി ഒരു വരം വാങ്ങിക്കുകയെന്നതായിരുന്നു അ

ത്. അങ്ങിനെ അവൻ ദൈവത്തെ പ്രത്യക്ഷപ്പെടുത്താനായി തപസ്സാരം ഭിച്ചു. തപസ്സിനൊടുവിൽ ദൈവം പ്രത്യക്ഷപ്പെട്ടു. അവൻ ദൈവത്തോട് ആവശ്യപ്പെട്ടു. മൂന്ന് നേരവും എനിക്ക് വയറ് നിറയെ സുഭിക്ഷമായ ഭ ക്ഷണം ലഭിക്കണം. ദൈവം അങ്ങിനെയാവട്ടെയെന്ന് സമ്മതിച്ചു. മദ്ധ്യാ ഹ്നമായി മദ്ധ്യാഹ്നത്തിൽ വിഭവസമൃദ്ധമായ ഭക്ഷണം നിറഞ്ഞ തീൻ മേശ അവന്റെ മുമ്പിൽ പ്രത്യക്ഷപ്പെട്ടു. വിഭവസമൃദ്ധമായ ഭക്ഷണം ക ണ്ട് ആർത്തിയോടെ അവൻ തീൻ മേശക്കരികിലേക്കെത്തി. അവൻ തീൻ മേശക്കരികിലേക്കെത്തിയപ്പോൾ തീൻ മേശ അകന്നകന്ന് പോകുന്ന രംഗമാണ്യുവാവ് കണ്ടത്. കുറെകൂടി വേഗതയിൽ അതിനോടടുക്കു മ്പോൾ തീൻ മേശയും വേഗതയോടെ അകലുകയാണ്. യുവാവിനെ തീൻമേശ പലവട്ടംഅവന്റെ വീടിന് ചുറ്റും കറക്കി. ക്ഷീണിതനായ യു വാവ് വിയർത്തൊഴുകി ഒറ്റ ഇരിപ്പായി. യുവാവിനരികിൽ തീൻമേശയും നിന്നു. ക്ഷീണിച്ചവശനായ യുവാവ് ആർത്തിയോടെ ഭക്ഷണംകഴിച്ചു.

ദേഷ്യംകൊണ്ട് കലിതുള്ളിയ യുവാവ് തന്നെ വഞ്ചിച്ച ദൈവത്തി നോട് പഴി പറയാൻ വേണ്ടി വീണ്ടും തപസ്സ്ചെയ്ത് ദൈവത്തെ പ്രത്യ ക്ഷപ്പെടുത്തി. കോപിഷ്ടനായ യുവാവ് ദൈവത്തോട് ആക്രോഷിച്ചു. താനെന്തൊരു വേലയാണീ കാട്ടിയത്.

ദൈവം ശാന്തനായി യുവാവിനോട് ഇങ്ങിനെ പറഞ്ഞു. ഒരു പണി യുംചെയ്യാതെ, ദേഹമനങ്ങാതെ വിയർപ്പൊഴുക്കാതെ ആർക്കുംതന്നെ ഒരു പിടി അന്നം - ആഹാരം ലഭിക്കില്ല.

പരിഹാസിതനായ ആ യുവാവ് നല്ലൊരുജോലിക്കാരനായി പിന്നീട് മാറി.

ശ്രേഷ്ഠനായവൻ എന്തൊക്കെ അനുഷ്ഠിക്കുന്നുവോ അതൊക്കെ മറ്റാളുകളും അനുഷ്ഠിക്കും. അതിനെത്തന്നെ പ്രമാണമാക്കി - അത് ത ന്നെയാണ് ധർമ്മാചരണമെന്ന് കരുതിലോകവും പ്രവർത്തിക്കുന്നു. ആ കയാൽ നേതൃസ്ഥാനത്തിരിക്കുന്നവർ സദാജാഗരൂപരായിരിക്കണം. സ ദാചാരണത്തിൽ നിന്നും, ധർമ്മാചാരണത്തിൽ നിന്നും സത്യാചാരണ ത്തിൽ നിന്നും അവർ ഒരിക്കലും വ്യതിചലിച്ച് പ്രവർക്കരുത്. എന്നും മാതൃകാ പുരുഷന്മാരായിരിക്കണം.

ഒരുജ്ഞാനി അജ്ഞാനികളും കർമ്മസംഗികളുമായിരിക്കുന്നവരുടെ ബുദ്ധിയെ ഒരിക്കലും ഭേദിപ്പിക്കുവാൻ പാടില്ല. യുക്തമായ നിർദ്ദേശം കൊടുത്ത് അവരെ നല്ലപാതയിലൂടെ നയിക്കുകയാണ് വേണ്ടത്.

കാര്യങ്ങളൊക്കെ കാണാപ്പാഠം പഠിച്ച് തലച്ചോറിലേക്ക് തിരുകിക്ക യറ്റിയ അറിവ് ജീവിതകാലം മുഴുവൻ അവിടെക്കിടന്ന് പാകപ്പെടാതെ പല അനർത്ഥങ്ങളും ഉണ്ടാക്കിക്കൊണ്ടേയിരിക്കും. ജീവൻ പ്രദാനം ചെ

യ്യുന്നതും സ്വഭാവം രൂപീകരിക്കുന്നതും മനുഷ്യത്വത്തെ സൃഷ്ടിക്കുന്ന ആശയങ്ങളുടെസ്വാംശീകരണവുമാകണം വിദ്യാഭ്യാസം. കുറച്ച് ആശയങ്ങൾ മാത്രംസ്വാംശീകരിച്ച് അവയെ പ്രാണനും നിഷ്ഠയുമാക്കിമാറ്റിത്തീർക്കാൻ കഴിഞ്ഞാൽ ഒരു ഗ്രന്ഥാലയം മുഴുവൻ ഹൃദിസ്ഥമാക്കിയതിനേക്കാൾ കൂടുതൽ വിദ്യാഭ്യാസം നമുക്ക് കിട്ടിയെന്ന് ഉറപ്പിക്കാം.

തനിക്ക് അറിവില്ലെന്ന് അറിയാത്തവൻ ഒരു വിഢ്ഢിയാണ്. അവനെ മനഃപ്പൂർവ്വം ഒഴിവാക്കുക.

തനിക്ക് അറിവില്ലെന്ന് അറിയുന്നവൻ ശിശുവാണ്. അവനെ പഠിപ്പിക്കുക.

അറിവുണ്ടെങ്കിലും അത് അറിയാതിരിക്കുന്നവൻ ഉറക്കത്തിലാണ് അവനെ ഉണർത്തുക.

തനിക്ക് അറിവുണ്ടെന്ന് ബോധ്യമുള്ളവൻ ബുദ്ധിമാനാണ്. അവനെ പിന്തുടരുക.

ഈ നിമിഷം നമ്മൾ നരമാക്കിയാൽ അടുത്ത നിമിഷങ്ങളും നമുക്ക നരയാതനകൾ അനുഭവിക്കേണ്ടിവരും.

ഈ നിമിഷം സ്വർഗ്ഗമാക്കിയാലോ അടുത്തനിമിഷങ്ങൾ നമുക്ക് സ്വർഗ്ഗാനുഭൂതികൾ ലഭിക്കും.

ആഗ്രഹങ്ങളും സന്ദേഹങ്ങളുമില്ലാതെ ആശ്രയിക്കാൻ നമുക്ക് എപ്പോഴുംഒരാളുണ്ടാകണം.

നിശ്ചലമാകുമ്പോഴും നിസ്സഹായനാകുമ്പോഴും കഴിവുള്ള അത്യപൂർവ്വ സഹജീവികളാണ് നമ്മുടെ നിലനിൽപ് ഉറപ്പ്വരുത്തുക.

സുഹൃത്തുക്കൾ ഇത്തിൾകണ്ണികളാകരുത്. അവ നമ്മളെ ഒട്ടിച്ചേർന്ന് പടർന്ന് കയറും. സ്വന്തമെന്ന് പറയാൻ നമുക്ക് പിന്നെയൊന്നും ബാക്കിവെക്കില്ല. ഉള്ളിലെ ഊർജ്ജവും വെളിച്ചവും അവർ കവർന്നെടുത്തിരിക്കും. ഓർക്കുക ഇത്തിൾകണ്ണികളായ സുഹൃത്തുക്കളെ നമ്മൾ എപ്പോഴും കരുതിയിരിക്കണം. അവരെക്കുറിച്ച് നമുക്ക് തിരിച്ചറിവുണ്ടാകണം.

കപ്പലിന് പുറത്ത് എത്ര വെള്ളമുണ്ടെങ്കിലും കപ്പൽ മുങ്ങാറില്ല. അകത്ത്വെള്ളം കയറാൻ തുടങ്ങിയാലോ കപ്പൽ മുങ്ങിത്തുടങ്ങും.

സമ്പാദ്യ ശീലമുള്ളവൻ പണത്തെ വിലകുറച്ച് കാണാറില്ല. സമ്പാദ്യശീലമില്ലാത്തവർക്ക് പണം വിലയില്ലാത്തൊരു വസ്തു മാത്രമാണ്.

വിലമതിക്കാനാവാത്ത മൂന്ന് രത്നങ്ങളാണ് ലോകത്തിലുള്ളത്. ജലം, രത്നം, സുഭാഷിതം. കല്ലിൻ കഷണങ്ങളെ ചൂണ്ടിക്കാട്ടി വിഢ്ഢികൾ പറയുന്നു ഇതാണ് രത്നമെന്ന്. പ്രകൃതി നൽകുന്ന എല്ലാ സമ്പത്തുകളും ഈ തലമുറകൾക്കെന്നപോലെ പിൻതലമുറകൾക്കും മുൻ

തലമുറകൾക്കും ഒരേ പോലെ അവകാശപ്പെട്ടതാണ്.

ഒരുകാട്ടരുവിക്ക് സമീപം കുറേ കുരങ്ങന്മാരും കുടുംബവും മക്കളും താമസിക്കുന്നു. ഒരുദിവസം അപ്രതീക്ഷിതമായി മലവെള്ളപ്പാച്ചിൽ വന്നു. ഒരു തള്ളക്കുരങ്ങ് തന്റെ കുട്ടിക്കരങ്ങനേയും തലയിലേറ്റി സുരക്ഷിതമായി അക്കരക്കെത്താൻ നടന്ന് തുടങ്ങി. വെള്ളം തള്ളക്കുരങ്ങിന്റെ കഴുത്ത് വരെയെത്തിയിട്ടും തള്ളക്കുരങ്ങ് തന്റെ പിഞ്ചോമനയുടെ പിടിവിട്ടില്ല. മൂക്ക് മുട്ടെ വെള്ളം കയറിയപ്പോൾ തള്ളക്കുരങ്ങ് തന്റെ കുട്ടിക്കുരങ്ങനെ താഴെയിട്ട് അതിന് മുകളിൽകയറി നിന്ന് സ്വരക്ഷ നേടി. ഇതാണ് ഇന്നത്തെ ലോകം. സ്വരക്ഷയ്ക്ക്വേണ്ടി എന്ത്കൊടും ക്രൂരതയും ചെയ്യാൻ വെമ്പൽ കാണിക്കുന്ന മനുഷ്യർ. മറ്റുള്ളവരുടെ രക്ഷയ്ക്ക്വേണ്ടി സ്വജീവനെപ്പോലും ബലികഴിച്ച നമ്മുടെ പൂർവ്വീകർ എത്ര വലിയവരാണ്. അവർ എന്നെന്നും നമസ്ക്കപ്പെടേണ്ടവരാണ്.

രാജ്യത്തിന് വേണ്ടി രാജ്യത്തിലെ പ്രജകളുടെ സുരക്ഷയ്ക്ക്വേണ്ടി ഉറക്കമിളച്ചിരിക്കുന്ന സൈന്യങ്ങളുള്ളത് കൊണ്ടാണ് രാജ്യത്തിലെ ജനങ്ങൾ സുഖമായികിടന്നുറങ്ങുന്നത്. ഓർക്കുക അവർ എത്ര ത്യാഗികളാണ്. മഹത്തുക്കളാണ്. ആ രാജ്യസ്നേഹികളായ ഭടന്മാരുടെ മുന്നിൽ നാം എന്നെന്നും നമ്രശിരസ്കരാവുക.

ജ്ഞാനത്തെപ്പോലെ പൂജ്യവും പരിപാവനവുമായ മറ്റൊന്നില്ല. സൂര്യന്റെ പ്രതിബിംബം സൂര്യനെപ്പോലെ തിളങ്ങുമോ. ആകാശംവീഴുന്നുണ്ടെന്ന് കരുതി നമുക്ക് കൈകൾകൊണ്ട് താങ്ങി നിർത്താൻ പറ്റുമോ? ഇതിനൊക്കെ കഴിയുമെങ്കിൽ മാത്രമെ ജ്ഞാനത്തിന് തുല്യമായ എന്തെങ്കിലും ഈ ലോകത്തിന് കണ്ടെത്താൻ കഴിയുകയുള്ളൂ. ആകയാൽ ശോഭയാർന്ന എല്ലാറ്റിലും വെച്ച് അത്യന്തം ശോഭിക്കുന്നത് അറിവാണ്. ജ്ഞാനമാണ്.

അഭംഗിയുള്ള ചിലരുടെ അസാധാരണ കർമ്മങ്ങൾ കൊണ്ടാണ് പ്രകൃതിയുടെ സൗന്ദര്യം പോലും നിലനിൽക്കുന്നത്. വൃത്തിയാക്കുന്നവരെ കാണാൻ വൃത്തിയില്ലായിരിക്കാം പക്ഷേ അവരില്ലായിരുന്നുവെങ്കിൽ എത്ര വൃത്തിഹീനമായിരിക്കും പരിസരങ്ങൾ.

നമ്മൾ ഓട വൃത്തിയാക്കുന്നവരെയും നഗരമാലിന്യങ്ങൾ വഹിച്ചു കൊണ്ടുപോകുന്ന വരെയും കുറിച്ച് എന്നെങ്കിലും ഓർത്തിട്ടുണ്ടോ ?

ടാറിങ് തൊഴിലാളികൾ - അവർ എത്ര മഹത്തുക്കളാണ്. സൂര്യന്റെ ചൂട്, റോഡിന്റെ ചൂട്, ടാറിന്റെ ചൂട് ഇതിൽ എരിപൊരി കൊണ്ടാണ് അവർ നമുക്ക് ചൂടിന്റെ പ്രയാസങ്ങൾ അറിയാതെ എയർകണ്ടീഷൻ വാഹനങ്ങളിൽ കയറി ഞെളിഞ്ഞു പോകാനുള്ള സൗകര്യങ്ങൾ ഒരുക്കി തരുന്നത്. ഇതിന്റെ പേരിൽ കുറച്ചുസമയത്തേക്ക് ഗതാഗതകുരുക്ക് വ

ന്നാൽ നാം അവർക്ക് നേരെ പുലഭ്യ വർഷം കൊണ്ട് മുറുമുറുക്കുന്നു. ഒന്നു മറിയാതെ അവർ കർമ്മനിരതരായി അവരുടെ പ്രവർത്തനത്തിൽ മുഴുകുന്നു. അവരാണ് യഥാർത്ഥ ദൈവങ്ങൾ . സുഖങ്ങൾ നമ്മുടെ ഭിക്ഷ പാത്രത്തിലേക്ക് എറിഞ്ഞു തരുന്നവർ.

ഒരു സത്യാമ്പേഷകന്റെ ധ്യാനാത്മക മനസ്സിലേക്ക് പ്രകൃതി തന്റെ രഹസ്യം എപ്പോഴും പകർന്നു കൊടുത്തു കൊണ്ടേയിരിക്കും.

അറിവിനേക്കാൾ മഹത്തരമാണ് മനസ്സിലാക്കൽ. നിങ്ങളെ കുറിച്ച് അറിഞ്ഞവർ ഏറെയുണ്ടാകാം മനസ്സിലാക്കിയവർ അപൂർവ്വമായിരിക്കും.

നമ്മളോട് സംസാരിക്കാൻ വേണ്ടി ആരെയും നിർബന്ധിക്കരുത്. ഒരാൾ നമ്മളോട് മിണ്ടുന്നില്ല എങ്കിൽ അതിനർത്ഥം അവർക്ക് നമ്മളോട് താൽപര്യമില്ലെന്നാണ്. അവർക്ക് താല്പര്യമുള്ളവരോട് അവർ സംസാരിക്കും. അത് എത്ര തിരക്കിൽ ആണെങ്കിൽ പോലും . അത് നമ്മൾ കാര്യമാക്കേണ്ടതില്ല. മിണ്ടുന്നവർ മിണ്ടട്ടെ അല്ലാത്തവർ നടക്കട്ടെ!

കാലത്തിനനുസരിച്ച് സ്വഭാവം മാറുന്ന ആളുകളെ വിശ്വസിക്കരുത്.ചിലപ്പോൾ കാലത്തിനനുസരിച്ച് കോലം കെട്ടേണ്ടിയും വന്നേക്കും. കാലം മാറിയാലും സ്വഭാവം അതേപടി നില നിൽക്കുന്ന ആളുകളെ വിശ്വസിക്കുക. അതാണ് യഥാർത്ഥ സ്നേഹം . കഷ്ടപ്പെടുന്ന മനുഷ്യന് ചിരി ഉണ്ടാവില്ല. ചിരിയുള്ള മനുഷ്യന് കഷ്ടപ്പാടും ഉണ്ടാകില്ല. പക്ഷേ കഷ്ടപ്പാടിൽ ചിരിക്കുന്ന ഒരു മനുഷ്യൻ ഉണ്ടല്ലോ അവന്റെ ജീവിതത്തിലേക്ക് ഒരിക്കലും തോൽവി കടന്നു വരില്ല.

നാട്ടുകാരുടെ സ്വഭാവ സർട്ടിഫിക്കറ്റിന് വേണ്ടി ജീവിച്ച് മരിച്ചവരുടെ സർട്ടിഫിക്കറ്റ് നോക്കിയാൽ അവർ സ്വന്തം വ്യക്തിഗത ജീവിതത്തിൽ തോറ്റു തുന്നം പാടിയത് കാണാം.

സ്വന്തം ഇഷ്ടങ്ങൾക്ക് വേണ്ടി ജീവിച്ച് മരിച്ചവരുടെ ജീവിത സർട്ടിഫിക്കറ്റ് നോക്കിയാലോ നൂറിൽ നൂറ് മാർക്ക് ആയിരിക്കും അവർക്ക് ലഭിക്കുക.

ചിലരുടെയെങ്കിലും ഓർമ്മകളാവുക എന്നത് ചെറിയ കാര്യമല്ല. ജീവിതത്തിൽ മറക്കാനാകാത്ത ചില ഏടുകളാണവ. ഒരിക്കലെങ്കിലും നമ്മൾ അവരുടെ പ്രിയപ്പെട്ടവരായിരുന്നു എന്നതിന്റെ തെളിവാണത്.

ചില സൗഹൃദങ്ങൾ നമ്മെ വല്ലാതെ സ്വാധീനിക്കും. കൂടുതൽ കാലമൊന്നും ചെലവഴിച്ചിട്ടില്ലെങ്കിലും നമ്മുടെ മനസ്സിൽ അവർക്കുള്ള സ്ഥാനം വളരെ വലുതായിരിക്കും.

പലർക്കും നമ്മൾ ഒരു വഴി മാത്രമാണ്. നമ്മളെ ഒരു ലക്ഷ്യമായി കാണുന്നവർ വളരെ ചുരുക്കം പേരെ ഉണ്ടാവൂ. പലപ്പോഴും നമുക്ക് ആരും കൂടെ ഉണ്ടാവുകയുമില്ല.

എന്തിനും വശംവദരാകുന്നവർക്ക് ഒന്നിനോടും അഭിനിവേശം ഉണ്ടാകില്ല. പ്രലോഭിതരാകാൻ ഒരു കാരണം തേടുന്നവരാകും അവർ. ദീർഘകാല ലക്ഷ്യങ്ങളെ മറക്കുന്ന താൽക്കാലിക സംതൃപ്തികളാണ് പ്രലോഭനങ്ങൾ. എത്തിച്ചേരേണ്ട തീരങ്ങളെ കുറിച്ചും പുലർത്തേണ്ട രീതികളെ കുറിച്ചും തികഞ്ഞ ബോധമില്ലാത്തവർ അവയ്ക്ക് പിന്നാലെ പോകും. ഓർക്കുക ഇങ്ങനെയുള്ളവർ എന്നും വഞ്ചിതരുടെ വഞ്ചനയിൽ അകപ്പെടും. ആകയാൽ പ്രലോഭനങ്ങൾക്കു വഴങ്ങാതിരിക്കാൻ ശ്രദ്ധിക്കുക, ശ്രമിക്കുക.

ഒന്നുമറിയാത്ത ആരെങ്കിലും ഉണ്ടോ എന്ന ചോദ്യം പോലെ പ്രസക്തമാണ് എല്ലാ മറിയുന്ന ആരെങ്കിലുമുണ്ടോ എന്ന ചോദ്യവും .

പോയി കൊണ്ടിരിക്കുമ്പോൾ നിർത്താനും നിർത്തി കഴിഞ്ഞപ്പോൾ പോകുവാനും തോന്നാവുന്ന ഒരിടമാണ് നമ്മുടെ വിദ്യാലയങ്ങൾ .

ചില വാക്കുകൾ പറഞ്ഞയാൾ മറന്നുപോകുമെങ്കിലും കേട്ടയാൾ മരിക്കുവോളം ഓർമ്മയിൽ സൂക്ഷിക്കും. ആകയാൽ വാക്കുകൾ ഉപയോഗിക്കുമ്പോൾ നാം വളരെയേറെ സൂക്ഷിക്കേണ്ടതാണ്.

ആരോടും പറയാതെ യാത്ര ചെയ്യുക. ആരോടും പറയാതെ നമ്മുടെ നല്ലൊരു വസന്തകാലത്തെ അയവിറക്കുക. എന്നിട്ട് ആസ്വദിക്കുക, എന്നിട്ട് സന്തോഷം ആകുന്ന ആഴി വീചികളിൽ നീന്തിത്തുടിച്ച് ജീവിക്കുക. ഒന്നും ഒരു സംഗതിയും ആരോടും പറയേണ്ടതില്ല.കാരണം ഭംഗിയായി ആസ്വദിക്കുന്നതിനെയെല്ലാം അസൂയാലുക്കളായ കലിയുഗ മനുഷ്യർ നശിപ്പിച്ചുകളയും.

ഒരാൾ മാത്രം -ഒറ്റക്കായി - യാത്ര ചെയ്യരുത്.ഒറ്റയ്ക്കിരുന്നുണ്ണരുത് ഒറ്റക്കുറങ്ങരുത്. സന്തോഷങ്ങളും ദുഃഖങ്ങളും ഒറ്റയ്ക്കായി അനുഭവിക്കരുത്. എല്ലാ കാര്യങ്ങളും പങ്കിടണം എന്നാണ് നമ്മുടെ പൂർവസൂരികൾ പറഞ്ഞിരുന്നത്. ആധുനികലോകം പാടെ മാറിയിരിക്കുന്നു.

കണ്ടു മുട്ടിയും അനുഭവിച്ചറിഞ്ഞും പഠിക്കാൻ തുടങ്ങിയാൽ നമുക്ക് പിന്നെ എന്തിനെയും ആദരവോടെ ബഹുമാനത്തോടെ മാത്രമേ കാണാനാകൂ.അകത്തിരുന്നു പഠിച്ചിരുന്നത് പോലെയല്ല പുറത്തുള്ള ജീവിതമെന്നും പുറമേ കാണുന്നതുപോലെയല്ല അകമേയുള്ള ജീവിതമെന്നും അപ്പോൾ നമുക്ക് മനസ്സിലാക്കാൻ സാധിക്കും.

ചില വാതിലുകൾ നാം അടച്ചിടുന്നത് നല്ലതാണ്. അത് അഹങ്കാരം കൊണ്ടല്ല ദേഷ്യം കൊണ്ടു മല്ല. അങ്ങനെയുള്ള വാതിലുകൾ തുറന്നിട്ടാലും അതിൽനിന്ന് ഒരു തരി വെളിച്ചമോ തെന്നലിന്റെ ഒരു ചെറു വീശലോ വരുവാൻ ഒരു സാധ്യതയുമില്ല. ആയാൽ നല്ലത് കേൾക്കാനും, നല്ലത് മാത്രം കാണാനുള്ള വാതിലുകൾ നാമെന്നും തുറന്നു വയ്ക്കുക.

നൈമിഷികവും സംഭ്രമജന്യവുമായ വിഷയ സുഖങ്ങളുടെ പിന്നാ
ലെ പോകാത്തവർ ജീവിത വിജയം നേടുന്നു. അല്ലാത്തവർ ജീവിത പ
രാജയങ്ങളിലേക്ക് കൂപ്പു കുത്തി വീഴുന്നു നശിക്കുന്നു.

പണം ഒരു ചെറിയ നാണയമാണ്.

ആരോഗ്യം ഒരു വലിയ നാണയമാണ്.

സ്നേഹം ഒരു ഭാഗ്യ നാണയമാണ്.

സൗഹൃദം ഒരു മധുര നാണയമാണ്.

ബന്ധം ഒരു സ്വർണ്ണനാണയമാണ്.

ഇവകൾ നാം എപ്പോഴും സുരക്ഷിതമായി സൂക്ഷിക്കേണ്ടതാണ്.

എന്റെ ചിന്തകൾ ഒരുപക്ഷേ തെറ്റായിരിക്കാം. എന്നിരുന്നാലും ആ
തെറ്റിലും ഞാനൊരു ശരി എപ്പോഴും കാണുന്നുണ്ട്. എന്റെ മാത്രം ശ
രി, ആ ശരി ചിലപ്പോൾ നമ്മെ പടുകുഴിയിലേക്ക് തള്ളിയിട്ടേക്കാം. ആ
കയാൽ നാം എപ്പോഴും തെറ്റുകളെ വിമർശനം ചെയ്തു ശരിയേതെന്ന്
തിരിച്ചറിഞ്ഞ് ശരിയുടെ ഭാഗത്തേക്ക് മാറി പ്രവർത്തിക്കുന്നതാണ് ഉ
ത്തമം.

കണ്ണുകൊണ്ട് കാണുന്നതിനുപകരം മനസ്സുകൊണ്ട് കണ്ടാൽ ഭംഗി
യില്ലാത്തതായി ഒന്നുമില്ല. ദൃഗാദി പഞ്ചേന്ദ്രിയങ്ങളിൽ നിന്ന് വ്യത്യസ്
തമാണ് മനസ്സിന്റെ കാഴ്ച. അഞ്ച് ഇന്ദ്രിയങ്ങൾക്ക് മാത്രം കാഴ്ച പ്രീ
തികരമായാൽ പോര. മനസ്സിന് പ്രീതികരമാണെങ്കിൽ അവ ഇന്ദ്രിയ
ങ്ങൾക്കും പ്രീതികരമാകും.

ലോകത്ത് വർണ്ണങ്ങൾ പലതുണ്ട്. എന്നാൽ ജീവിതത്തിലെ ഏറ്റ
വും സുന്ദരമായ വർണ്ണമാണ് സൗഹൃദം. സൗഹൃദങ്ങൾക്ക് വിള്ളൽ വ
രാതെ വഞ്ചിക്കാതെ വഞ്ചിക്കപ്പെടാതെ നാമെപ്പോഴും സൂക്ഷിക്കേണ്ട
താണ്. അതിരുകളില്ലാതെ ബന്ധനങ്ങളില്ലാതെ സ്വാർത്ഥതയില്ലാതെ സൗ
ഹൃദം നിലനിർത്തി വരണം.

കിതയ്ക്കാനുള്ള കാരണത്തേക്കാൾ ശക്തമാക്കണം കുതിക്കാനുള്ള
കാരണം. പിൻതിരിഞ്ഞു നോക്കി സമയം നഷ്ടപ്പെടുത്താതെ ഓടേണ്ടു
ന്ന ചില ഓട്ടങ്ങളുണ്ട്. അത് നമ്മുടെ ജീവിത സമരങ്ങളാകും. ഓടി
യാൽ നമുക്ക് വിജയത്തിലേക്കെത്താം തീർച്ച.

ഒരാൾക്ക് പകരമാവാൻ ഒരിക്കലും വേറൊരാൾക്ക് കഴിയുകയില്ല.
അതുകൊണ്ടാണ് ആ ഒരാൾ നമുക്കെന്നും പ്രിയപ്പെട്ടവനാകുന്നത്.

നമ്മുടെ കർമ്മങ്ങൾ പ്രായോഗിക വിജ്ഞാനത്തോടൊപ്പം കുശല
തയോടെ ചെയ്യുന്നതാണ് കർമ്മയോഗം. ആകയാൽ അക്കാദമിക്ക് വി
ദ്യാഭ്യാസത്തോടൊപ്പം പ്രായോഗിക വിജ്ഞാനം കൂടി അത്യാവശ്യമാണ്.

നമുക്ക് ഒരാളെ സഹായിക്കാൻ പറ്റിയില്ലെങ്കിൽ പോട്ടെ കുഴിയിൽ

വീണു കിടക്കുന്നവന്റെ നേരെ ഒരു കൈ സഹായമായി നീട്ടിയില്ലെങ്കിലും വേണ്ട. പക്ഷേ കഴിയിലേക്ക് മണ്ണിടുന്നവരുടെ കൂട്ടത്തിൽ നാം ഒരിക്കലും കൂടരുത്. അത് ദൈവം പോലും പൊറുക്കില്ല.

പൂവിൽ തേനുണ്ടെന്നു കരുതി കായ മധുരിക്കണമെന്നില്ല. ചില മനുഷ്യരും അങ്ങിനെയാണ്. വാക്കുകൾ മധുരിക്കുമെങ്കിലും പ്രവർത്തികൾക്ക് കയ്പേറും സൂക്ഷിക്കേണ്ടതാണ്.

മനസ്സിന് താങ്ങാവുന്നതിലും കൂടുതൽ സങ്കടങ്ങളുണ്ടായാൽ നമ്മളറിയാതെ ചിലപ്പോൾ മാറിപ്പോകും.ഒന്നുകിൽ വെറുപ്പും ദ്വേഷ്യവുമായി അത് പുറമെ പ്രതിഫലിക്കും. അല്ലെങ്കിൽ മൗനം കൊണ്ട് സ്വയം കീഴടങ്ങും.പ്രശസ്തനായ തിരുവിതാംകൂർ മഹാരാജാനായ സ്വാതിതിരുനാൾ മഹാരാജാവ് ചെയ്തത് അതാണ്. മൗനം കൊണ്ട് ആ മഹാരാജൻ സ്വയം മരണത്തിന് കീഴടങ്ങി. മൗനം അത്തരം സന്ദർഭങ്ങളിൽ നമുക്ക് ഭൂഷണമാണ്. അത് മരണത്തിനു കീഴടങ്ങാൻ ഉള്ള ഒരു ആയുധമാക്കരുത്. മൗനം ജീവിതത്തിലേക്ക് മടങ്ങിവരാനുള്ള അണയാത്ത പ്രോജ്വലിക്കുന്ന തീപ്പന്തമായിരിക്കണം.

കാലം നമുക്ക് ഒരോ അവസരം തരും. ചിലപ്പോൾ തന്നു കൊണ്ടേയിരിക്കും ചിലരെപ്പറ്റി പഠിക്കാനും മനസ്സിലാക്കാനും. അത്തരം അവസരങ്ങൾ പഠിച്ച് മനസ്സിലാക്കി പ്രവർത്തിക്കാത്തവൻ നരകത്തിലേക്ക് വീഴും അല്ലാത്തവൻ സ്വർഗത്തിലെത്തും.

ചില സമയത്ത് ചില കാര്യങ്ങൾ നമ്മെ വല്ലാതെ വേദനിപ്പിക്കും.ഏറ്റവും പ്രിയപ്പെട്ടവരുടെ ചില ഇടപെടലുകൾ നമ്മെ വളരെയേറെ ദുഃഖത്തിലാഴ്ത്തും. പക്ഷേ ആ വേദനകൾ നമുക്ക് നൽകുന്നത് ജീവിതത്തിലെ ഒരു വലിയ പാഠമായിരിക്കും. അത്തരത്തിലുള്ള വേദനകൾ സന്തോഷകരമായ നിമിഷങ്ങളാക്കി മാറ്റാൻ നാമെന്നും പരിശ്രമിക്കണം.

ലോകത്തിലെ ഏറ്റവും വലിയ വഞ്ചന സ്നേഹിക്കുന്നവരോട് സ്നേഹമുണ്ട് എന്ന് തോന്നിപ്പിക്കുന്ന രീതിയിലുള്ള അഭിനയമാണ്.

നാം തോറ്റുപോകുന്നത് ജീവിതത്തിലല്ല ചിലരുടെ അഭിനയത്തിനു മുന്നിലാണ്.

പണത്തിന് മേലെ പരുന്തും പറക്കില്ല എന്ന ആധുനിക വചനം അന്വർത്ഥമാക്കാൻ ശ്രമിക്കുന്ന വഞ്ചകന്മാരെയും ദുഷ്ടന്മാരെയുമാണ് നാമിന്ന് അധികവും നമ്മുടെ ചുറ്റുപാടിൽ കണ്ടു കൊണ്ടിരിക്കുന്നത്. സ്വത്തിനും, പണത്തിനും മേലെ മറ്റൊന്നില്ല എന്ന സ്വാർത്ഥ ചിന്ത എന്ത് കടും കൈയ്ക്കും തയ്യാറാകുമെന്ന വിപദ് സന്ദേശമാണ് നമുക്ക് ഇന്ന് ലഭിച്ച് കൊണ്ടിരിക്കുന്നത്. അടിപിടി,പിടിച്ചുപറി, മോഷണം എന്നിവയുമായി ബന്ധപ്പെട്ട കേസുകൾ കുറവാണെങ്കിലും സ്വത്തുതർക്കം, അ

തിർത്തിത്തർക്കം, സാമ്പത്തിക ഇടപാടുകളുമായി ബന്ധപ്പെട്ട തർക്കങ്ങൾ എന്നീ സംഘർഷത്തിൽ കൊല്ലപ്പെടുന്നവർ ഇന്ന് നമുക്കുചുറ്റും വർദ്ധിച്ചു വരുന്നു എന്നുള്ളത് ഉദ്വേഗജനകവും ഭീതിതവുമാണ്.

സ്വാർത്ഥതയ്ക്ക് വേണ്ടി പൊട്ടാസ്യം സയനൈഡ്, എലിവിഷം എന്നിവ നൽകി കൊലപ്പെടുത്തുന്നു എന്നുള്ളത് സർവ്വ സാധാരണമായിരിക്കുന്നു. കൊലപാതകങ്ങളെക്കാളേറെയാണ് വധശ്രമ കേസുകൾ . വിദ്യാഭ്യാസ സാംസ്കാരിക മേഖലയിലും, ഉന്നത വിദ്യാഭ്യാസത്തിലും, 100 ശതമാനത്തോളം സാക്ഷരത ഉണ്ടെന്ന് വീമ്പിളക്കുന്ന കേരളത്തിലാണ് ഇതെല്ലാം നടക്കുന്നത് എന്നുള്ള വസ്തുത നമ്മെ ലജ്ജിപ്പിക്കുന്നു. നമ്മുടെ വിദ്യാഭ്യാസ രീതികളൊന്നും തന്നെ മനുഷ്യന്റെ സ്വാർത്ഥത, അത്യാർത്തി, പക, കുറ്റവാസന എന്നിവ ഇല്ലാതാക്കാൻ ലവലേശം പോലും വിജയിച്ചിട്ടില്ലെന്നതാണ് ഇത് സൂചിപ്പിക്കുന്നത്. പാത്രം കമിഴ്ത്തി വെച്ച് വെള്ളമൊഴിച്ചിട്ട് കാര്യമില്ലല്ലോ?

മദ്യവും മയക്ക് മരുന്നുമാണ് കുറ്റകൃത്യങ്ങൾക്ക് രാസത്വരകം പോലെ പ്രവർത്തിക്കുന്നത്. ലോകത്ത് ഇന്ന് ഉപയോഗിക്കുന്ന ലഹരി മരുന്നിൽ ഏറ്റവും അപകടകാരിയാണ് എം.ഡി.എം.എ. മെത്ത്, മോളി, എക്സ്റ്റസി എന്നീ പേരുകളിലൊക്കെ ഇത് അറിയപ്പെടുന്നു. മെത്ത്ലീൻ ഡയോക്സി മെത്താം എറ്റമിൻ എന്നതാണ് ഇതിന്റെ മുഴുവൻ പേര്. ഇന്ദ്രിയങ്ങളിൽ ഉന്മാദാവസ്ഥയും വിഭ്രാന്തി ജനകമായ അനുഭവങ്ങളുമുണ്ടാക്കുന്ന ലഹരി വസ്തുവാണിത്. മുൻപ് ഇത്തരം വസ്തുക്കൾ വിദേശരാജ്യങ്ങളിലും വൻനഗരങ്ങളിലും മാത്രമേ കിട്ടിയിരുന്നുള്ളൂ.ഇപ്പോൾ കേരളത്തിലും വ്യാപകമായി. കോടിക്കണക്കിന് രൂപയോളം വരുന്ന കിലോക്കണക്കിനു ലഹരി വസ്തുക്കളാണ് ഇപ്പോൾ നിയമപാലകർ പിടിച്ചെടുക്കുന്നത്.

കുപ്പിച്ചില്ല് പൊടിച്ചത് പോലെയുള്ള ക്രിസ്റ്റൽ രൂപമാണിത്. കുത്തിവെച്ചും വായിലൂടെയും മൂക്കിലൂടെയും പുക രൂപത്തിലും ഒക്കെ ആളുകൾ ഇത് ഉപയോഗിക്കാറുണ്ട്. 20 നും 90 നും മിനുട്ടിനിടയിൽ ഇതിന്റെ ലഹരി തലയ്ക്ക് പിടിക്കും. ഈ ലഹരി ഇന്ദ്രിയങ്ങളെ അയയ്ക്കും. ചിന്തകളെ മരവിപ്പിക്കും. തലച്ചോറിലെ ആശയവിനിമയ സംവിധാനത്തെയാകെ തകരാറിലാക്കും. മദ്യത്തോടൊപ്പം ഇത് ഉപയോഗിച്ചാൽ കോമാ സ്റ്റേജിൽ വരെ എത്താം.

ഇതിന്റെ ഒഴുക്ക് തടയുന്നതിലെ പരാജയങ്ങളാണ് സാമൂഹിക വിനയായി മാറുന്നത്. വിശാലവും ഉന്നതവുമായ ധാർമിക - സാംസ്കാരിക നിലവാരത്തിലേക്ക്, മനസ്സിനെ പാകപ്പെടുത്തുന്നതിൽ നമ്മുടെ വിദ്യാഭ്യാസ സമ്പ്രദായം പാടെ പരാജയപ്പെട്ടിരിക്കുന്നു. പരാജയപ്പെടുന്നു.

വികാര വിവേചനത്തിന്നും മന:സ്സംസ്കരണത്തിനും പര്യാപ്തമാകേണ്ട കലയും സാഹിത്യവുമെല്ലാം വലിയൊരു വിഭാഗത്തിന്ന് അന്യമായിക്കൊണ്ടിരിക്കുകയാണ്. മൃതശരീരങ്ങൾ മറവ് ചെയ്യുവാനോ വിവാഹാദി മംഗളകരമായ കർമ്മങ്ങൾ മധുരങ്ങളാക്കിത്തീർക്കുവാനോ ഇന്ന് യുവാക്കൾ ശ്രദ്ധിക്കുന്നതേയില്ല.

മധുരങ്ങളാക്കേണ്ട മംഗല്യങ്ങൾ മധുരനൊമ്പരങ്ങളാക്കി, ആഭാസപൂരിതമാക്കാനാണ് യൗവനങ്ങൾ ശ്രമിക്കുന്നത്. മദ്യം, മയക്ക്മരുന്ന് മുതലായവ ഈ വൈകൃതങ്ങൾക്ക് ആക്കം കൂട്ടുന്നു.

നടക്കുന്നതെല്ലാം ഒറ്റപ്പെട്ട സംഭവങ്ങളാണെങ്കിലും അതിലെല്ലാം തന്നെ സാമൂഹികമായ രോഗലക്ഷണങ്ങളുണ്ട്. പോലീസിനും, നീതിന്യായ വകുപ്പിനും, സംവിധാനത്തിനും മാത്രമായി ചികിത്സിച്ചുമാറ്റാൻ സാധിക്കാത്ത ഒന്നാണിത്. ധാർമികവും സാമൂഹികവുമായ മൂല്യങ്ങളുടെ വീണ്ടെടുപ്പാണ് ഇതിനാവശ്യം. ഇതിനു വേണ്ടി ശക്തമായ ഇടപെടലുകൾ, ബോധവൽക്കരണങ്ങൾ, കുടുംബങ്ങളിൽ നിന്നും, സമൂഹത്തിൽ നിന്നും ഉണ്ടായേ തീരൂ. അവ കൂടിയേ തീരൂ.

വിളയാടുന്നവർക്ക് വേദനിക്കുന്നവന്റെ നിസ്സഹായത ഒരിക്കലും മനസ്സിലാകണമെന്നില്ല.മനസ്സിലാകണമെങ്കിൽ അവർ ഒരിക്കലെങ്കിലും മറുവശത്ത് നിന്നിട്ടുണ്ടാകണം.

ധർമ്മനിഷ്ഠയിലൂന്നി ആരോഗ്യപരമായ രീതിയിൽ വ്യക്തിയെ വളരാൻ അനുവദിക്കുന്നതാണ് സ്വാതന്ത്ര്യം. ഇങ്ങനെ സ്വാതന്ത്ര്യത്തോടുകൂടി വളർന്ന ഒരുവനു മാത്രമേ രാഷ്ട്രത്തെയും നാടിനെയും നല്ലരീതിയിൽ സംരക്ഷിക്കാനാകൂ.

വിശാലമായും ആഴത്തിലും ചിന്തിച്ച് ബുദ്ധിപരമായി പ്രവർത്തിച്ചാൽ നമുക്ക് വിജയം സുനിശ്ചിതമാണ്.

ആരുടേയും വിശ്വാസത്തെ തകർക്കരുത്. നമുക്കും അവർക്കും ശ്രേഷ്ഠമായത് കൊടുക്കാൻ ഇല്ലാത്തിടത്തോളം കാലം വിശ്വാസമാണ് ഒരാൾക്ക് ഉണ്ടാകുന്ന ഏറ്റവും വലിയ ആശ്വാസം. ജീവിതം സുന്ദരമാണ്. സുന്ദരമാക്കണം. മറന്നുപോയവരെയും മാറിപ്പോയവരെയും മടുത്തു പോയവരെയും മനസ്സിൽനിന്ന് നാം ഉപേക്ഷിക്കുന്നതാണ് ഉത്തമം. നമ്മളെ മനസ്സിലാക്കിയവരെ നാം എപ്പോഴും ചേർത്തുപിടിക്കുക.

സ്ത്രീ ശാക്തീകരണം സ്ത്രീ സ്വാതന്ത്ര്യം സ്ത്രീ സമത്വം ഇവകളെല്ലാം തന്നെ ഇന്നത്തെ കാലഘട്ടത്തിൽ വളരെയേറെ പ്രസക്തമാണ്. അവയോടൊപ്പം അമ്മയെന്ന മഹത്വത്തിൽ നിന്നും നാം മാറിപ്പോവുകയുമരുത്. ഗർഭാധാനം, പ്രസവം എന്നീ മഹത്തരമായ കർമ്മങ്ങൾ സ്ത്രീയെന്ന അമ്മയ്ക്ക് പ്രകൃതി അഥവാ ഈശ്വരൻ നൽകിയ മഹനീ

യമായ ഒരു പ്രക്രിയയാണ്. പ്രകൃതി നൽകിയ ഈ പ്രക്രിയ യോട് സമാനത കൈവരിക്കുവാൻ ഒരു പുരുഷനും ലോകത്ത് ഇന്നേവരെ സാധിച്ചിട്ടില്ല. സാധിക്കുകയുമില്ല. മഹാഭാരതത്തിൽ ലോകം കണ്ടതിൽ വെച്ച് ഏറ്റവും വലിയ സംവിധായകനായ വ്യാസഭഗവാൻ പുരുഷ ഗർഭത്തിനെ കുറിച്ച് പരാമർശിച്ചിട്ടുണ്ടെങ്കിലും ലോകത്ത് ഒരിടത്തും ഇത് സംഭവിച്ചതായി രേഖപ്പെടുത്തിയിട്ടില്ല.

അമ്മയെന്ന വാക്കിന് സമാനമായി വെക്കുവാൻ അമ്മ മാത്രമേ ഉള്ളൂ വേറൊന്നിനും സാധിക്കുകയില്ല തന്നെ.

ലോകത്തിന്റെ നിലനിൽപ്പിന് അമ്മയെന്ന മഹത്വം നമുക്ക് അത്യാവശ്യമാണ്. വംശവർദ്ധനവുണ്ടായാലേ ലോകം നിലനിൽക്കുകയുള്ളൂ.

ഇന്നത്തെ പെൺകുട്ടികളിൽ പ്രസവിക്കാനുള്ള താല്പര്യം കുറഞ്ഞ് വരുന്നു. എന്തിനധികം പറയുന്നു വിവാഹത്തിന് പോലും വേണ്ട ഗൗരവം കൊടുക്കുന്നില്ലെന്നതാണ് വാസ്തവം. അഗ്നിസാക്ഷിയായി നടക്കുന്ന പരമ പവിത്രമായി കാണേണ്ട വിവാഹ ബന്ധങ്ങൾ പഴഞ്ചനെന്ന് പറഞ്ഞ് ചവറ്റുകുട്ടയിലേക്ക് വലിച്ചെറിയപ്പെടുന്ന പ്രവർത്തനങ്ങൾക്ക് നാം ഇന്ന് മൂകസാക്ഷികളായി മാറേണ്ട അവസ്ഥയാണ് നമ്മുടെ ചുറ്റുപാടുകളിൽ നിന്ന് നേരിട്ട് കൊണ്ടിരിക്കുന്നത്.

ഭാരത സ്ത്രീകൾ തൻ ഭാവശുദ്ധി എന്ന ഭാവന പോലും ഇല്ലാതായിരിക്കുന്നു. പ്രസവം, മുലയൂട്ട് മുതലായവ സ്ത്രീകളുടെ സൗന്ദര്യത്തിന് കോട്ടം തട്ടുമെന്ന തെറ്റായ ധാരണ പെൺകുട്ടികളിൽ പടർന്നു കയറിയ അർബുദമായി പരിണമിച്ചിരിക്കുന്നു.

കാലത്തെ പെണ്ണുകാണൽ ഉച്ചയ്ക്ക് വിവാഹം വൈകുന്നേരം വിവാഹമോചനം എന്ന രീതിയിലായി മാറിയിരിക്കുന്നു നമ്മുടെ സമൂഹം .

വിവാഹത്തലേന്നും വിവാഹ സുദിനത്തിലും ഒളിച്ചോടി പോകുന്ന പെൺകുട്ടികൾ. ഇത് കണ്ടു തകർന്നു ദുഃഖത്തിലാണ്ട് എഴുന്നേൽക്കാൻ പോലും വയ്യാതെ തളർന്നുകിടക്കുന്ന രക്ഷിതാക്കൾ.

വിവാഹമോചനങ്ങൾ അഥവാ വിവാഹ വിഷയത്തിൽ ഉണ്ടാവുന്ന പിരിമുറുക്കങ്ങൾ അനുഭവിക്കാത്ത എത്ര രക്ഷിതാക്കളുണ്ട് ഇന്ന് ഈ കേരള ഭൂമിയിൽ.

പത്തോ ഇരുപതോ വർഷം വാത്സല്യം കൊണ്ട് പൊറുതിമുട്ടിച്ച് വളർത്തിയെടുത്ത പെൺമക്കൾ, എത്രപേർ തിരിച്ച് അങ്ങോട്ട് തന്റെ മാതാപിതാക്കൾക്ക് സ്നേഹം കൊടുത്തിട്ടുണ്ടെന്ന് നാം ഒന്ന് ആലോചിച്ചു നോക്കൂ.

ഗന്ധർവ വിവാഹം വേണ്ടെന്ന് ഒരിക്കലും പറയുന്നില്ല ശ്രുതി, സ്മൃതി, പുരാണങ്ങൾ എടുത്തു പരിശോധിച്ചാൽ സംഭവിച്ചതിൽ അധിക

വും ഗന്ധർവ വിവാഹം തന്നെയാണ് താനും. പക്ഷേ ശാപ ഗ്രന്ഥമായ എല്ലാവരാലും വെറുക്കപ്പെടുന്ന പരസ്പരം കൂട്ടി യോജിക്കാൻ പാടു പെടുന്ന വിവാഹബന്ധങ്ങൾ അനിവാര്യമാണോ എന്ന് പെൺമക്കളും ആൺ മക്കളും വിശകലനം ചെയ്യുന്നത് നല്ലതാണ്.

ദക്ഷപ്രജാപതിക്ക് തീരെ ഇഷ്ടമല്ലാത്ത ഒരു ഗന്ധർവ്വ വിവാഹമായി രുന്നു ദാക്ഷായണിയുടെയും (സതീദേവി) ശിവന്റെയും വിവാഹം. ദ ക്ഷപ്രജാപതിയുടെ കഠിനമായ ശാപം നിമിത്തം ദാക്ഷായണി സ്വയം അഗ്നി ഉണ്ടാക്കി ആത്മഹത്യ ചെയ്യേണ്ടി വന്ന കഥ നമുക്ക് സുപരിചി തമാണ്.ലോക പിതാവിനും അദ്ദേഹത്തിന്റെ ധർമ്മപത്നിക്കും ആണ് ഇത് സംഭവിച്ചതെങ്കിൽ സാധാരണ മനുഷ്യരുടെ കാര്യം എന്തായിരി ക്കും.

ലക്ഷങ്ങൾ ചെലവഴിച്ച് കല്യാണമണ്ഡപങ്ങൾ ബുക്ക് ചെയ്തു പ ത്തിരുപത്തഞ്ച് കൂട്ടം കറികളും രണ്ടു തരം പായസങ്ങളുമടങ്ങിയ വിഭ വസമൃദ്ധമായ സദ്യ ഉണ്ടാക്കി അന്നേദിവസം കാലത്തെ ഒളിച്ചോടി പോ കുന്ന പെൺമക്കൾ ആലോചിച്ചിട്ടുണ്ടോ മാതാപിതാക്കളടങ്ങിയ രണ്ട് കുടുംബങ്ങളുടെ മന: പ്രയാസങ്ങൾ എത്രയെന്ന്.

വിവാഹനിശ്ചയം എന്ന ചടങ്ങ് മോതിരം മാറൽ ചടങ്ങ് എന്ന ഓമന പ്പേര് നൽകി വർഷങ്ങൾക്കു മുൻപ് നടത്തി മുടങ്ങിപ്പോകുന്ന എത്രയെ ത്ര ബന്ധങ്ങളാണ് നാമിന്ന് കണ്ടുകൊണ്ടിരിക്കുന്നത്.

പ്രണയം എന്ന മാസ്മരികത യിലൂടെ വഞ്ചിക്കപ്പെടുന്ന എത്രയെ ത്ര നിഷ്കളങ്ക ഹൃദയങ്ങളാണ് സ്വയം നാശത്തിലേക്കോ, വധദുരിത ങ്ങൾക്കോ വഴുതി മാറുന്നത്.

ആകയാൽ വിവാഹപൂർവ്വമായ ശ്രദ്ധാപൂർവ്വമായ ഒരു കൗൺസിലിം ഗ് എല്ലാ പെൺകുട്ടികൾക്കും ആൺകുട്ടികൾക്കും കൊടുക്കുന്നത് നല്ല താണ്. കുടുംബജീവിതത്തിനും ലോകത്തിന്റെ നിലനിൽപ്പിനും ഇത് അത്യാവശ്യമാണ്. കാലോചിതമായി സ്കൂൾ വിദ്യാഭ്യാസ കാലഘട്ട ത്തിൽ തന്നെ ഇത്തരം കൗൺസിലിംഗ് നടത്തുന്നത് ഉത്തമമാണ്.

നമ്മുടെ മക്കൾ എല്ലാം തന്നെ അമൃതത്വത്തിന്റെ അരുമ സന്താന ങ്ങളാണ്. ചില കുബുദ്ധികളുടെ പ്രേരണ മക്കളുടെ ബുദ്ധിയെ കലു ഷിതമാക്കുന്നു. കഞ്ജളം പറ്റിയാൽ സ്വർണം നിഷ്പ്രഭമാകുന്നു. അത് പോലെ അവരുടെ ഉള്ളിലുള്ള കഞ്ജളങ്ങളെ കഴുകിക്കളയാൻ സമ യോചിതമായ ഇടപെടലുകൾ നടത്തി അവരെ നല്ല മാർഗത്തിലേക്ക് ന യിക്കാൻ രക്ഷിതാക്കളും തികഞ്ഞ ആത്മാർത്ഥതയോടെ ശ്രമിക്കേണ്ട താണ്. കുടുംബങ്ങളുടെ ജീവിതം ആനന്ദോത്സവകരമാക്കി മാറ്റാൻ ഇ വ സഹായിക്കും.

ഇന്ന് സമൂഹത്തിൽ പുര നിറഞ്ഞുനിൽക്കുന്ന എത്ര പുരുഷന്മാരാണുള്ളത്.നിർമ്മാണ തൊഴിലാളികൾ, മറ്റ് മേഖലയിൽ ജോലി ചെയ്യുന്നവർ, എത്രയെത്ര അഭ്യസ്തവിദ്യരായ സർക്കാർ ഉദ്യോഗസ്ഥന്മാരല്ലാത്ത ആൺകുട്ടികൾ.

എത്ര ദരിദ്രകുടുംബത്തിൽ ആയാലും തന്റെ മക്കളെ പ്രത്യേകിച്ച് പെൺമക്കളെ മറ്റു സംസ്ഥാനങ്ങളിൽ അയച്ചു ഉന്നത വിദ്യാഭ്യാസം നൽകി അവരെ പ്യൂൺ ആയാലും സർക്കാർ ഉദ്യോഗസ്ഥന്മാർക്ക് മാത്രമേ കൊടുക്കുകയുള്ളൂ എന്ന് വാശി പിടിച്ചു നിൽക്കുന്ന എത്രയോ രക്ഷിതാക്കന്മാർ ഇന്ന് നമ്മുടെ സമൂഹത്തിൽ ഉണ്ട് .

ആൺമക്കളെയും നമ്മൾ നല്ല രീതിയിൽ ഉന്നതവിദ്യാഭ്യാസത്തിന് അയച്ചിട്ട് ഉണ്ടാവാം വിദ്യാഭ്യാസ കാലഘട്ടത്തിൽ ബിരുദങ്ങൾ പൂർത്തിയാക്കാതെ സർവകലാശാലകളിൽ നിന്ന് സർട്ടിഫിക്കറ്റ് പോലും വാങ്ങാത്ത എത്ര ആൺകുട്ടികൾ ഉണ്ട് നമ്മുടെ നാട്ടിൽ അഥവാ സാമാന്യ വിദ്യാഭ്യാസം നേടി മറ്റു തൊഴിൽമേഖലകളിൽ അവർ വ്യാപൃതരായി മാറുന്നു. ഉന്നത വിദ്യാഭ്യാസമുള്ള പെൺമക്കൾ സ്വാഭാവികമായും വിദ്യാഭ്യാസം കുറഞ്ഞവരുമായി ചേരാൻ മടികാണിക്കുന്നു. ആൺമക്കൾക്ക് പെൺമക്കളെ ലഭിക്കാത്ത ഒരു സാഹചര്യമാണ് ഇന്ന് സമൂഹത്തിലുള്ളത്. സൽസ്വഭാവികളായ എത്രയോ ആൺകുട്ടികൾ ഈ കാരണങ്ങളാൽ തന്നെ ദു:സ്വഭാവികളായി മാറുന്നു. രക്ഷിതാക്കൾ മനംനൊന്ത് വെന്തുരുകുന്നു.

എവിടെ ചെന്നാലും പെൺകുട്ടികളെ കിട്ടാത്ത ഒരു അവസ്ഥ അവർക്ക് വിവാഹത്തോട് തന്നെ വെറുപ്പുളവാക്കാൻ ഇടവരുത്തുന്നു.

സർക്കാർ ഉദ്യോഗസ്ഥന്മാരെ ഭർത്താക്കന്മാരായി കിട്ടാത്ത പെൺകുട്ടികളും മാനസികമായി തളർന്ന് പ്രായ പരിധിവിട്ട് സമൂഹം വെറുക്കപ്പെടുന്ന മദ്യപിച്ച് കടത്തിണ്ണയിൽ കയറിക്കിടക്കുന്നവരുടെ കൂടെ ഒളിച്ചോടുന്നു. സ്തബ്ധരായി നോക്കിനിൽക്കാൻ അഥവാ ശാപവാക്കുകൾ ചൊരിയാൻ മാത്രമേ പെൺമക്കളുടെ രക്ഷിതാക്കൾക്കും സാധിക്കുകയുള്ളൂ.

ഇത്തരത്തിലുള്ള സമീപനങ്ങൾ സമൂഹത്തിൽ നിന്നും തുടച്ചു മാറ്റണം. പരസ്പരം മനസ്സറിഞ്ഞ് കുടുംബങ്ങൾ അറിഞ്ഞ് നാമൊരുമിച്ച് എത്രയോ വർഷങ്ങൾ ജീവിച്ചിരിക്കേണ്ടവരാണെന്ന വിശ്വാസത്തിൽ മനസ്സുകളുടെ മഹിമയ്ക്ക് പ്രാധാന്യം കൊടുത്ത് മറ്റ് കാര്യങ്ങളെ അവഗണിച്ച് പരസ്പരം അറിഞ്ഞു ജീവിക്കാനുള്ള വംശം നിലനിൽക്കുവാൻ ഉള്ള ബന്ധങ്ങൾ ആയിരിക്കണം ദാമ്പത്യം. അങ്ങിനെയായിരിക്കട്ടെയെന്ന് ജഗന്നിയന്താവിനോട് പ്രാർത്ഥിക്കാം.

നിങ്ങളെക്കുറിച്ച് ഒരാൾ അപവാദം പറഞ്ഞാൽ അല്ലാഹുവേ ഞാനത് ചെയ്തിട്ടുണ്ടെങ്കിൽ എനിക്ക് നീ പൊറുത്തുതരണമേ എന്നും നിങ്ങൾ അത് ചെയ്തിട്ടില്ലെങ്കിൽ അവർക്ക് നീ പൊറുത്തുകൊടുക്കേണമേ എന്നും ദുആ ചെയ്യുകയെന്ന നബിവചനം നാമെന്നും ഓർക്കേണ്ടുന്നതാണ്.

നമ്മൾ പലരുടെയും വിവാഹത്തിന് പോകുമ്പോൾ അധികംപേരും സമ്മാനമായി പണം നിറച്ച കവർ കൊടുക്കും. എന്നാൽ നമ്മൾ ആരെങ്കിലും അസുഖമായി കിടക്കുന്നവരെ സന്ദർശിക്കാൻ ആശുപത്രിയിൽ പോകുമ്പോൾ അതുപോലെ കൊടുക്കാറുണ്ടോ? ആവശ്യം ആർക്കാണ് കൂടുതൽ. പലരും ആശുപത്രി ബിൽ അടക്കുന്നത് അവരുടെ കയ്യിൽ ഉള്ളതെല്ലാം വിറ്റുപെറുക്കിയിട്ടാണ്. സ്വർണ്ണം പണയം വെച്ചോ, കിടപ്പാടം പണയം വെച്ചോ ആയാലും അവർ ബില്ലടയ്ക്കാൻ ബാധ്യസ്ഥരാണ്. രോഗി മരണപ്പെട്ടാലും ബില്ല് അടച്ചാൽ മാത്രമേ മൃതശരീരം പോലും വിട്ടു കൊടുക്കുകയുള്ളൂ. ഇനി നമുക്ക് രോഗികളെ സന്ദർശിക്കാൻ ആശുപത്രികളിൽ പോകുമ്പോൾ പണം ഇട്ട് ഒരു കവർ അവരുടെ ബെഡിന്റെ സമീപത്ത് വയ്ക്കാം. തുക എന്തുമാകട്ടെ അത് അവർക്ക് ഒരു ആശ്വാസമാകും. ജീവിക്കാനുള്ള പ്രതീക്ഷ നൽകും . ഒരാൾക്ക് ജീവിക്കാനുള്ള പ്രതീക്ഷ നൽകുന്നത് ഒരു ചെറിയ കാര്യമല്ല.

ഒരാൾ സത്യത്തോട് എത്രകണ്ട് ചേർന്ന് നിൽക്കുന്നുവോ അത്രകണ്ട് അയാളുടെ ജീവിതം ദുരിതപൂർണ്ണമായിരിക്കും. അയാളെ സമൂഹം മാനസികമായും ശാരീരികമായും മുറിവേൽപ്പിച്ചു കൊണ്ടേയിരിക്കും. പക്ഷേ ആർക്കും ഒന്നിനും അയാളെ ആത്യന്തികമായി തോൽപ്പിക്കാൻ കഴിയില്ല. ഇത് ഒരു പ്രപഞ്ച സത്യമാണ്.

മറ്റുള്ളവരെ വേദനിപ്പിച്ചുകൊണ്ട് നാം നേടുന്ന ഒന്നിനും അധികനാൾ ആയുസ്സുണ്ടാകില്ല. അത് പണം ആയാലും ബന്ധമായാലും സ്നേഹമായാലും മറ്റുള്ളവരുടെ വേദന അത് നമുക്ക് എന്നും ഒരു ശാപമായിരിക്കും. ആകയാൽ ആരെയായാലും ആവുന്നതും വേദനിപ്പിക്കാതെ ജീവിക്കുന്നതാണ് ഉത്തമം.

മരിച്ചു കഴിഞ്ഞാൽ പിന്നെ നമുക്ക് ജീവിതമുണ്ടോ എന്നതല്ല യാഥാർത്ഥ്യം. മരിച്ചുകഴിഞ്ഞാൽ നാം സ്വർഗത്തിലോ നരകത്തിലോ പോകാം. ചിലപ്പോൾ ത്രിശങ്കു സ്വർഗ്ഗത്തിലുമാകാം.പക്ഷേ മരിക്കുന്നതിനു മുമ്പ് നാം ജീവിച്ചിരുന്നോ എന്നതാണ് സത്യം. യഥാർത്ഥത്തിൽ ജീവിച്ചിരുന്ന കാലത്ത് നമ്മുടെ പ്രവർത്തനം നല്ലതോ ചീത്തയോ എന്നതിൽ നിന്നു തന്നെ മരിച്ചുകഴിഞ്ഞാൽ നമുക്കുള്ള ജീവിതം തീരുമാനമാകും.നമ്മുടെ ജീവിതത്തിലെ സദ് സത്തുക്കളിൽ നിന്നാകാം അവ തീരുമാനി

ക്കുക. നാം നമ്മുടെ ജീവിതത്തിൽ സത്തുക്കൾ മാത്രം ചെയ്യാൻ ശ്രമിക്കുക. സജ്ജനങ്ങളുമായി കൂട്ടു ചേരുക. സജ്ജനങ്ങളുടെ കൂട്ടുകെട്ട് നിസ്സംഗത്വത്തിന് ഇടവരുത്തും. നിസ്സംഗത്വത്തിൽ നിന്ന് നിർമോഹത്വം വരും. നിർമോഹത്വത്തിൽ നിന്ന് നിശ്ചലതത്വവും നിശ്ചലനതയിൽ നിന്ന് ജീവൻ മുക്തിയും ലഭിക്കും.

നാം നമ്മളെ അവഗണിക്കുന്നവരെ തേടിപ്പോകും. നമ്മളെ പരിഗണിക്കുന്നവരെയോ നാം മറന്നു പോകും. സ്വയം നാം നെടുവീർപ്പിടും എന്നിട്ട് പറയും എനിക്കാരുമില്ലെന്ന്.

നാം മറ്റുള്ളവർക്ക് അവർക്ക് അർഹിക്കപ്പെടുന്ന ബഹുമാനങ്ങൾ കൊടുത്തില്ലെങ്കിലും വേണ്ട അവരെ വില കുറച്ച് കാണാതിരിക്കലാണ് മറ്റൊരാൾക്ക് കൊടുക്കാവുന്ന വിലപ്പെട്ട സമ്മാനം.

നാം എപ്പോഴും ഒരു ചക്രവർത്തിയെ പോലെ അന്തസ്സുള്ളവനും ഒരു ദാസനെ പോലെ വിനയമുള്ളവനുമായിരിക്കണം. വിനയം തന്നെ ലോകത്ത് ഏറ്റവും വലിയ സമ്പത്ത്.

ഒരുവൻ എത്രകണ്ട് ഊർജ്ജസ്വലനായി കർമ്മം ചെയ്യുന്നുവോ അത്രകണ്ട് മാത്രമേ അവന് നേട്ടമുണ്ടാകൂ. കർമ്മം ചെയ്യാൻ തയ്യാറുള്ള മനസ്സും ധർമോന്മുഖമായ ബുദ്ധിയും യോജിക്കുന്നിടത്ത് ഐശ്വര്യവും നീതിയും എന്നും വിളങ്ങി കൊണ്ടേയിരിക്കും.

അധ്വാനിയായ ഒരാൾക്ക് ദാരിദ്ര്യം ഒരിക്കലും ഉണ്ടാവുകയില്ല.ജപം അനുഷ്ഠിക്കുന്നവന് പാപവും ഉണ്ടാവുകയില്ല. മൗനമായി ഇരിക്കുന്നവന് കലഹവും, ജാഗ്രതയോടെ ഇരിക്കുന്ന ഒരാൾക്ക് ഭയവും ഉണ്ടാവുകയില്ല. ഭയം നമ്മുടെ ജീവിതത്തെ ആകെ തകിടം മറിക്കും. ജീവിത പരാജയങ്ങൾക്ക് ഭയമാണ് പ്രധാന കാരണം. ആയതുകൊണ്ട് ഭയം ഒട്ടും തൊട്ടു തീണ്ടാതെ നമ്മുടെ കർമ്മങ്ങളിലേക്ക് പ്രവേശിക്കുക. വിജയം നമുക്ക് വളരെ എളുപ്പമായി നേടാൻ സാധിക്കും.

അകറ്റിനിർത്തുന്നവരിൽ നിന്നും അകന്നു നിൽക്കാനും ചേർത്തുപിടിച്ചവരോട് ചേർന്ന് നിൽക്കാനും പഠിച്ചാൽ മതി നമുക്ക് ഒറ്റപ്പെടലിൽ നിന്നും മാറി നിൽക്കാൻ. ഒറ്റപ്പെടൽ പോയിട്ട് ആ തോന്നൽ പോലും നമ്മുടെ ഒന്നും ജീവിതത്തിൽ ഒരിക്കലും ഉണ്ടാകില്ല. ചേർത്തുപിടിച്ചവരെ, ചേർത്തുപിടിക്കുന്നവരോട് നാം എന്നും ചേർന്ന് നിൽക്കുക.

മറ്റുള്ളവരുടെ സന്തോഷത്തിനും സൗകര്യങ്ങൾക്കും പ്രാധാന്യം കൊടുത്തു നമ്മൾ പ്രവർത്തിക്കുക. അത് കൊടുക്കുമ്പോൾ അവർ അവർക്ക് മാത്രമല്ല നമുക്കും സുരക്ഷിതത്വം നൽകുന്നു. നാം മറ്റുള്ളവരുടെ നന്മയ്ക്കും സന്തോഷത്തിനും വേണ്ടി ചിന്തിക്കുമ്പോൾ ആ മനുഷ്യൻ സ്വയമറിയാതെ തന്നെ ഒരു യോഗിയായി തീരുന്നു. അന്യന്റെ ഉയർച്ച

യിൽ എപ്പോഴും നാം ആനന്ദിക്കുകയാണ് വേണ്ടത്. മറിച്ച് അസൂയപ്പെ
ടുകയല്ല. വാനിൽ മഴക്കാറുണ്ടാകുമ്പോൾ മയിൽ കൗതുകത്തോടെ ആ
ടുകയാണ്.

മനുഷ്യ ജന്മത്തിലെ ലക്ഷ്യങ്ങളായ നാല് പുരുഷാർത്ഥങ്ങൾ – ധർ
മ്മാർത്ഥ കാമമോക്ഷങ്ങൾ നേടാനുള്ള ധർമ്മത്തിന്റെ വംശപരമ്പരയെ
ഇങ്ങനെ വിവരിച്ചിരിക്കുന്നു. ആ വംശത്തിന് 13 പത്നിമാർ ഉണ്ട്. ശ്ര
ദ്ധ, സൗഹാർദ്ദം, സഹാനുഭൂതി, ശാന്തി, തൃപ്തി, പുഷ്ടി, ഉത്സാഹം,
അഭിവൃദ്ധി, ബുദ്ധിബലം, സഹനശീലം, ലജ്ജ, മൂർത്തി (സ്വരൂപം), ഇ
വരാണ് ധർമ്മത്തിന്റെ പതിമൂന്ന് പത്നികൾ. അവരിൽ ശ്രദ്ധ സത്യം
എന്ന മകനേയും, സൗഹാർദ്ദം പ്രശാന്തതയേയും, സഹാനുഭൂതി നിർഭ
യത്തേയും, ശാന്തി ആത്മസംയമനത്തേയും, തൃപ്തി സന്തോഷത്തേ
യും, പുഷ്ടി പ്രതാപത്തേയും, ഉത്സാഹം യോഗത്തേയും, അഭിവൃദ്ധി
ആത്മാഭിമാനത്തേയും, ബുദ്ധി സമ്പത്തിനേയും, ബലം സ്മൃതിയേയും,
സഹനശീലം സൗഭാഗ്യത്തേയും, ലജ്ജ വിനയത്തേയും പ്രസവിച്ചു.
ധർമ്മത്തിന്റെ ഇളയ പത്നി മൂർത്തിയാണ് സർവ്വ സദ്ഗുണത്തിന്റെ
യും പ്രഭവസ്ഥാനം.

ഞാൻ പറഞ്ഞതായാലും മറ്റൊരാൾ പറഞ്ഞതായാലും ഗ്രന്ഥങ്ങ
ളിൽ നിന്ന് വായിച്ചറിഞ്ഞതായാലും നമ്മുടെ സാമാന്യ ബുദ്ധിക്ക് നിര
ക്കാത്തതൊന്നും നാം സ്വീകരിക്കാതിരിക്കുക.

അർഹിക്കുന്ന ശിക്ഷ യുടെ മറുവശം അനുതപിച്ച് കൊണ്ടുള്ള ര
ക്ഷയാകണം.ശിക്ഷ വിധിക്കാൻ നിയമവും തലച്ചോറും മതിയാകും.തെ
റ്റിൽ നിന്നും മോചിപ്പിക്കാൻ ഹൃദയവും മനസ്സാക്ഷിയും വേണം.

ചിലപ്പോൾ ഭാഗ്യം കൊണ്ട് കാര്യങ്ങൾ എളുപ്പം നേടിയേക്കാം. പ
ക്ഷേ എപ്പോഴും ഭാഗ്യംകൊണ്ട് ജീവിക്കാൻ കഴിയില്ല. കാരണം കർമ്മ
മാണ് യഥാർത്ഥ ഭാഗ്യം.

വെളിച്ചത്ത് നിൽക്കുമ്പോൾ വിളക്ക് എവിടെയാണെന്ന് ആരും അ
ന്വേഷിക്കാറില്ല. ചുറ്റും പ്രകാശമുള്ളപ്പോൾ വിളക്കുകൾക്ക് പ്രസക്തി
യുണ്ടാകില്ല. മറിച്ച് ഇരുട്ടു കയറുമ്പോൾ ആളുകൾ വിളക്ക് അന്വേഷി
ച്ചു തുടങ്ങും.

നമ്മുടെ കണ്ണുകൾ വളരെ ചെറുതാണ്. പക്ഷേ അതിലൂടെ നാം കാ
ണുന്ന ലോകം വളരെ വലുതാണ്. കണ്ണില്ലെങ്കിൽ മാത്രമാണ് നമുക്ക്
കണ്ണിന്റെ വില മനസ്സിലാവുക. സായംസന്ധ്യയുടെ സൗന്ദര്യവും പ്രഭാ
ത സൂര്യന്റെ പ്രഭയും നമുക്ക് ആസ്വദിക്കണമെങ്കിൽ കണ്ണുണ്ടാവണം.
കന്യാകുമാരിയും കാശ്മീരും കണ്ണ് പൊട്ടന് ഒരുപോലെയാണ്. സർവ്വ
ഇന്ദ്രിയങ്ങളിൽ വെച്ച് നയനം ഏറ്റവും പ്രധാനപ്പെട്ട അവയവമാണ്. ആ

കയാൽ നാം ഒന്നിനെയും ഒരിക്കലും വിലകുറച്ച് കാണരുത്. ഒന്നിനും കൊള്ളാത്ത ഒരുവനായിരിക്കും ചിലപ്പോൾ നമുക്ക് വഴികാട്ടിയും ഗുരു വും.

തല്ലിക്കൊഴിക്കുന്ന കാറ്റിനെ പേടിച്ച് ഏതെങ്കിലും പിച്ചിയും മുല്ലയും പൂക്കാതിരുന്നിട്ടുണ്ടോ ? വാഴകൾ കുലയ്ക്കാതിരുന്നിട്ടുണ്ടോ? മുന്നിട്ടിറങ്ങാൻ തയ്യാറാകാത്തവനുവേണ്ടി മുന്നൊരുക്കം ഒരു സമൂ ഹവും ഒരിടത്തും ഉണ്ടാക്കുവാൻ പാടില്ല. സ്വന്തം കാര്യശേഷിയുടെ ബാക്കിപത്രമാണ് ഓരോ സഹചാരിയും. സ്വന്തം പരിശ്രമത്തെയും കൈ മിടുക്കിനെയും മറികടക്കുന്ന ഒരു സഹായഹസ്തവും ഒരിടത്തും രൂപ പ്പെടില്ല. ആത്മബലം ഉള്ളവനു മാത്രമേ ആൾബലം രൂപപ്പെടുകയുള്ളൂ. ഒരു രാജ്യത്ത് ആ രാജ്യത്തിലെ രാജാവ് ജനിച്ച അന്ന് അതേസമയത്ത് ഒരു ദരിദ്ര കുടുംബത്തിൽ ഒരുവൻ ജനിച്ചു. ഒരു തച്ചന്റെ കുടുംബമായി രുന്നു അത്. രണ്ടുപേരും ഒരുപോലെ വളർന്നുവലുതായി. രാജ കുടും ബത്തിൽ ജനിച്ചയാൾ രാജാവായി മാറി. തച്ചന്റെ കുടുംബത്തിൽ ജനി ച്ചയാൾ തച്ചനായി മാറുകയും ചെയ്തു. തച്ചൻ എന്നും ജോലിക്ക് പോ കും. കിട്ടിയ കാശിനു മുഴുവൻ മദ്യപിച്ച് സായംകാലം വീട്ടിലേക്ക് ചെ ല്ലും . മദ്യപിച്ച് ബോധമില്ലാതെ അമ്മയോട് എന്നും കലഹിക്കും. കല ഹത്തിന്റെ പ്രധാന വിഷയം രാജാവിന്റെയും തച്ചന്റെയും ജനനത്തെ കുറിച്ചാണ് . രാജാവും ഞാനും ഒരേ ദിവസം ഒരേ സമയത്ത് ജനിച്ചതാ ണ് പോലും. എന്നിട്ട് അവൻ രാജാവായി വിലസുന്നു, ഞാൻ ഇങ്ങനെ യും. കലഹം സഹിക്കവയ്യാതെ അമ്മ മകനോട് ഒരു ദിവസം വളരെ സ്നേഹത്തോടെ ഇങ്ങനെ പറഞ്ഞു. മകനെ നീ ചെന്ന് നമ്മുടെ രാജാ വിനോട് ഈ കാര്യങ്ങളെല്ലാം ഉണർത്തിക്ക് തീർച്ചയായും വിശാലഹൃ ദയനും ദയാലുവുമായ രാജാവ് നിന്നെ സഹായിക്കും. ഇത് കേട്ട് മകൻ കുളിച്ചു വസ്ത്രം മാറി ധൃതിയിൽ രാജാവിന് അരികിലെത്തി കാര്യങ്ങ ളെല്ലാം ധരിപ്പിച്ചു. ബോധ്യവാനായ മഹാരാജൻ മന്ത്രിയെ വിളിച്ച് ഒരു സഞ്ചി നിറയെ സ്വർണനാണയങ്ങൾ കൊടുത്ത് ഇവനെ സഹായിക്കു വാനായി ഉത്തരവിട്ടു.

മന്ത്രി വലിയ ഒരു സഞ്ചി നിറയെ സ്വർണനാണയങ്ങൾ കൊടുത്തു. ഇതു കൊണ്ടുപോയി നീയും നിന്റെ കുടുംബവും നന്നായി ജീവിച്ചു കൊള്ളു എന്നനുഗ്രഹിച്ച് രാജൻ പറഞ്ഞയച്ചു.

വീട്ടിലേക്ക് തച്ചൻ യാത്രയായി. സന്ധ്യയോടടുത്തു. വഴിമധ്യേ അ വൻ ഒരു കള്ളുഷാപ്പ് കണ്ടു. സഞ്ചിയുടെ കെട്ടഴിച്ച് അതിൽ നിന്നും ര ണ്ട് സ്വർണ്ണനാണയങ്ങൾ എടുത്ത് ഷാപ്പുടമസ്ഥന് കൊടുത്ത് ബോധം നഷ്ടപ്പെടുന്നതുവരെ കള്ളുകുടിച്ചു. സ്വർണ്ണനാണയസഞ്ചിയെക്കുറിച്ച് അ

തുവരെ പൂർണ്ണ ബോദ്ധ്യവാനായ തച്ചൻ സ്വർണ്ണനാണയ സഞ്ചി തല യ്ക്കടിയിൽ വെച്ച് കള്ള് ഷാപ്പിൽ മതിമറന്ന് ഉറങ്ങിപ്പോയി.

പിറ്റേന്ന് കാലത്തെ ഉറക്കമുണർന്ന അഥവാ ബോധമുണർന്ന തച്ചൻ ആദ്യം പരിശോധിച്ചത് തന്റെ സ്വർണ്ണനാണയസഞ്ചിയാണ്. കഷ്ടം സ്വർ ണ്ണനാണയ സഞ്ചി അവിടെ കാണാനില്ല. തച്ചൻ എത്ര അന്വേഷിച്ചിട്ടും അത് കണ്ടെത്താനുമായില്ല.

സ്വന്തം പരിശ്രമവും കൈ മിടുക്കും ഇല്ലാത്ത ഒരാൾക്ക് രാജാവിന്റെ സഹായം കൂടി പ്രയോജനപ്പെട്ടില്ല.

നമ്മൾക്ക് ഒരാൾ അഞ്ചു രൂപ സഹായമായി തന്നാൽ അത് 10 രൂപ യാക്കി കാണിച്ചു കൊടുത്താൽ മാത്രമേ വീണ്ടും അയാളുടെ സഹാ യം നമുക്ക് ലഭിക്കുകയുള്ളൂ. മറിച്ച് അത് രണ്ടര രൂപയാക്കിയാലോ.

നമുക്ക് ഒരാളെ സമൂഹത്തിൽനിന്നും ഭ്രഷ്ട് കൽപിക്കാനും അഥവ ആ വ്യക്തിയെ തന്നെ എന്നെന്നേക്കുമായി ഉന്മൂലനം ചെയ്യാനും എളു പ്പമാണ്. സമൂഹം ഒരു തീരുമാനത്തിലെത്തി യാൽ വളരെ പെട്ടെന്ന് ന ടക്കുന്ന കാര്യവുമാണത്. മറിച്ച് ആ വ്യക്തിയെ നേർവഴിയിലേക്ക് നയി ക്കുവാനും സന്മാർഗ്ഗ നിഷ്ഠനാക്കുവാനും നല്ല വഴിയിലേക്ക് തിരിച്ചെ ത്തി ക്കണമെങ്കിൽ അസാധാരണമായ ക്ഷമയും നിരന്തര പരിശ്രമവും വേണം.

ജീവിതം എപ്പോഴും സുതാര്യമാകണം ഒരിക്കലും സംശയത്തിന്റെ നിഴലിൽ നിൽക്കരുത്. ഒരിക്കലും നിർത്താനും പാടില്ല. സംശയങ്ങൾ എത്രയെത്ര കൊലപാതകങ്ങൾക്കും ആത്മഹത്യകൾക്കും കാരണമാ യി ഭവിക്കുന്നു. സ്നേഹിതന്മാർ തമ്മിലുള്ള സംശയം കാമുക കാമുകി മാർ തമ്മിലുള്ള സംശയം അച്ഛനമ്മമാർ തമ്മിലുള്ള സംശയം ഭാര്യാ ഭർത്താക്കന്മാർ തമ്മിലുള്ള സംശയം എല്ലാം വിപത്താണ്. സംശയ രോ ഗി വിനാശത്തിന്റെ പടുകുഴിയിൽ വീണു പോകും. സംശയാത്മാവിനശ്യ തി. സംശയലേശമന്യേ ശരിയായ കാഴ്ചകൾ എവിടെയുണ്ടോ ആ സ്ഥ ലങ്ങളെല്ലാം ആ ഭവനങ്ങളെല്ലാം ശാന്തമായിരിക്കും. ഒരു പുഞ്ചിരി ഒരു സൗഹൃദം ആരംഭിക്കാൻ സഹായിച്ചേക്കാം. ഒരു വാക്ക് മതി ഒരു പോ രാട്ടം അവസാനിപ്പിക്കാൻ. ഒരു നോട്ടം ബന്ധം ദൃഢമാക്കാൻ സഹായ കമാകും. സഹൃദയനായ ഒരു വ്യക്തിക്ക് നമ്മുടെ ജീവിതത്തെ മാറ്റിമറി ക്കാൻ സാധിക്കും.

നമ്മുടെ പ്രവർത്തികളെ കൊണ്ട് മറ്റുള്ളവരെ ഗുണകരമായി സ്വാ ധീനിക്കാൻ കഴിയുമെങ്കിൽ അതിൽ പരം സംതൃപ്തി നമുക്ക് വേറെ എവിടെ നിന്നാണ് ലഭിക്കുക.

ഒരു തവണ വിജയിച്ചവരേക്കാൾ അറിവും അനുഭവവും പലതവണ

തോറ്റുപോയ വർക്കായിരിക്കും.

ഒരു സംഭവവും ഏതെങ്കിലും ഒരു പാഠവും ആരെയെങ്കിലും പഠിപ്പി ക്കാൻ മാത്രമായി ഉടലെടുക്കുന്നില്ല. തങ്ങൾക്ക് വേണ്ട പാഠങ്ങൾ ബു ദ്ധിപൂർവ്വം അവരവർ തന്നെ തെരഞ്ഞെടുക്കുകയാണ് നാമോരോരുത്ത രും ചെയ്തുവരുന്നത്.

സത്യത്തിലൂന്നി ധർമ്മത്തിന് അനുസരിച്ച് പ്രവർത്തിക്കുന്നവരാണ് നാടിന് എപ്പോഴും നന്മ നൽകുന്നവർ.

പഴയ കാലഘട്ടങ്ങളിൽ ഒറ്റമുറിയുള്ള വീട്ടിൽ അഞ്ചു പത്തു പേർ ഒ രുമിച്ച് താമസിച്ചിരുന്നു.

ഇന്ന് അഞ്ച് പത്ത് മുറിയുള്ള വീട്ടിൽ ഒന്നു രണ്ടുപേർ മാത്രം താമ സിക്കുന്നു.

മുൻ കാലഘട്ടങ്ങളിൽ ആയിരം പേരെ സഹായിച്ചവനെ ആരും അ റിയുന്നില്ല. അവന് ആരും അറിയണമെന്ന ആഗ്രഹവുമില്ല.

ഇന്ന് ഒരാളെ സഹായിച്ചവനെ ആയിരം പേർ അറിയുന്നു.

അരച്ചാൺ വയറിന് വേണ്ടി മുമ്പൊക്കെ കിലോമീറ്ററുകളോളം നട ന്ന് പോയി ജോലി ചെയ്തിരുന്നു.

ഇന്ന് ഒരു ചാൺ വയറ് കുറക്കാനായി നമ്മൾ കിലോമീറ്ററുകളോളം നടക്കുന്നു.

മുമ്പൊക്കെ നാം മാനം മറക്കാനായി വസ്ത്രം ധരിക്കുന്നു. ഇന്ന് മാ നം തുറന്ന് കാട്ടാനായി വസ്ത്രം ധരിക്കുന്നു. അതുപോലെ മുമ്പ് അതി ദാരിദ്ര്യം മൂലം കീറിയ വസ്ത്രങ്ങൾ തുന്നിയെടുത്ത് നാം ഉപയോഗിച്ചി രുന്നു. ഇന്നോ ഫാഷന്റെ പേരിൽ തുന്നിയെടുത്ത നല്ല വസ്ത്രങ്ങൾ നാം കീറിപ്പറിച്ച് ഉപയോഗിക്കുന്നു.

മുമ്പൊക്കെ നാം കുട്ടികൾ സ്കൂളിൽ പോകുമ്പോൾ അധ്യാപകരു ടെ കയ്യിൽ നിന്നും അടി കിട്ടാതിരിക്കാൻ പ്രാർത്ഥിക്കുന്നു. ഇന്ന് കുട്ടി കളുടെ കയ്യിൽ നിന്നും അടി കിട്ടാതിരിക്കാൻ അധ്യാപകർ പ്രാർത്ഥി ക്കുന്നു.

ആകയാൽ നാം പിന്നിട്ട വഴികൾ ഒന്ന് തിരിഞ്ഞു നോക്കാനും അത് നമ്മുടെ കുട്ടികൾക്ക് പറഞ്ഞു കൊടുക്കാനും നല്ല നല്ല ആശയങ്ങളും ചിന്തകളും പങ്കു വെക്കാനും നമുക്ക് കഴിയട്ടെ.

നമ്മൾ പലർക്കും വേണ്ടപ്പെട്ടവർ ആകുന്നത് അവർക്ക് മാത്രം വേ ണ്ടപ്പെട്ടതായ ചില സമയങ്ങളിൽ മാത്രമാണ്.

പറഞ്ഞ് പറഞ്ഞ് മടുത്തവന്റെ അവസാനത്തെ ഭാഷയാണ് മൗനം.

ചിലപ്പോൾ നമ്മൾ അറിയാതെ ഒന്ന് അഹങ്കരിച്ചു പോകും. നമ്മൾ ആർക്കൊക്കെയോ എന്തൊക്കെയോ ആരൊക്കെയോ ആണെന്ന് സ്വയ

മങ്ങ് തീരുമാനിച്ചു കളയും. ആ സമയം മുതൽ നമ്മുടെ നാശം ആരംഭിക്കുകയും ചെയ്യും.

ദുർവാസാവിന് അങ്ങനെ ഒരു ബോധവും അഹങ്കാരവും ഉണ്ടായിരുന്നു. അംബരീക്ഷന്റെ സന്നിധിയിൽ എത്തിയപ്പോൾ അഹങ്കാരമെല്ലാം ശമിക്കാനിടയായി. മഹാനായ ദുർവാസാവ് മഹർഷിക്ക് പോലും അഹങ്കാരം പിടിച്ച് നിൽക്കാൻ പറ്റിയില്ല.

നമ്മൾ എല്ലാം വെറും വഴിപോക്കരുടെ വേഷക്കാർ മാത്രമാണെന്ന് എന്ന് തിരിച്ചറിയുന്നുവോ ആ നിമിഷം തീരും നമ്മുടെ അഹങ്കാരം.

ആവശ്യമില്ലാത്തവർക്ക് ഒരു സാധനവും നാം കൊടുക്കാൻ പാടില്ല. അർഹതപ്പെട്ടവർക്ക് കൊടുക്കുകയും വേണം. അപ്പോഴാണ് നമ്മൾ കൊടുക്കുന്ന വസ്തുവിനെക്കാൾ സ്നേഹം വിലപ്പെട്ടതാവുന്നത്. പാത്രമറിഞ്ഞു മാത്രമേ എന്തും നാം ദാനം ചെയ്യാൻ പാടുള്ളൂ. കൊടുക്കുന്നവർക്ക് അത് എപ്പോഴും ഉപകാരപ്രദമായിരിക്കണം. കാലോചിതവും ദേശോചിതവുമായിരിക്കണം.

നമ്മളെ മനസ്സിലാക്കാത്തവരോട് വാക്കുകൾകൊണ്ട് പൊരുതുന്നതിനേക്കാൾ നിശബ്ദമായി കടന്നു പോകുന്നതാണ് ഏറ്റവും നല്ലത്.

അനുഭവമാണ് ഏറ്റവും വലിയ ഗുരുനാഥൻ അത് നമ്മളെ പലതും പഠിപ്പിക്കും.അനുഭവത്തിൽനിന്ന് മാത്രമേ നമുക്ക് അറിവുകളും തിരിച്ചറിവുകളും ലഭിക്കുകയുള്ളൂ. നമ്മുടെ സാഹചര്യങ്ങൾ ആകട്ടെ നമ്മളെ ഒഴിവാക്കിയവരെ തിരിച്ചറിയാനും സാധിക്കും.

കണ്ണിൽ കണ്ട കാഴ്ചകളും കാതിൽ കേട്ട വാക്കുകളും മറന്നേക്കാം.പക്ഷേ നമ്മുടെ കണ്ണ് നിറയിച്ച വരെയും കണ്ണീർ തുടച്ചവരെയും നമുക്ക് ഒരിക്കലും മറക്കാനാവില്ല. ആയിരം ശരികൾക്കിടയിൽ ഒരു തെറ്റിനായി ആ ഒരു തെറ്റിന്റെ പേരിൽ ചെന്നായ്ക്കളെ പോലെ കൊത്തിവലിക്കാൻ കാത്തിരിക്കുന്നവരാണ് നമുക്കുചുറ്റുമുള്ളവർ എന്ന ബോധം നമുക്ക് എപ്പോഴും ഉണ്ടായിരിക്കണം.

ചിലരുടെ പെട്ടെന്നുള്ള മാറ്റം അത് നമ്മെ വളരെയേറെ വേദനിപ്പിക്കും. എന്നാലും അവൻ അഥവാ അവൾ എന്നോട് ഇങ്ങനെ ചെയ്യണ്ടായിരുന്നു എന്ന് തോന്നിപ്പോകും. പക്ഷേ അത്രയും നാൾ അവർ അണിഞ്ഞിരുന്ന മുഖംമൂടി അഴിഞ്ഞു വീണ് തനിനിറം പുറത്തുവന്നതാണെന്ന് നമ്മൾ തിരിച്ചറിയണം.

നശിച്ചു ജീവിച്ചു കാണുമ്പോഴല്ല നന്നായി ജീവിക്കുന്നത് കാണുമ്പോഴാണ് ശത്രുക്കൾ കൂടുതൽ ഉണ്ടാകുന്നത്. നാം പത്തുറുപ്പിക സമ്പാദിച്ചാൽ 10 ശത്രുക്കളെ സമ്പാദിച്ചു എന്നർത്ഥം.

ഭാഗ്യത്തെ കാത്തിരിക്കുന്നത് എപ്പോഴും മണ്ടത്തരമാണ്. വിജയ

ത്തിലേക്കുള്ള വഴി എപ്പോഴും അധ്വാനം മാത്രമാണ്. ഒരു ഭാഗ്യക്കുറി ലഭിച്ച ഒരുവന് എന്നെങ്കിലും ജീവിതസുഖം ലഭിച്ചിട്ടുണ്ടോ. അന്യായ മായി നാം ആർജിക്കുന്ന വിത്തം (ധനം) തന്നായം കൊണ്ട് അവ നശി ക്കുന്നു. ആകയാൽ നാം എന്നും കഠിനാധ്വാനം ചെയ്യുക. അതിന്റെ ആ കർമ്മത്തിന്റെ നല്ല ഫലം നമുക്ക് കിട്ടും.

എവിടെ നിന്നാണോ നമ്മൾ തോറ്റത് അവിടെനിന്ന് നാം വിജയി ക്കാൻ ശ്രമിക്കണം. എവിടെ വച്ചാണോ നമ്മൾ കരയാൻ തുടങ്ങിയത് അവിടെനിന്ന് നാം ചിരിക്കാൻ പഠിക്കണം. ഇവ നമ്മുടെ ജീവിതത്തി ന്റെ അത്യുന്നതികളിലേക്കെത്താൻ സഹായിക്കും.

ഒരിക്കൽ വെളിച്ചം ഇരുട്ടിനോട് ഇങ്ങനെ പറഞ്ഞു.നിന്നെ എല്ലാവർ ക്കും ഭയവും എന്നോട് എല്ലാവർക്കും പ്രിയവുമാണെന്ന്. ഇരുട്ടിന്റെ മ റുപടി ഇതായിരുന്നു.എവിടെ ഞാനുണ്ടോ അവിടെയാണ് എല്ലാവരും നിന്നെ തിരയുന്നത്. അജ്ഞാനമാകുന്ന അന്ധകാരത്തിൽ നിന്നും ജ്ഞാ നമാകുന്ന വെളിച്ചത്തിലേക്കാണ് നാമെന്നും നടന്നു കയറേണ്ടത്.നാം ഒരിക്കലും അന്ധകാരത്തിൽ നിന്നും അന്ധകാരത്തിലേക്ക് പോകരുത്.അ സത്തിൽ നിന്നും സത്തിലേക്ക് വരിക.

തെറ്റുകൾ കൊണ്ടല്ല തെറ്റിദ്ധാരണകൾ കൊണ്ടാണ് പല ബന്ധങ്ങ ളും മുറിഞ്ഞു പോകുന്നതും കാലക്രമേണ ഇല്ലാതാകുന്നതും. കണ്ണിൽ കാണുന്നതിനേക്കാൾ ചെവിയിൽ കേൾക്കുന്നത് വിശ്വസിക്കുന്നവരാണ് നമ്മിൽ പലരും. അതുകൊണ്ട് നാം എന്നും സത്യം മനസ്സിലാക്കി പ്രതി കരിക്കുക. കേട്ട മാത്രം പ്രതികരിക്കാതിരിക്കുക. തെറ്റിദ്ധാരണകൾ മൂ ലം ഒരു ബന്ധവും മുറിയാതിരിക്കട്ടെ. കണ്ട നീ അവിടെ നിൽക്ക് കേട്ട ഞാൻ കാര്യങ്ങൾ പറഞ്ഞു തരാം എന്ന സ്വഭാവം മാറ്റിയെടുക്കുക.

പക്വതയോടെ എല്ലാം മനസ്സിലാക്കി നാം പഠിക്കുകയാണെങ്കിൽ അ വർക്ക് പ്രകാശപൂർണമായ ദീർഘായുസ്സ് ലഭിക്കുന്നു. ആശങ്കയിൽ പെ ടുന്നവർക്ക് ആകസ്മികമായ ജീവഹാനിയുമാണ് ഫലം. ശ്രീകൃഷ്ണ വിലാസം കാവ്യത്തിന്റെ രചയിതാവായ പ്രഭാകര കവിയുടെ നാശത്തി ന് കാരണം പക്വതയില്ലായ്മയായിരുന്നു. വിദ്യയുടെ പരമ കാഷ്ഠതയിൽ എത്തി നിൽക്കാൻ വേണ്ടി ശകാരിച്ച ഗുരുവിനെ കവിയുടെ അപക്വമന സ്സ് സംശയിക്കാനിടവരികയും, ഗുരുവിനെ വധിക്കാൻ ശ്രമിച്ചപ്പോൾ ഗു രുവിന്റെ അന്തരംഗം മനസ്സിലാക്കിയ കവിയുടെ അന്ത്യം ഉമിത്തീയിൽ സ്വയം വെന്ത് നീറി നീറി മരിക്കുവാനുമായിരുന്നു. ആശങ്കയിൽ പെടു ന്നവർക്ക് ആകസ്മികമായ ജീവഹാനിയാണ് സമ്മാനിക്കുക എന്നുള്ള തിന് കവിയുടെ അന്ത്യം ഉത്തമോദാഹരണമാണ്.

തോൽവിയേയും, മരണത്തേയും ഭയക്കാത്തവർ മാത്രമാണ് ജയി

ക്കുന്നതും മരണശേഷം ജീവിക്കുന്നതും. ഭയപ്പെടേണ്ടത് ഭയത്തെ മാത്രമാണ്. ഭയം ജീവനും ജീവിതത്തിനും അന്ത്യം കുറിക്കും.

നാട്ടിൽ മനുഷ്യ ബന്ധനത്തിൽ ജീവിച്ചിരുന്ന തലയെടുപ്പുള്ള ഒരു കുട്ടൻ ആട് ഉണ്ടായിരുന്നു. മനുഷ്യ പരിലാളനം കൊണ്ട് തടിച്ച് കൊഴുത്ത് എന്തിനും പോരുന്ന വളർന്ന് വലുതായ കുട്ടനാടിന് മനുഷ്യന്റെ ബന്ധനത്തിൽ പൊറുതി മുട്ടി കാട്ടിലാണ് കൂടുതൽ സ്വാതന്ത്ര്യമെന്ന് കരുതി കാട്ടിലേക്ക് യാത്രയായി. സന്ധ്യയായി കാടിന്റെ നിബിഡതയും, രാത്രിയുടെ കൂരിരുട്ടും കുട്ടനാടിനെ തെല്ലൊന്ന് ഭയപ്പെടുത്തി.

വിശന്നു പരവശനായ കുട്ടനാട് ഭീകരമായ അന്തരീക്ഷത്തിൽ കിടന്ന് മയങ്ങിപ്പോയി. ഞെട്ടി അറിഞ്ഞപ്പോൾ കണ്ട കാഴ്ച കുട്ടനാടിനെ കൂടുതൽ ഭയപ്പെടുത്തി. തന്നെ ഇരയാക്കാൻ ആയി സമീപത്തു നിൽക്കുന്ന കുറുനരിയെയാണ് കുട്ടനാട് കാണാനിട വന്നത്. നീണ്ടു വളഞ്ഞ കൊമ്പുകളും ഒത്ത ശരീരവും ഉള്ള ഒരു ജന്തുവിനെ ഇതുവരെ വനത്തിനുള്ളിൽ കണ്ടിട്ടില്ലല്ലോ എന്ന ഭയത്താൽ ഭയം ഉള്ളിലൊതുക്കി കുട്ടനാടിനോട് കുറുനരി ചോദിച്ചു. നീയാര് എന്ന്. കുറുനരിക്ക് ഉള്ളിൽ ഭയമുണ്ടെന്ന് മനസ്സിലാക്കിയ കുട്ടനാട് വിപധി ധൈര്യം സംഭരിച്ച് ഭയത്തോടെ ഞാൻ അജം എന്നു പറഞ്ഞു. ഇതുവരെ കേൾക്കാത്ത ഒരു പേര് കേട്ട കുറുനരി വീണ്ടും കുട്ടനാടിനോട് നീ ആര് എന്ന് ഉച്ചത്തിൽ ചോദിച്ചു. കുട്ടനാടിന് പൂർണ്ണമായും ബോധ്യമായി കുറുനരി ഭയചകിതനാണെന്ന്. അപ്പോൾ കുട്ടനാട് വലിയ ശബ്ദത്തിൽ കുറുനരി ഭയപ്പെടുന്ന രീതിയിൽ ഞാനജം എന്ന് ഉച്ചത്തിൽ വിളിച്ചുകൂവി. ഒരു നിമിഷം പോലും നിൽക്കാതെ കുറുനരി അവിടെനിന്നും ഭയപ്പെട്ട് ഓടിപ്പോയി. നാട് തന്നെയാണ് നല്ലതെന്ന് മനസ്സിലായ കുട്ടനാട് നാട്ടിലേക്കും യാത്രയായി.

ആര് എന്ത് വേണമെങ്കിലും വിചാരിച്ചോട്ടെ നമ്മൾ നമുക്ക് പറ്റുന്നത്ര മനുഷ്യരെ പരിചയപ്പെടുക. സ്ത്രീയാകട്ടെ പുരുഷനാകട്ടെ. ഒരു ചെറിയ ചിരി കൊണ്ടെങ്കിലും അവരുടെ ഓർമ്മകളിൽ ഇടം പിടിക്കുക. ലോകത്ത് എവിടെ പോയാലും നമുക്കറിയുന്ന നമ്മളെ അറിയുന്ന കുറച്ചുപേരെങ്കിലും ഉണ്ടാവുക എന്നതൊരു ചെറിയ കാര്യമല്ല.

ഒരിക്കൽ ഇംഗ്ലണ്ടിലെ ഒരു വൻ ബിസിനസ്കാരൻ കോഴിക്കോട് വിമാനത്താവളത്തിലിറങ്ങി. ഡിസംബർ മാസത്തിലെ മരം കോച്ചുന്ന തണുപ്പിലായിരുന്നു അദ്ദേഹം വിമാനമിറങ്ങിയത്. ഒരു സിഗരറ്റ് വലിക്കണം എന്ന ഉൽക്കടമായ ആഗ്രഹം അദ്ദേഹത്തിന്റെ ഉള്ളിലുദിച്ചു. പോക്കറ്റുകളിലെല്ലാം പരതി നോക്കി ഒന്നിലും സിഗരറ്റില്ല. വല്ലാതെ പ്രയാസപ്പെട്ട് അദ്ദേഹം ചുറ്റിലും അന്വേഷിച്ചു. തൊട്ടപ്പുറത്തുള്ള നീളൻ ക

സേരകളിലൊന്നിൽ ഒരാൾ ഇരിക്കുന്നു. അദ്ദേഹം ഇരിക്കുന്നയാളി ന്ന രികിലേക്ക് ചെന്നു. ഒരു സിഗരറ്റ് ആവശ്യപ്പെട്ടു. ബഹുമാനപൂർവ്വം ആ വ്യക്തി വിദേശ ബിസിനസുകാരന് ഒരു സിഗരറ്റ് കൊടുത്തു. ആർത്തി യോടെ അദ്ദേഹം സിഗരറ്റ് വലിച്ചു. സിഗരറ്റ് കൊടുത്തയാളുടെ വിസി റ്റിംഗ് കാർഡ് വാങ്ങി ഒരു നന്ദിയും പറഞ്ഞു ബിസിനസ് കാരൻ അടു ത്ത വിമാനം കയറി യാത്രയായി. ഒരു മാസം പിന്നിട്ടപ്പോൾ സിഗരറ്റ് കൊടുത്ത ആൾക്ക് ഒരു ലണ്ടൻ സന്ദർശന വീസയും വിമാനടിക്കറ്റും അദ്ദേഹത്തിന്റെ അഡ്രസ്സിൽ എത്തിച്ചേർന്നു. അദ്ദേഹം അത്ഭുത സ്ത ബ്ദനായി പോയി.

നമ്മൾ തനിച്ചാണെന്ന് തോന്നുമ്പോൾ ഒന്ന് തിരിഞ്ഞു നോക്കിയാൽ മതി. നമ്മളെ സ്നേഹിക്കുന്ന, ദുഃഖങ്ങളെ തുടച്ചു നീക്കുന്ന, നമ്മളെ ചേർത്ത് പിടിച്ചു നിൽക്കുന്ന ഒരുപാട് പേർ നമ്മുടെ പുറകിൽ ഉണ്ടാവും.

ഓരോ ഹൃദയത്തിനും ചില വേദനകൾ ഉണ്ട് . അവ പ്രകടിപ്പിക്കുന്ന രീതി മാത്രം വ്യത്യസ്തമാണ്. ചിലർ അത് കണ്ണുകളിൽ മറക്കുന്നു. മ റ്റുചിലർ അത് പുഞ്ചിരിയിലൊതുക്കുന്നു. നമ്മുടെ സങ്കടങ്ങൾ, നമ്മുടെ ചിരിക്കു പിന്നിൽ ഒളിപ്പിക്കാൻ കഴിയുന്നിടത്തോളം കാലം നമ്മളെപ്പോ ഴും സന്തോഷവാന്മാരാണ്.

കേവലം നിർജീവമായ ഒരു ജഡ വസ്തുവും ഈ ഭൂമുഖത്തിലില്ല. കേവലം ജഡം എന്ന് നാം കരുതുന്ന വസ്തുക്കളെല്ലാം തമസ്സ് കൊണ്ട് മൂടി കിടക്കുന്ന ചൈതന്യ വസ്തുവാണ്. ആ തമസ്സിനെ അകറ്റിയാൽ മായാന്ധ കാരം നീങ്ങുകയും ശുദ്ധ ചൈതന്യം പ്രത്യക്ഷമാകുകയും ചെയ്യും.അപ്പോൾ ലോകം ചൈതന്യ പൂർണമാകും. ആനന്ദം കരകവി ഞ്ഞൊഴുകും.അന്ധകാരമാകുന്ന വാല്മീകത്താൽ മൂടപ്പെട്ട രത്നാകര നെ സപ്തർഷികൾ പുറത്തെടുത്തത് മൂലമാണല്ലോ നമുക്ക് ആദികവി യായ - ലോകത്തെ ചൈതന്യ പൂർണമാക്കിയ വാൽ മീകിയെന്ന മഹാ കവിയെ സിദ്ധിച്ചത്.

മുകളിലുള്ളവരോടും ഒപ്പമുള്ളവരോടും പുലർത്തുന്ന സമീപനമല്ല, തനിക്കു താഴെയുള്ളവരോട് നടത്തുന്ന ഇടപെടലുകളിലാണ് ഒരാളു ടെ സ്വഭാവ മഹിമ മനസ്സിലാവുന്നത്. ബഹുമാനിക്കാൻ അറിയാത്തവ രേയും സ്നേഹിക്കാൻ കഴിയുന്ന അധികാരികളാണ് സ്ഥാനത്തിനപ്പുറ വും പ്രസക്തരാകുന്നത്. പെരുമാറ്റമാണ് എല്ലാവരുടേയും പേരിന്നാധാരം.

നമ്മിലുള്ള വെളിച്ചം കെടുത്തിക്കളയാൻ അധികം ബുദ്ധിമുട്ടില്ല. അ ത് വേഗത്തിൽ സാധിക്കും. പക്ഷേ ആ വെളിച്ചം കെടാതെ സൂക്ഷി ക്കാൻ നന്നേ പാടുപെടേണ്ടി വരും. അതിനു നാം തീർച്ചയായും മനസ്സ് വെക്കണം. ജീവിതത്തെ എപ്പോഴും പ്രകാശിപ്പിക്കുന്നത് സദ്ചിന്തകളും

സദ് യത്നങ്ങളും ആണ്. നന്മ പ്രവർത്തിക്കുന്നതിനും നന്മയുടെ വെളി ച്ചം നമുക്ക് ചുറ്റും പ്രസരിക്കുന്നതിനും നാം സദാ സമയവും ജാഗരൂപ രായിരിക്കണം. ജയിക്കാൻ പ്രയാസമുള്ള കാമരൂപികളായ അസുരന്മാ രെ അറിവാകുന്ന ആയുധം കൊണ്ട് നേരിട്ട് വേണം നാം വിജയിക്കാൻ. എല്ലാ കർമ്മങ്ങൾക്കും ഒരു ചാക്രിക സ്വഭാവമുണ്ട്. നാം തൊടുത്തു വിടുന്നതെല്ലാം മറ്റാരിലൂടെയെങ്കിലും ഒക്കെ സഞ്ചരിച്ച് അവസാനം അവനവനിലേക്ക് തന്നെ തിരിച്ചെത്തും. അനുകൂല തരംഗങ്ങളായാലും പ്രതികൂല തരംഗങ്ങളായാലും. ആകയാൽ പരമാവധി അനുകൂല ഊർ ജ്ജം കിട്ടാൻ വേണ്ടി മാത്രം നാം പ്രവർത്തിക്കാൻ ശ്രമിക്കുക. ശല്യ പ്പെടുത്തലുകൾ കൊണ്ട് നേടുന്ന ഒന്നിനും സ്നേഹത്തിന്റെ മാധുര്യം ഉണ്ടാകില്ല. നാളെകൾ നമുക്ക് വന്നുകൊണ്ടേയിരിക്കും പക്ഷേ അവ യൊന്നും ഇന്നലെകളെ പോലെയാവില്ല. ആവുകയുമില്ല.

ഒരു കിണറിലെ വെള്ളം കൊണ്ട് തന്നെയാണ് നാം കരിമ്പിനും പാ വയ്ക്കക്കും പുളി മരത്തിനും വെള്ളം കൊടുക്കുന്നത്. എന്നിട്ട് കരിമ്പ ന് മധുരവും പാവയ്ക്കയ്ക്ക് കൈപ്പും പുളിക്ക് പുളിയും ആണ് ലഭിക്കു ന്നത്. അപ്പോൾ അത് വെള്ളത്തിന്റെ കുറ്റമല്ല മറിച്ച് വിത്തുകളുടെ സ്വ ഭാവഗുണമാണ്. അതുപോലെ തന്നെയാണ് മനുഷ്യരും. മനുഷ്യരെല്ലാ വരും ഒരുപോലെയാണ്. എന്നാൽ അവർ ജനിച്ചുവളരുന്ന ചുറ്റുപാടുക ളും വളർത്തിക്കൊണ്ടുവരുന്ന രീതികളുമാണ് ഓരോ മനുഷ്യരേയും വ്യ ത്യസ്തരാക്കുന്നത്.

ഞാൻ എന്താണോ പറഞ്ഞത് അതിന് ഞാൻ ഉത്തരവാദിയാണ്. പ ക്ഷേ നിങ്ങൾ എന്താണ് മനസ്സിലാക്കിയത് എന്നതിന് ഞാൻ ഉത്തരവാ ദിയല്ല.

എല്ലാവരെയും തൃപ്തിപ്പെടുത്തി കൊണ്ട് നമുക്ക് ഒരിക്കലും ജീവി ക്കാൻ പറ്റുകയില്ല. നമ്മൾ നമ്മളായി ഇരുന്നാൽ മതി. എപ്പോഴെങ്കിലും എല്ലാവർക്കും നമ്മളെ മനസ്സിലായിക്കൊള്ളും. മരിക്കാനും ജീവിക്കാ നും പറ്റാത്ത ഒരു അവസ്ഥയുണ്ട് ജീവിതത്തിൽ. അത് അനുഭവിച്ചാലേ മനസ്സിലാവുകയുള്ളൂ. ചില കടമകൾക്ക് മുന്നിൽ അവരവരുടെ സ്വപ്ന ങ്ങൾ തോറ്റതിന്റെ പേരാണ് ജീവിതം.

ചിന്നിച്ചിതറിയ കാർമേഘങ്ങളെ കാറ്റ് അടിച്ചു കൂട്ടുകയും, പിന്നീട് അടിച്ചു പറപ്പിക്കുകയും ചെയ്യുന്നു. മേഘങ്ങൾ സൂര്യനെ മറക്കുന്നത് പോലെ മനസ്സ് ബന്ധത്തെ സൃഷ്ടിക്കുകയും വിച്ഛേദിക്കുകയും ചെയ്യു ന്നു.മേഘങ്ങൾ എല്ലാം നീങ്ങുമ്പോൾ സൂര്യൻ പ്രകാശിക്കുന്നു.ആത്മാ വ് സ്വതേജസ്സിൽ പ്രകാശിക്കുകയും ചെയ്യുന്നു. ശാശ്വതമായ സത്യവും സ്വയം പ്രകാശിതവുമാണ് ആത്മാവ്. നമ്മുടെ ഉള്ളിൽ അന്തര്യാമിയാ

യി ആത്മസ്വരൂപിയായി വിളങ്ങുന്ന നാരായണൻ തന്നെയാണ് സർവ്വ ഭൂതങ്ങളിലും വസിക്കുന്നതെന്നുള്ള ഭാവനയാണ് നരനാരായണ തത്ത്വം. എല്ലാ സ്ത്രീ പുരുഷൻമാരിലും അജ്ഞന്റെയും ദരിദ്രന്റെയും രോഗി യുടെയും രൂപത്തിൽ പ്രത്യക്ഷപ്പെടുന്നതും ഇതേ ആത്മതത്വമായ നാ രായണൻ തന്നെയാണ്. ഭേദബുദ്ധി കൂടാതെ ശ്രദ്ധയോടും ഭക്തിയോ ടും കൂടി അവർക്ക് അറിവും, ആഹാരവും, മരുന്നും എല്ലാം കൊടുത്ത് ശുശ്രൂശിക്കുകയാണ് അക്ഷരാർത്ഥത്തിലും സാരാർത്ഥത്തിലുമുള്ള മ നുഷ്യാരാധന.

മതം, സമുദായം, വിഭാഗീയ ചിന്ത, അധികാര വാദം, വർഗീയ ചിന്ത, ജാതി വ്യത്യാസം ഇവയുടെയെല്ലാം പേരിൽ പശ്ചാത്യ രാജ്യത്തിലാ യാലും പൗരസ്ത്യ രാജ്യത്തിലായാലും വിനാശകരങ്ങളായ ദുരന്തഫ ലങ്ങളും അനാഥത്വവും സാമൂഹ്യ രാഷ്ട്രീയ ജീവിതത്തിൽ നിർബാധം വളർന്ന് വർധിക്കുന്നുണ്ട്. സ്പർദ്ധയും കലഹവും വർദ്ധിച്ചുവരുന്നു.ദു ര ഹങ്കാരം രൂക്ഷിതമായ ഇത്തരത്തിലുള്ള വീക്ഷണഗതിയും, ജനത യോടും, രാഷ്ട്രങ്ങളോടുമുള്ള അതിനിന്ദ്യമായ പെരുമാറ്റവുമാണ് ലോ കമാസകലം പടർന്നുപിടിച്ചിട്ടുള്ള വിദ്വേഷത്തിനും ശത്രുതയ്ക്കുമുള്ള മുഖ്യകാരണം.

നരനാരായണ സേവയാണ് ഇത്തരത്തിലുള്ള പ്രശ്നങ്ങൾക്ക് പരി ഹാരം. മതപരവും, സാമൂഹ്യവും, രാഷ്ട്രീയവും, വിദ്യാഭ്യാസപരവുമാ യ എല്ലാ പ്രവർത്തനങ്ങളിലും ദൈനംദിന ജീവിതത്തിലെ ഏത് നിസ്സാ രവ്യാപാരത്തിലും സ്നേഹത്തിന്റെ മൂർത്തീ മദ്ഭാവമായ ഈ ആശയം മാനവ സമുദായത്തെ ഉദ്ബോധിപ്പിക്കേണ്ടത് അവശ്യം ആവശ്യമാണ്.

ജീവിക്കുന്നത് എങ്ങനെയാണെന്ന് നാം ഒരിക്കലും വേവലാതിപ്പെട രുത്. രാവിലെ കൂട്ടിൽ നിന്നും പുറപ്പെടുന്ന പക്ഷിയെക്കുറിച്ച് തള്ള പ ക്ഷിക്ക് യാതൊരു ആശങ്കയും ഉണ്ടാകാറില്ല. ആ പക്ഷി ഭക്ഷണ സ്ഥ ലം അറിഞ്ഞാണോ പറക്കുന്നത്. ആകയാൽ നമ്മുടെ പരിശ്രമം ത ന്നെയാണ് നമ്മുടെ ജീവിതം.

ഈ സ്നേഹമെന്നൊക്കെ പറയുന്നത് ഒരാൾക്ക് അളന്ന് കൊടുക്കു വാൻ പറ്റുന്ന കാര്യമല്ല. സ്നേഹമുണ്ടെങ്കിൽ അവിടെ കടപ്പാടുണ്ട്. അ തില്ലെങ്കിൽ എല്ലാം പാടാണ്. ബന്ധങ്ങൾ തുടങ്ങുന്നതും, അവസാനി ക്കുന്നതും നിലനിൽ ക്കുന്നതും സ്നേഹത്തിന്റെയും പരസ്പരമുള്ള വി ശ്വാസത്തിന്റെയും പേരിലാണ് സാഹചര്യങ്ങൾ എത്ര തന്നെ പ്രതികൂ ലമായാലും പരസ്പരം ഉപേക്ഷിക്കുവാൻ കഴിയാത്തതിന്റെ കാരണം സ്നേഹമാണ്. ബന്ധങ്ങൾ നിലകൊള്ളുന്നത് പ്രശനങ്ങളില്ലാത്തതു കൊ

ണ്ടല്ല. മറിച്ച് സ്നേഹത്തിന്റെ ആഴവും പരപ്പും മൂലമാണ്.

ചില പഠനങ്ങൾ പഴയതിന്റെ തകർച്ചയും പുതിയതിന്റെ തുടർച്ചയുമാണ്. മറ്റു ചിലത് മുമ്പ് നമ്മൾ പഠിച്ചതിന്റെ ഓർമ്മപ്പെടുത്തലുകളും തീർച്ചപ്പെടുത്തലുകളുമാണ്.

നിങ്ങൾക്ക് ഒരുപാട് ഇഷ്ടമുള്ള മനുഷ്യരിലേക്ക് ഇറങ്ങിച്ചെല്ലുമ്പോഴൊക്കെ സൂക്ഷിക്കുക. അവർ അവർക്കിഷ്ടമുള്ള മനുഷ്യരിലേക്ക് ഇറങ്ങിപ്പോകാൻ അവകാശമുള്ള തിരക്കുള്ള മനുഷ്യരാണെന്ന് ഓർത്തുവെക്കുന്നത് നല്ലതാണ്.

ആരുമില്ലാത്തവരുടെ എല്ലാമാകാൻ ആർക്കും കഴിഞ്ഞെന്നുവരില്ല. പക്ഷേ സാധാരണമെന്ന് കരുതുന്ന ചെറിയ കരസ്പർശം പോലും അവിചാരിതമായ വഴിത്തിരിവുകൾ ചിലപ്പോൾ അവർക്ക് അനുഭവപ്പെട്ടേക്കാം.

സ്വന്തം ജീവിതത്തിന്റെ പ്രാധാന്യവും നിസ്സാരതയും സ്വയം മനസ്സിലാക്കുന്നവർക്ക് മാത്രമുള്ളതാണ് സംതൃപ്തി നിറഞ്ഞ ജീവിതം . നിസ്സാരമെന്നു കരുതി അവഗണിക്കാനോ അതി പ്രധാനം എന്ന് കരുതി പിടിച്ചടക്കുവാനോ വേണ്ടിയല്ല ജീവിതം . ഓരോ നിമിഷത്തിലും അതതിന്റെ പ്രാധാന്യവും സന്തോഷവും കണ്ടെത്തി നിരന്തരം ഒഴുകിയാൽ മതി. നിശ്ചലമാകുന്നതുവരെ.

വീഴുന്നത് പരാജയമല്ല. മറിച്ച് എഴുന്നേൽക്കാൻ ശ്രമിക്കാതിരിക്കുന്നതാണ് പരാജയമെന്ന രവീന്ദ്രനാഥ ടാഗോറിന്റെ വചനങ്ങൾ എപ്പോഴും ഓർമിച്ചു വെക്കുന്നത് ജീവിതവിജയത്തിന് മുതൽകൂട്ടാണ്.

ചില നേരമെങ്കിലും ചില വാശികൾ കാട്ടണം അതില്ലെങ്കിൽ തോറ്റു പോവാൻ മാത്രമാകും നമ്മുടെ ജീവിതം.

കുടുംബജീവിതം നിലനിൽക്കുന്നത് സമ്പത്തിലും സൗന്ദര്യത്തിലും അല്ല. പരസ്പര വിശ്വാസത്തിലും സ്നേഹത്തിലും പരിഗണനയിലുമാണ്.

തന്റെ അച്ഛനും അമ്മയ്ക്കും സഹോദരങ്ങൾക്കും കൊടുക്കേണ്ട സ്നേഹവും പരിഗണനയും അവർക്ക് കൊടുക്കുക. സ്വന്തം ഇണയ്ക്കും തുണയ്ക്കും കൊടുക്കേണ്ട സ്നേഹവും പരിഗണനയും അവർക്കും നൽകുക. തുല്യ രീതിയിൽ സ്നേഹവും പരിഗണനയും പങ്കിടുമ്പോൾ മാത്രമേ കുടുംബജീവിതം നിലനിൽക്കുകയുള്ളൂ. നിലനിർത്താൻ സാധിക്കുകയുള്ളൂ.

വിശ്വാസം വില കൊടുത്ത് വാങ്ങാനാകില്ല. വീണുടഞ്ഞാൽ വീണ്ടെടുക്കാനുമാകില്ല.

സ്വയം വേദനിച്ചാലും ആരേയും വേദനിപ്പിക്കാതിരിക്കാൻ ശ്രമിക്കുക. ജീവിത യാത്രയ്ക്ക് അത് വളരെയേറെ അനുകൂലമായി പരിണമിക്കും.

109

മുറിവുണങ്ങാത്ത ഹൃദയത്തിന് പുതിയ വേദനകൾ ഭാരമാവില്ല. ആർ ക്കുവേണ്ടിയാണോ നമ്മുടെ ജീവിതത്തിൽ ഏറ്റവും കൂടുതൽ സമയം മാറ്റിവെക്കുന്നത് അവരിൽ നിന്ന് തന്നെയാവും നമുക്ക് കൂടുതൽ അവ ഗണനയും വേദനയും നേരിടേണ്ടി വരിക. ആ അവഗണനയെ ഗൗനി ക്കാതിരിക്കുന്നതാണ് ഉത്തമം.

എത്ര പെട്ടെന്നാണ് ചില ബന്ധങ്ങളും മറ്റും ഒന്നുമല്ലാതായി തീരു ന്നതും ചില വിശ്വാസങ്ങൾ നഷ്ടമാകുന്നതും , ചില സ്നേഹം അന്യമാ കുന്നതും.

ആരോടും ആവശ്യമില്ലാതെ ഒരിക്കലും തർക്കിക്കാൻ നിൽക്കരുത്. ജീവിതത്തിൽ ഏറ്റവും വലിയ ഒറ്റപ്പെടൽ ആരും കൂടെ ഇല്ലാതാകു മ്പോൾ അല്ല . എല്ലാമെന്ന് കരുതിയവരുടെ മനസ്സിൽ യാതൊരു സ്ഥാ നവുമില്ലെന്ന് തിരിച്ചറിയുമ്പോഴാണ് . മടുക്കും വരെ എല്ലാം മനോഹര മാണ്.

നാമെപ്പോഴും സ്വയം പരിവർത്തനത്തിന് തയ്യാറാകണം. സ്വയം പ രിവർത്തനത്തിന് തയ്യാറാകാത്തവരെങ്ങിനെയാണ് മറ്റുള്ളവരിൽ മാ റ്റം കൊണ്ടുവരിക.

ഈ സ്നേഹത്തിനുണ്ടല്ലോ ഒരു സ്വാർത്ഥതയുണ്ട്. താൻ സ്നേഹി ക്കുന്നവരെ അത്രമേൽ മറ്റാരും സ്നേഹിക്കരുത് എന്ന സ്വാർത്ഥത.

നമ്മുടെ നാട്ടിൽ രണ്ട് പെൺമക്കളുടെ പിതാവും സ്വർണ്ണപ്പണിക്കാ രനായ യുവാവും വളരെയേറെ സ്നേഹത്തിലായിരുന്നു. യുവാവിന് ഒ രുപാട് വിവാഹാലോചനകൾ നടന്നു. പക്ഷേ പല കാരണങ്ങൾ മൂലം അവ മുടങ്ങിപ്പോയി. മുടക്കങ്ങളുടെ പരമ്പരകൾക്കൊടുവിൽ യുവാവ് വിവാഹിതനായി. മധു വിധു ആഘോഷിക്കേണ്ടുന്ന അന്ന് രാത്രി പോ ലും പാതിരാത്രി വരെ ഇരുട്ടിന്റെ മറവിൽ രഹസ്യ സംഭാഷണത്തിലേർ പ്പെട്ടു. രണ്ട് പെൺമക്കളുടെ പിതാവ് പിറ്റേ ദിവസം കാലത്ത് ഇവന് ഒ രു പ്രാർത്ഥനയുണ്ടെന്നും അത് തീർക്കാൻ വേണ്ടി ദേവസ്ഥാനത്തേക്ക് പോകണമെന്നും പറഞ്ഞ് യാത്രയായി.പിറ്റേ ദിവസം കാലത്തെ കുളി ച്ച് ശുഭ്ര വസ്ത്രധാരികളായി രണ്ടു പേരും കൂടി തന്നെ വിശ്വസിച്ച് അ ഗ്നിസാക്ഷിയായി വിവാഹം കഴിച്ച് കൊണ്ട് വന്ന നിഷ്ക്കളങ്കയായ ത ന്റെ എല്ലാമായ പെൺകുട്ടിയോട് പോലും യാത്ര പറയാതെ ഒന്നും ഉരി യാടാതെ മനസ്സില്ലാമനസ്സോടെ രണ്ട് മക്കളുടെ പിതാവിന്റെ നിർബന്ധ ത്തിന് വഴങ്ങി ആ പാവം പയ്യൻ ദേവാലയ ദർശനത്തിന് യാത്രയായി. ദേവാലയ ദർശനം കഴിഞ്ഞ് നേരം വൈകിയിട്ടും തിരിച്ചെത്താത്തതി നാൽ കണ്ണിലെണ്ണയൊഴിച്ച് കാത്തിരിക്കുന്ന ആ പാവം പെൺകുട്ടിയു ടെ കാതിലേക്കെത്തിയത് തന്റെ പ്രിയതമന്റെ മരണ വാർത്തയാണ്.

സ്നേഹത്തിന്റെ സ്വാർത്ഥത മൂലം ദേവാലയ സന്നിധിയിലെ ഒരു കെട്ടിടത്തിന്റെ മുറിയിൽ വെച്ച് പൊട്ടാസ്യം സയനൈഡെന്ന മാരക വിഷം യുവാവിന് നൽകി താനും വിഷ പ്രാശനം ചെയ്ത് ജീവനൊടുക്കുകയാണുണ്ടായത്.

സ്നേഹത്തിന്റെ സ്വാർത്ഥത ഇങ്ങനെയാണ്.

പിന്നീടാണ് കുടുംബം തിരിച്ചറിഞ്ഞത് പാവം യുവാവിന്റെ വിവാഹ വിഘ്നങ്ങൾക്ക് കാരണക്കാരൻ ആ രണ്ട് കുട്ടികളുടെ പിതാവാണെന്ന്

സ്നേഹത്തിന് ഒരു മുഖമേയുള്ളൂ സ്നേഹത്തിന്റെ ഉള്ളിൽ സത്യത്തിന്റെ പവിത്രതയുണ്ട് . കരുതലിന്റെ പ്രതീക്ഷയുണ്ട്. കാത്തിരിപ്പിന്റെ നോവുണ്ട് നഷ്ടപ്പെടലിന്റെ വേവലാതിയുമുണ്ട്.

അർത്ഥപൂർണ്ണമായ അർത്ഥവിരാമങ്ങളാണ് ജീവിതത്തെ ഫലസമൃദ്ധമാക്കുന്നത്.

ഒരു കുട്ടി കത്തിക്ക് വേണ്ടി കരഞ്ഞു വാശിപിടിച്ചാൽ ആ കുട്ടിക്ക് നമ്മൾ കത്തി കൊടുക്കാതിരുന്നാൽ ആ കുട്ടി മാത്രമേ കരയേണ്ടി വരുള്ളൂ കുട്ടിക്ക് കത്തി കൊടുത്താൽ കുട്ടിക്കൊപ്പം നാം എല്ലാവരുംകൂടി കരയേണ്ടി വരും.

സ്നേഹവും മഴയും ഒരുപോലെയാണ് ഇവ രണ്ടും നമ്മുടെ ജീവിതത്തിൽ സന്തോഷം തരും. എന്നാൽ ഒരു വ്യത്യാസമുണ്ട് മഴ നമ്മുടെ ദേഹം നനയ്ക്കും. സ്നേഹം നമ്മുടെ കണ്ണും.

സൗഹൃദം പൂവും പൂമ്പാറ്റയും പോലെയാണ്. സ്നേഹബന്ധങ്ങൾ സൗഹൃദങ്ങൾ എത്ര അകലെയാണെങ്കിലും മനസ്സുകൊണ്ട് എപ്പോഴും അടുത്തു കൊണ്ടേയിരിക്കും. ബന്ധങ്ങൾ മരിക്കുന്ന പുതിയ കാലത്ത് ഒരിക്കലും പിരിയാത്ത നല്ല സൗഹൃദങ്ങൾ നമ്മളിൽ പടർന്നു പന്തലിക്കട്ടെ .

സ്നേഹത്തോടെയുള്ള ഒരു വാക്ക് ആയാലും കാണുമ്പോഴുള്ള ഒരു ചെറുപുഞ്ചിരി ആയാലും പിന്നീട് ആവട്ടെ എന്ന് കരുതി മാറ്റിവെക്കാൻ പാടില്ല. പിന്നീട് കൊടുക്കുവാൻ നമ്മളോ വാങ്ങിക്കുവാൻ അവരോ ഉണ്ടാവണമെന്നില്ല.

മനുഷ്യന്റെ സങ്കടങ്ങളുടെ കൂടെ നിൽക്കാൻ കഴിയുക എന്നുള്ളതാണ് ഏറ്റവും വലിയ മഹാത്മ്യം.

വേരുകൾ പോലെയാണ് ചിലർ നമ്മുടെ മനസ്സിൽ കയറി കൂടുന്നത്. പിഴുതെടുക്കാൻ നോക്കുമ്പോഴേ അറിയൂ അവർ എത്രയോ ആഴത്തിൽ നമ്മുടെ മനസ്സിൽ പടർന്നുവെന്ന്.

പല സൗഹൃദങ്ങളും നശിക്കുന്നതിന് മൂന്നാമത് ഒരു ശക്തിക്ക് വലിയ പങ്കുണ്ട്. സൗഹൃദങ്ങളിൽ എന്ത് പ്രശ്നങ്ങൾ ഉണ്ടെങ്കിലും പരസ്പ

രം പറഞ്ഞു തീർക്കുക മൂന്നാമത് ഒരു ശക്തിയെ ഇടപെടുത്താതിരിക്കുന്നതാണ് സൗഹൃദങ്ങൾ നിലനിൽക്കുവാൻ ഏറ്റവും നല്ലത്.നമ്മളോട് പലരും വന്ന് പലരെ പറ്റിയും പലതരത്തിലാണ് പറയുക.അപ്പോൾ നമ്മുടെ മനസ്സിൽ നമ്മുടെ സുഹൃത്തിനെക്കുറിച്ചുണ്ടാകുന്ന നന്മകൾ മറ്റൊരാൾ പറയുന്നത് കേൾക്കുമ്പോൾ നമ്മളറിയാതെ ഇല്ലാതാകും. സൗഹൃദങ്ങൾ നിലനിർത്താൻ മൂന്നാമത് ഒരു ശക്തിയെ ഇടപെടുത്താതിരിക്കുക. ഭയപ്പെടാൻ തുടങ്ങിയാൽ ഭയപ്പെടുത്താൻ ധാരാളം ആളുണ്ടാകും.

പിന്തിരിഞ്ഞോടാൻ തീരുമാനിച്ചാൽ ജീവിതകാലം മുഴുവൻ പിന്തിരിഞ്ഞോടേണ്ടി വരും.

തോൽക്കാൻ തയ്യാറായാൽ മരണംവരെ നമുക്ക് തോൽക്കാൻ മാത്രമേ സമയം കാണൂ. ഏതു സാഹചര്യത്തിലും സധൈര്യം നാം മുന്നോട്ട് പോകാൻ തയ്യാറായി ഇറങ്ങൂ. എന്നാൽ നമുക്ക് അന്തസ്സോടെ ജീവിക്കാൻ സാധിക്കും.

അറിയുന്ന കാര്യങ്ങളിൽ ആത്മാർത്ഥതയും ആധികാരികതയും ഉണ്ടാകണം. എന്തെങ്കിലും അറിയാം എന്നതുകൊണ്ട് എല്ലാം അറിയാം എന്ന് ഭാവിക്കുന്നവർ ആണ് യഥാർത്ഥത്തിൽ സത്യത്തെ വിരൂപമാക്കുന്നത്.അറിവില്ലായ്മ അംഗീകരിക്കലാണ് അറിവിന്റെ ആരംഭം.

ഓടി നടക്കുന്നതിനേക്കാൾ വിഷമകരമാണ് വെറുതെയിരിക്കാൻ.

എന്തെങ്കിലും കാര്യം ചെയ്യുന്നതിന് ലഭിക്കുന്നതിനേക്കാൾ മികവുറ്റ പരിശീലനം വേണം ഒന്നും ചെയ്യാതിരിക്കാൻ .

കരിന്തിരിയിൽ നിന്നും കെടാവിളക്കിലേക്കുള്ള ദൂരം നനവ് പകരുന്ന എണ്ണയുടേതാണ്. ഒന്ന് നനച്ച് കൊടുക്കാൻ തയ്യാറായാൽ തഴച്ച് വളരാനും തുടർന്ന് കത്താനും ആ നനവ് ഇടയാക്കും.

അറിയാതെ പോകുന്ന ചില നഷ്ടങ്ങളുണ്ട്. വൈകി അറിയുമ്പോൾ മനസ്സൊന്നു പിടയ്ക്കും കണ്ണുകൾ നിറയും. പക്ഷേ നഷ്ടപ്പെട്ടാലും ആ നഷ്ടപ്പെടലുകളിൽ നമുക്ക് ഓർത്തിരിക്കാൻ ഒരുപാട് നല്ല കാര്യങ്ങൾ നല്ല നിമിഷങ്ങൾ സമ്മാനിച്ചിട്ടുണ്ടാകാം. നാമെന്നും നല്ല ഓർമ്മകൾ മാത്രം സമ്മാനിച്ച് മാത്രം കടന്നുപോകാം .

ഒരാളുടെ ആഗ്രഹങ്ങൾക്കാപ്പം നിൽക്കണമെങ്കിൽ അയാളുടെ അഭിനിവേശത്തിന്റെ ആഴവും അയാളുടെ ആഗ്രഹങ്ങളിലേക്കുള്ള വഴിയും ദൂരവും നാം അറിഞ്ഞിരിക്കേണ്ടതാണ്. അദ്ദേഹത്തിന്റെ സ്വപ്നങ്ങൾ സ്വന്തം സ്വപ്നമായി രൂപാന്തരം പ്രാപിക്കണം.

നഷ്ടങ്ങളെല്ലാം നല്ല ഓർമ്മകളാക്കുക. പരീക്ഷണങ്ങളെല്ലാം നല്ല

പാഠങ്ങളാക്കുക. നേട്ടങ്ങളെല്ലാം നല്ല വിജ്ഞാനമാക്കുക.

ഒന്നും ശാശ്വതമല്ല എന്ന അറിവോടെ ജീവിതം മനോഹരമാക്കുക.

കഷ്ടപ്പാടുകളും ബുദ്ധിമുട്ടുകളും നമ്മൾ എപ്പോഴും ആസ്വദിക്കണം. ഇല്ലെങ്കിൽ ജീവിച്ച് മുന്നോട്ട് പോകുവാൻ ഭയങ്കര പാടാണ്.

കൂട്ടം കൂടുമ്പോൾ കൂടുന്നവരല്ല യഥാർത്ഥ കൂട്ടുകാർ. കൂട്ടം തെറ്റുമ്പോൾ കൂടെ കൂടി നമ്മെ നേരെ നയിക്കുന്നവരാണ് കൂട്ടുകാർ.

ആരുമില്ലാത്തപ്പോൾ ആരെങ്കിലും ആയവർ വീഴ്ചകളിൽ കൈപിടിച്ചുയർത്തിയവർ നമ്മളറിയാതെ നമ്മെ സഹായിച്ചവർ നമ്മുടെ തകർച്ചയിൽ മനം നൊന്ത് സങ്കടപ്പെട്ടവർ. നമ്മുടെ ഉയർച്ചയിൽ നമ്മളെക്കാളേറെ സന്തോഷിച്ചവർ ഇവരാണ് നമ്മുടെ ജീവിതത്തിലെ യഥാർത്ഥ കൂട്ടുകാർ.

ഉയർന്ന ലക്ഷ്യബോധമുള്ളവർക്ക് മാത്രമെ ജീവിതത്തിലേക്കുള്ള മാർഗ്ഗം സുവ്യക്തമാകൂ. അല്ലാത്തവരുടെ ജീവിതത്തിന് ഒരു അച്ചടക്കവുമുണ്ടാകില്ല.

തിരക്കുള്ളവരെ നാം ഒരിക്കലും ശല്യപ്പെടുത്തരുത്. അവരുടെ തിരക്ക് കഴിയുമ്പോൾ അവര് തിരിച്ച് വരും. അത് അവരുടെ ആത്മാർത്ഥത കൊണ്ടാണെന്ന് നാം ഒരിക്കലും തെറ്റിദ്ധരിക്കരുത്. അത് വെറുമൊരു നേരം പോക്കിന് മാത്രമായിരിക്കും.

പ്രണയം നേടിയെടുക്കുന്നത് വരെയുള്ള സ്വഭാവത്തിനും പ്രണയം നേടി കഴിഞ്ഞതിനു ശേഷമുള്ള സ്വഭാവത്തിനും വളരെയേറെ വ്യത്യാസമുണ്ടായിരിക്കും. പ്രണയം നേടിയെടുക്കുന്നത് വരെ പ്രകടനങ്ങൾക്കും അതുപോലെ പ്രലോഭനങ്ങൾക്കും ഒരു കുറവും ഉണ്ടാകില്ല.അത് നേടിക്കഴിഞ്ഞാൽ ആളുകൾ ഒരുതരം ആധിപത്യത്തിന്റെയും അവകാശത്തിന്റെയും ഒരു രീതിയിലേക്ക് മാറുന്നത് കാണാം. അത് നമ്മളെ മാനസികമായി വളരെയേറെ വേദനിപ്പിക്കും.നമ്മൾ അറിഞ്ഞിരിക്കേണ്ട ഒരു പ്രപഞ്ചസത്യമുണ്ട്.എന്തും നേടിയെടുക്കുന്നത് വരെയുള്ള ആകാംക്ഷയും ആകർഷണവും നേടിയെടുത്തതിനുശേഷം ഒരിക്കലും ഉണ്ടാകില്ല.

അടുപ്പം കൂടിയാൽ സ്വാതന്ത്ര്യം കൂടും. സ്വാതന്ത്ര്യം കൂടിയാൽ പിണക്കങ്ങൾ കൂടും. പിണക്കങ്ങൾ കൂടിയാൽ ടെൻഷൻ കൂടും. ടെൻഷൻ കൂടിയാൽ സംശയങ്ങൾ കൂടും.സംശയങ്ങൾ കൂടിയാൽ സമനില തെറ്റും. സമനില തെറ്റി കഴിഞ്ഞാൽ നാം പ്രവർത്തിക്കുന്നതെന്തെന്ന് നമുക്കു തന്നെ തീർച്ചപ്പെടുത്താൻ സാധിക്കില്ല. ആകയാൽ ഒന്നും പരിധിയിൽ കൂടുതൽ ആകാതിരുന്നാൽ നമുക്ക് മനസ്സമാധാനം കൂടും.

അവനവന്റെ കയ്യിലെ അവനവന് തല ചായ്ക്കാൻ സാധിക്കൂ

വാർദ്ധക്യവും മരണവും സത്യമാണ്. അതിലേക്ക് മാനസീകമായി തയ്യാറെടുപ്പ് നടത്തിയാൽ ആത്മവിശ്വാസത്തോടെ അതിനെ നേരിടാൻ സാധിക്കും.

പ്രായമേറുന്തോറും നമുക്ക് വേണ്ടപ്പെട്ടവരുടെ എണ്ണം കുറഞ്ഞ് കൊണ്ടേയിരിക്കും. മാതാപിതാക്കളും ഇതിന് മുമ്പുള്ള തലമുറയൊക്കെയാത്രയായി. ചിലപ്പോൾ നമുക്ക് താങ്ങും തണലും തരേണ്ടുന്ന നമ്മുടെ പ്രിയപ്പെട്ട മക്കളും നമ്മുടെ കൺമുമ്പിൽ നിന്നും അപ്രത്യക്ഷരായെന്നിരിക്കും. സമകാലികരായ പലരും ക്ഷീണിതരും അവശരുമായി ഒതുങ്ങി കൂടി.യുവ തലമുറയ്ക്ക് അവരുടെ ജീവിതയാത്രയുടെ പ്രശ്നങ്ങൾ മൂലം തിരക്ക് മൂലം മാതാപിതാക്കളുടെ കാര്യങ്ങൾ ശ്രദ്ധിക്കാൻ അവരെ ശ്രുശിക്കാൻ സമയമുണ്ടായെന്ന് വരില്ല. ഈ ഘട്ടത്തിൽ പലരുടെയും ജീവിത പങ്കാളികളും പ്രതീക്ഷിക്കുന്നതിന് മുമ്പ് കടന്ന് പോയെന്ന് വരാം.അപ്പോഴാണ് ഏകാന്തതയും ശൂന്യതയും നമ്മെ പിടിമുറുക്കുന്നത്. അതു കൊണ്ട് ഇത്തരം സന്ദർഭങ്ങളിൽ നാം ഏകാന്തതയെ സ്നേഹിച്ച് ഒറ്റയ്ക്ക് സന്തോഷമായി ജീവിക്കാൻ പഠിക്കുക.

വാർദ്ധക്യമേറുന്തോറും സമൂഹം നമ്മളെ മറന്ന് തുടങ്ങും. ഏത് മഹാനായിരുന്നെങ്കിലും വയസ്സായി കഴിഞ്ഞാൽ നമ്മൾ മറ്റു വൃദ്ധരിൽ ഒരുവനായി മാറും. മരണപ്പെട്ടു കഴിഞ്ഞാൽ അനുശോചന യോഗങ്ങളുടെ പൊടിപൂരമായിരിക്കും. നമ്മെ പുകഴ്ത്താൻ അവർ ബഹുജനം മത്സരിക്കും. നമുക്ക് നമ്മുടെ വാർദ്ധക്യം വരെയുണ്ടായിരുന്ന പ്രശസ്തി വലയമെല്ലാം ഇല്ലാതാകും. ആകയാൽ മറ്റുള്ളവർക്ക് മുൻഗണന കൊടുത്ത് കൊണ്ട് ഒരു മൂലയിലേക്ക് ഒതുങ്ങി നിൽക്കാൻ നാം മാനസീകമായി തയ്യാറെടുക്കണം. ആവുന്നതും ഊർജസ്വലതനഷ്ടപ്പെടാതെ കാത്തു സൂക്ഷിക്കണം. പിന്നാലെ വരുന്നവരുടെ ആരവങ്ങളും കാഴ്ചപ്പാടുകളും കൗതുകത്തോടെ നോക്കി കാണണം. മുറുമുറുപ്പും അസൂയയും ഇല്ലാതെ ഇതിനെ അതിജീവിക്കുന്നവർ ഭാഗ്യവാന്മാരാണ്.

വാർദ്ധക്യം ആരോഗ്യ പ്രശ്നങ്ങളുടെ കാലമാണ്. വീഴ്ച, ഒടിവ്, തലച്ചോറിനും മറ്റും ഉണ്ടാകാവുന്ന ക്ഷതങ്ങൾ അങ്ങിനെ തടുക്കാൻ വയ്യാത്ത പലേ രോഗങ്ങളും മറ്റും കൂട്ടുകാരെപ്പോലെ കൂടെ കൂടും. ഒരു രോഗങ്ങളും അലട്ടാത്ത ശാന്തസുന്ദരമായ ഒരു വാർദ്ധക്യം സ്വപ്നം കാണുന്നവർ വിഢ്ഢികളുടെ സ്വർഗത്തിലാണ്. ആരോഗ്യത്തിന് അനുയോജ്യമായ മിതമായ വ്യായാമങ്ങൾ കൃത്യമായി ചെയ്യുക. മുറുമുറുപ്പും പിണക്കങ്ങളും ഒഴിവാക്കി ശിഷ്ട ജീവിതത്തെ സന്തോഷത്തോടെ വരവേൽക്കാൻ നമുക്കാകുമെങ്കിൽ വാർദ്ധക്യം നമുക്കൊരു അനുഗ്രഹമാകും.

അറുപതിന് ശേഷമുള്ള യാത്രയിൽ വഞ്ചിതരും തട്ടിപ്പുകാരും അവസരം പാർത്തിരിക്കും. പെൻഷൻ പറ്റിയ അഥവാ പ്രായമായ ഇവർക്ക് ധാരാളം സമ്പാദ്യവും ആസ്തിയും ഉണ്ടാകുമെന്ന് ഇക്കൂട്ടർക്ക് നല്ലവണ്ണമറിയാം. അത് കൊണ്ട് തന്നെ സമ്പാദ്യങ്ങൾ തട്ടിയെടുക്കാനുള്ള കുതന്ത്രങ്ങൾ നിരന്തരം ഇവർ മെനഞ്ഞ് കൊണ്ടേയിരിക്കും. വിവിധ തരം ഉൽപ്പന്നങ്ങൾ പെട്ടെന്ന് പണമുണ്ടാക്കുവാനുള്ള കുറുക്കുവഴികൾ, ആയുസ്സ് കൂട്ടുവാനും അസുഖങ്ങൾ മാറ്റുവാനുമുള്ള ഒറ്റമൂലികൾ ഇവകളൊന്നും നടക്കുന്നില്ലെങ്കിൽ അത്ഭുത രോഗശാന്തി പോലുള്ള ആത്മീയ തട്ടിപ്പുകൾ എന്നിവ മെനഞ്ഞ് കൊണ്ടേയിരിക്കും. അത് കൊണ്ട് വളരെ സൂക്ഷിക്കുക. പണം ബുദ്ധിപൂർവ്വം മാത്രമെ കൈകാര്യം ചെയ്യാൻ പാടുള്ളൂ.

പ്രായമായെന്ന് കരുതി മറ്റുള്ളവരെക്കാൾ അറിവുള്ളവരും ശ്രേഷ്ഠരു മാണെന്ന് ഒരിക്കലും ധരിക്കരുത്. മറ്റുള്ളവരുടെ പ്രശ്നങ്ങളോ മക്കളുടെയോ കൊച്ചുമക്കളുടെയോ പ്രശ്നങ്ങളോ ആവശ്യമില്ലാതെ തലയിലേറ്റരുത്. അനാവശ്യമായി ആരുമായും വാഗ്വാദത്തിലേർപ്പെടരുത്. അത് മറ്റുള്ളവരെ മുറിവേൽപ്പിക്കുന്നതിനൊപ്പം നമ്മളേയും മാനസീകമായി പിരിമുറുക്കത്തിലേക്കെത്തിക്കും ഗർവ്വും അഹങ്കാരവും ഒഴിവാക്കി വിനയത്തോടെ ജീവിക്കാൻ പഠിക്കണം.പ്രായമാകുന്തോറും അന്യരെ ബഹുമാനിക്കുന്നതിനും സ്വയം ബഹുമാനിക്കപ്പെടുന്നതിന്റേയും പ്രാധാന്യം തിരിച്ചറിയാൻ സാധിക്കണം.ജീവിതത്തിന്റെ അവസാന കാലത്ത് ലൗകിക ബന്ധങ്ങളോടുള്ള തീക്ഷ്ണത ഒഴിവാക്കി നിർമ്മലമായിരിക്കാൻ മാനസികമായി തയ്യാറെടുക്കണം. ജീവിതയാത്ര സ്വാഭാവികമായ ഒഴുക്കാണ്.സമചിത്തതയോടെ അത് ജീവിച്ച് തീർക്കുക.

അമിതമായി സമ്പാദിക്കുവാനുള്ള ആർത്തി ഒഴിവാക്കുക. സമ്പാദിക്കുന്നത് ആർക്ക് വേണ്ടി. അത് വിഢ്ഢിത്തമാണ്. നമുക്ക് വേണ്ടി നാം അന്തസ്സായി ജീവിക്കുക. അവിടെ ഒരിക്കലും പിശുക്ക് കാണിക്കരുത്. നാം സമ്പാദിച്ച് വെച്ചതിൽ നിന്ന് ഒരു രൂപ പോലും കൈ കൊണ്ട് സ്പർശിക്കാൻ കഴിയാത്ത ഒരവസ്ഥ പെട്ടെന്ന് വന്നേക്കാം. സമ്പാദ്യം മറ്റുള്ളവർ പങ്ക് വെച്ച് എടുക്കുന്നതും ദുർവ്യയം ചെയ്യുന്നതും നോക്കി കാണാനെ നമുക്ക് അപ്പോൾ ദുഃഖത്തോടെ സാധിക്കൂ.

അമ്മയുടെ മടിത്തട്ടിലേക്ക് പിറന്ന് വീണ നമ്മൾ അനവധി ജീവിതാനുഭവങ്ങളിലൂടെ കടന്ന് വീണ്ടും മറ്റുള്ളവർ ശുശ്രൂഷിക്കേണ്ട അവസ്ഥയിലേക്ക് വഴുതി വീഴാം. ഒരു വ്യത്യാസം മാത്രം അന്ന് നമ്മളെ പരിചരിക്കാൻ അമ്മയുണ്ടായിരുന്നു. ഇന്ന് ആരും തന്നെ അടുത്ത് ഉണ്ടാകണമെന്നില്ല. ഐസിയുവിൽ ഒരു ബന്ധവുമില്ലാത്ത ഒരു നേഴ്സ് ആയി

രിക്കും അവസാന നാളിൽ നമ്മളെ പരിചരിക്കുന്നത്.പരാതികളൊന്നു
മില്ലാതെ എല്ലാത്തിനും നന്ദി പ്രകാശിപ്പിക്കാൻ ശ്രമിക്കുക.

യാത്രയുടെ അവസാനമെത്തുമ്പോഴേക്കും പ്രകാശം മങ്ങി മങ്ങി ഇ
രുട്ട് മൂടി തുടങ്ങും. ക്രമേണ മുമ്പോട്ടുള്ള വഴി അവ്യക്തമാകാൻ ആരം
ഭിക്കും. തുടർന്നുള്ള യാത്രയും ദുഷ്കരമാകും. അതു കൊണ്ട് അറുപ
തിലെത്തുമ്പോഴെക്കും നാമൊക്കെ നമുക്ക് ഉള്ളതിലൊക്കെ സന്തോ
ഷം കണ്ടെത്താൻ ശ്രമിക്കണം. ജീവിതം ആഘോഷമാക്കണം. എല്ലാ
ആശകളും പൂർത്തീകരിച്ച് തൃപ്തിയായി ജീവിക്കുകയാണെങ്കിൽ അ
തു തന്നെ വലിയ കാര്യം. ഇവിടെ മരിച്ചു പോയവരെക്കുറിച്ച് ഒരു തിരി
ഞ്ഞ് നോട്ടം നടത്തുക. നല്ലപോലെ ആസ്വദിച്ച് ജീവിച്ചവൻ ബുദ്ധിമാൻ.
അല്ലാത്തവൻ വിഡ്ഢി.ആകയാൽ നമ്മൾ ആദ്യം സ്വയം സ്നേഹിക്കു
വാൻ പരിശീലിക്കുക അവനവന് വേണ്ടി ഒരു കരുതൽ മാറ്റി വെക്കു
ക.മക്കൾ ചിറക് വിടർന്ന് കഴിയുമ്പോൾ അങ്ങ് പറന്ന് പോകും. നാം ഒ
റ്റപ്പെടും. മറക്കാതിരിക്കുക.ഈ ബോധ്യം നാമെന്നും മനസ്സിൽ സൂക്ഷി
ച്ച് വെക്കുക.

നടന്മാർ തന്മയത്വത്തോടെ അഭിനയിക്കുമ്പോൾ കാണികൾക്ക് നാട
കം യാഥാർത്യമായി അനുഭവപ്പെടുകയും അതിൽ മുഴുകുകയും ചെ
യ്യുന്നു. പക്ഷേ ഇതെല്ലാം തൽക്കാലത്തേക്ക് മാത്രം.

ഈ നാടകം അവസാനിക്കുന്നത് ഈ ലോകവും നമ്മുടെ ജീവിതം
തന്നെയും ഒരു ലീല മാത്രമാകുന്നു എന്നറിയുമ്പോഴാണ്. നാം ഒരു സ്വ
പ്നം കാണുമ്പോൾ ചില സമയം ചിരിക്കുന്നു. ചിലപ്പോൾ ഭ്രാന്തനെ
പ്പോലെ കരയുന്നു. ഭയം കൊണ്ട് പ്രാണവേദനയോടെ നിലവിളിക്കു
ന്നു. ഭയത്തിന്ന് ഒരവസാനവുമില്ലെന്ന് തോന്നും. വിവേചന ശക്തിയും
കാര്യാ കാര്യബോധവും ഒക്കെ അസ്തമിച്ച് അസാധാരണമായ കാര്യ
ങ്ങൾ പോലും സ്വാഭാവികമായും യാഥാർത്ഥ്യമായും അനുഭവപ്പെടുന്നു.എ
ന്നാൽ നാം ഉണരുന്ന ഉടനെ അതും വെറും ഒരു സ്വപ്നം മാത്രമാണ്
എന്ന ധാരണ ഉളവാക്കുന്നു. നല്ലതും ചീത്തയുമായ ആശകളെ കൊ
ണ്ടും നിരാശകളെ കൊണ്ടും നെയ്തെടുത്താണ് ജീവിതം. നമ്മുടെ
മുഴുവൻ ജീവിതവും ഇത്തരത്തിലൊരു ദീർഘവും അനസ്യൂതവുമായ
സ്വപ്നം തന്നെയാണ്.

ഈ സ്വപ്നം നിലക്കുന്നത് വരെ നാം എല്ലാം യാഥാർത്ഥ്യമായി വി
ചാരിക്കുന്നു. സ്വപ്നം അവസാനിക്കുമ്പോൾ ലോകം ശൂന്യതയിലേക്ക്
അലിഞ്ഞ് ചേരുന്നു. നിത്യമായ സത്യം മാത്രം നിലനിൽക്കുന്നു.

ഈ ലോകഗോളം കറങ്ങുന്നത് അനന്തവും അജ്ഞാതവും അവർ
ണ്ണനീയവുമായ മാർഗ്ഗത്തിലൂടെയാണ്. ആഗോളത്തിന്റെ ഏതോ ഒരു

കോണിലിരുന്ന് തിരിയുന്ന മനുഷ്യന് ഏത് കഥയെയാണ് ദർശിക്കുവാൻ സാധിക്കുക?

ഈ പണവും സ്വത്തുമൊക്കെക്കുറയുമ്പോൾ നമ്മളൊക്കെ വല്ലാണ്ടങ്ങ് വിഷമിക്കും. പക്ഷേ ആയുസ്സിൽ നിന്ന് ഒരു വർഷം കുറഞ്ഞാലുണ്ടല്ലോ നമ്മളൊക്കെ കേക്ക് മുറിച്ചാണ് ആഘോഷിക്കുന്നത്. ഒരു ജീവൻ ജനിക്കുന്ന കാര്യം നമുക്ക് ഒമ്പത് മാസത്തിന് മുമ്പേ അറിയാം. പക്ഷേ അത് പോകുന്നതാണെങ്കിലോ ഒമ്പത് സെക്കന്റ് മുമ്പ് പോലും നമുക്ക് അറിയാനാകില്ല.

എത്ര കാശുണ്ടെന്ന് പറഞ്ഞിട്ട് ഒരു കാര്യവുമില്ല. വിധിയുടെ കണക്കെടുപ്പ് നടക്കുമ്പോൾ നമുക്ക് കിട്ടാൻ പോകുന്നത് ആറടിമണ്ണ് മാത്രമാണ്.

ഈ ലോകത്ത് മനോഹരമാണെന്ന് തോന്നുന്നതെല്ലാം താൽക്കാലികം മാത്രമാണ്. ഏതെങ്കിലും ഒരു പ്രഭാതം ഉച്ചവരെ നീണ്ടിട്ടുണ്ടോ. ഏതെങ്കിലും ഒരു നട്ടുച്ച സന്ധ്യ വരെ നീണ്ടിട്ടുണ്ടോ. ഈ രാത്രിയുടെ ഖബറിൽ കുഴിച്ചിടാത്ത ഏതെങ്കിലും ഒരു പകലുണ്ടോ.

പിതാവിനും മാതാവിനും ജനനത്തിനും പ്രണയത്തിനും വിരഹത്തിനും വിവാഹത്തിനും സമ്പാദ്യത്തിനും സന്തോഷത്തിനും സങ്കടത്തിനും സംസാരത്തിനും നിരാശക്കും പഠനത്തിനും അറിവിനും ജീവനും വിശപ്പിനും മരുന്നിനും കർമ്മത്തിനും അധ്വാനത്തിനും സൗഹൃദത്തിനും ആകാശത്തിനും വെളുപ്പിനും കറുപ്പിനും മരണത്തിനും കല്ലറക്കും ഓർമ്മയ്ക്കും ഇവയെല്ലാം കൂടിയുള്ള ജീവിതത്തിനും മൂന്നേ മൂന്ന് അക്ഷരമേയുള്ളൂ.

ഈ ജീവിതമെന്ന കളിക്കളത്തിലേക്ക് നമ്മളെ ഒക്കെ ഇറക്കി വിടുന്ന സന്ദർഭത്തിൽ ഒരു നിശബ്ദ സാന്നിധ്യമായി നമ്മൾ പോലുമറിയാതെ ഒരാൾ കൂടി വരുന്നുണ്ട്.പല കുറി നമ്മൾ ജയിക്കുമ്പോഴും അന്തിമ വിജയം ആ മരണമെന്ന മൂന്നക്ഷരത്തിനാണ്. എന്നെങ്കിലുമൊരിക്കൽ ദൃഢമായ നമ്മുടെ ഈ കാലുകൾ പതിയെ പതിയെ തളരാൻ തുടങ്ങും അവയവങ്ങളുടെ പ്രവർത്തനങ്ങളുടെ വേഗത കുറയും. മനസ്സെത്തുന്നിടത്ത് ശരീരമെത്താതെയിരിക്കും. ആശുപത്രിയുടെ മഞ്ഞ വെളിച്ചത്തിൽ കുറേ യന്ത്രങ്ങൾക്കിടയിൽ അപരിചിതമായ മുഖങ്ങളുടെ മധ്യത്തിൽ ഒറ്റപ്പെട്ട് ഏറെ ഏകാന്തത അനുഭവിച്ച് ഒന്നും ഉരിയാടാനാകാതെ മൗനം നൊമ്പരമാക്കി മരുന്നുകളോട് സഹകരിച്ചും ഇല്ലാതേയും നിസ്സഹായനായി കിടക്കുന്ന ഒരു സമയം വരും. നേടിയെടുത്തതും വെട്ടി പിടിച്ചതും നമ്മുടെയൊക്കെ ഇണക്കങ്ങളും പിണക്കങ്ങളും തീരുന്ന ഒരു ദിവസം വരും കൂടെ നിന്നവരും ഒപ്പം ചേർത്ത് പിടിച്ചവരും പേടിക്കേണ്ട

ഞാനില്ലേ എന്ന് ഒക്കെ പറഞ്ഞവരും എല്ലാവരുടെയും മുമ്പിൽ നമ്മളി ങ്ങനെ കിടക്കും.

മഴയോ വെയിലോ കാറ്റോ തണുപ്പോ ഒന്നും ഏൽക്കാതിരിക്കാൻ ന മ്മൾ ചവുട്ടിയ മണ്ണ് നമ്മുടെ മുകളിൽ വീഴുന്ന ഒരു ദിവസം വരും. ഈ ഓട്ടങ്ങളെല്ലാം അങ്ങ് അവസാനിച്ച് എല്ലാ തിരക്കിൽ നിന്നും അകലുന്ന ഒരു ദിവസം. ജനനം തന്നവരുടെ വാത്സല്യവും കൂടപ്പിറപ്പുകളുടെ സ് നേഹവും കൂട്ടുകാരുടെ ഒക്കെ സ്വാതന്ത്ര്യവും ഗുരുക്കന്മാരുടെ അനു ഗ്രഹവും പങ്കാളിയുടെ കരുതലും മക്കളുടെ ഒക്കെ കൗതുകങ്ങളും അ യൽപക്കക്കാരുടെ ആഭിമുഖ്യവും ഒക്കെ ഉപേക്ഷിച്ച് നാം പോകുന്ന ദി വസം ശരീരത്തിന്റെ ഈ തടവറ ഭേദിച്ച് കൊണ്ടുള്ള ജീവന്റെ പറക്ക ലാണത്. ഒരു നിമിഷത്തെ ഞെട്ടലാണ്. ഒരു മണിക്കൂറിലെ ആശങ്കയാ ണ് ഒരു ദിവസത്തെ ദുഃഖമാണ് ഒരു വർഷത്തെ ആചരണമാണ്. ഒടു വിൽ മറവിയിലേക്കുള്ള മടക്കമാണ്. നമ്മളെ ഒക്കെ ഇങ്ങിനെ പെറുക്കൂ ട്ടിയെടുത്ത മണ്ണിലേക്ക് നമ്മളെ തിരിച്ചേൽപ്പിക്കുന്ന ഒരു പ്രക്രിയയാണ്.

ശ്മശാനത്തിലെ നിശബ്ദത എന്താണെന്നറിയാമോ? വെട്ടിപ്പിടിച്ചവ രെല്ലാം അതൊക്കെ അവസാനിപ്പിച്ച് ഉറങ്ങിക്കിടക്കുന്ന സ്ഥലമാണത്. പറയാൻ ബാക്കിവെച്ച് പോയവർ. വേദനിപ്പിച്ച് പോയവർ, സങ്കടങ്ങളെ യും സന്തോഷങ്ങളെയും ഒരു പോലെ ഹൃദയത്തിലേറ്റിയവർ. സ്നേ ഹം വിളമ്പിയവർ. വെറുപ്പിന്റെ സിദ്ധാന്തം മുറുകെ പിടിച്ചവർ.നമുക്ക് പ്രിയപ്പെട്ടവരുടെ ശേഷിപ്പുകളുടെ താൽക്കാലിക കലവറയാണത്. നി ശ്ശബ്ദത തന്നെ ശബ്ദമായി മാറുന്ന അപൂർവ്വം അവസരങ്ങളിലൊന്നാ ണ്. നേടിയെടുത്ത സമയത്തിന്റെ ഒരംശം വേണ്ട ഓരോന്നും നഷ്ടപ്പെ ടുത്തിക്കളയാൻ. എപ്പോൾ ജനിക്കും എപ്പോൾ മരിക്കുമെന്ന് പറയാൻ നമുക്കാവില്ല. പക്ഷേ എങ്ങിനെ ജീവിക്കണമെന്ന് തീരുമാനിക്കുന്നത് നമ്മൾ തന്നെയാണ്. ഇഷ്ടങ്ങളേയും നഷ്ടങ്ങളേയും മാറ്റി നിർത്തി ഓർമ്മകളെ തനിച്ചാക്കി ഒരുനാൾ നാമെല്ലാവരും ഒരു യാത്രപോകും. വിശ്രാന്തിയിലേക്കുള്ള യാത്ര. ഇന്നലെയൊരു പുഞ്ചിരി, ഇന്ന് മൗനം, നാളെ ഒരു ഓർമ്മ, പിന്നെ ഒരു മറവി. അത്രേയുള്ളൂ എല്ലാം.

ശാശ്വതമായ ശാന്തിയാണ് ജീവിതത്തിന്റെ പരമമായ സത്യം.അതാ ണ് ജീവിതത്തിന്റെ രഹസ്യവും.

◆

Printed in the USA
CPSIA information can be obtained
at www.ICGtesting.com
LVHW042205260924
792290LV00024B/451

9 789349 727663

Malayalam Language
Jeevithajalakam
(Motivation)
by
Purushothaman Chandera
♦
Published in June 2022
by Kairali Books Private Limited
Thalikkavu Road, Kannur.
Ph : 0497-2761200
E-Mail : kairalibooksknr@gmail.com
♦
Cover Design
Anoop Lal Blackmaria

13/22-23/Sl.No.1318/500/NS 18.6
ISBN 978-93-49727-66-3

പുരുഷോത്തമൻ ചന്തേര

കാസർഗോഡ് ജില്ലയിലെ മാണിയാട്ട് താമസം. കെ. കേളുനേക്കണിശന്റെയും ചിരുതേയി അമ്മയുടെയും മകൻ. ഗുരുകുല സമ്പ്രദായത്തിൽ പിതാവിൽ നിന്നും സംസ്കൃതവും ജ്യോതിഷവും പഠിച്ചു. പിന്നീട് പയ്യന്നൂർ സി.പി. ബാലൻ ജ്യോത്സ്യരുടെ കീഴിലും പഠനം. ഗണിതജ്യോതിഷ ചക്രവർത്തി ജ്യോതിർഭൂഷണം പണ്ഡിറ്റ് വി.പി.കെ. പൊതുവാളുടെ പയ്യന്നൂർ ജ്യോതി സ്സദനത്തിലെ അന്തേവാസി.

ചന്തേര ഗവൺമെന്റ് എൽ. പി. സ്കൂൾ, ഉദിനൂര് എ.യു.പി. സ്കൂൾ, തൃക്ക രിപ്പൂര് ഗവൺമെന്റ് ഹൈസ്കൂൾ എന്നിവിടങ്ങളിൽ നിന്നും വിദ്യാഭ്യാസം. ജ്യോതിഷിയായി ജീവിതം നയിക്കുന്നു.

ഭാര്യ : സുശീല

മക്കൾ : അനൂപ്ലാൽ (ഫിലിംഫീൽഡ്, എറണാകുളം)

വിമൽദാസ് (സംസ്കൃത അദ്ധ്യാപകൻ, കുമ്പളപ്പള്ളി ഹൈസ്കൂൾ)

വിലാസം : 'ആശിർവാദ്', ചന്തേര, പി.ഒ. മാണിയാട്ട്, കാസർഗോഡ് ജില്ല

671310, മൊബൈൽ : 9447447672